மல்லிகா சென்குப்தா (1960 - 2011)

மல்லிகா சென்குப்தா கொல்கத்தா மகாராணி காசீஸ்வரி கல்லூரியில் சமூகவியல் பேராசிரியராகப் பணியாற்றியவர். இருபதுக்கும் மேற்பட்ட கவிதைத் தொகுப்புகள் வெளி வந்துள்ளன. சீதாயணம் உட்பட மூன்று நாவல்களை எழுதியுள்ளார். மொழிபெயர்ப்பு நூல்களும் பெண்ணியம், சமூகவியல் தொடர்பான ஆய்வு நூல்களும் இவரது பங்களிப்புகள். பல்வேறு நாடுகளுக்குச் சிறப்பு அழைப்பாளராகச் சென்று கவிதை வாசித்துள்ளார். இவரது கணவரும் சாகித்திய அகாதெமி விருதுபெற்ற புகழ்பெற்ற வங்காள எழுத்தாளருமான சுபோத் சர்க்காருடன் இணைந்து "பாஷாநகர்" என்னும் இலக்கிய இதழினை நடத்தி வந்தார். சமரசமற்ற இவரது பெண்ணியக் கொள்கைகளுக்காக மிகவும் புகழ்பெற்றவர். எழுத்தோடு நில்லாமல் பல்வேறு சமூகப் பிரச்சினைகளுக்காகக் களத்திலும் இறங்கிப் போராடியவர்.

மொழிபெயர்ப்பாளர் குறிப்பு

ஞா.சத்தீஸ்வரன் (1995)

திருவாரூர் தமிழ்நாடு மத்தியப் பல்கலைக்கழகத்தில் முதுகலை செவ்வியல் தமிழ் படித்த இவர், தற்போது மேற்குவங்கம் விசுவபாரதி நடுவண் பல்கலைக்கழகத்தில் முனைவர் பட்ட ஆய்வினைச் செய்து வருகிறார். "தனிமையின் மிடறுகளில் துயரேறிய சொற்கள்" கவிதைத் தொகுப்பு வெளிவந்துள்ளது. கவிதைகள் எழுதி வருவதுடன் தமிழ்-வங்காள மொழிகளில் இலக்கிய மொழிபெயர்ப்பிலும் ஈடுபட்டுள்ளார். "பாங்ளா பாஷாய் தமிழ் ஷேக்கா" நூலை வங்காள மொழியில் எழுதியிருகிறார். "ஆயிஷா" குறுநாவலைக் கவிஞர் சீர்ஷா மண்டலுடன் இணைந்து தமிழிலிருந்து வங்காளத்தில் மொழிபெயர்த்து வெளியிட்டுள்ளார். வங்காள மொழிபெயர்ப்புக்காக கொல்கத்தா கவிதைச் சங்கமத்தின் மொழிபெயர்ப்பு விழாவில் 2022-ஆம் ஆண்டுக்கான "சோனாலி கோஷல் நினைவு விருது" பெற்றுள்ளார்.

சீதாயணம்

மல்லிகா சென்குப்தா

வங்காளத்திலிருந்து தமிழில்

ஞா. சத்தீஸ்வரன்

அணங்கு பெண்ணியப்பதிப்பகம்

சீதாயணம் ○ நாவல்
மல்லிகா சென்குப்தா

வங்காளத்திலிருந்து தமிழில்
ஞா.சத்தீஸ்வரன் ○ © ஞா.சத்தீஸ்வரன்

முதல் பதிப்பு: ஜனவரி 2024 ● பக்கம்: 222
அணங்கு பெண்ணியப் பதிப்பகம்
3, முருகன் கோவில் தெரு, கணுவாப்பேட்டை, வில்லியனூர்,
புதுச்சேரி - 605110
email: anangufeministpublication@gmail.com

அணங்கு வெளியீடு: 18

Seethaayanam ○ Novel
Mallika Sengupta
Translated by G. satheeswaran ○ © G. satheeswaran
First Edition: January 2024
Published by: Anangu
3, Murugankoil Street, Kanuvapet, Villianur, Puducherry - 605110
mobile: 9599329181

Wrapper Design: Murugesabharathi
Print: Jothy Enterprises, Chennai-5
ISBN: 978-93-93993-85-4

விலை: ரூ.250

இக்காலச் சீதைகளுக்கு...

என்னுரை

மல்லிகா சென்குப்தா அவரது அரசியல் கவிதைகளால் பரவலாக அறியப்படுபவர். அவரது படைப்புகள் பெரும்பாலும் விளிம்புநிலைக்குத் தள்ளப்பட்ட, புறக்கணிக்கப்பட்ட பெண்கள் குறித்தவை. கவிஞர், எழுத்தாளர், மொழிபெயர்ப்பாளர், பேராசிரியர், பதிப்பாசிரியர் என்பதைக் கடந்து பாலினச் சமத்துவத்துக்காகவும் சமூகப் பிரச்சினைகளுக்காகவும் போராடியவர்.

1960-ஆம் ஆண்டு கொல்கத்தாவில் பிறந்த இவர், அரசு ஊழியரான தனது தந்தையின் பணி நிமித்தம் மேற்குவங்கத்தில் வெவ்வேறு சிறுநகரங்களில் வசிக்க நேர்ந்தது. இதனால் பல்வேறு சமூக நிலைமைகளில் வாழும் பலதரப்பட்ட மனிதர்களுடன் பழகும் வாய்ப்பு மல்லிகாவுக்குக் கிடைத்தது. தனது வீட்டிலேயே வாசிப்பதற்கான சூழல் இருந்ததால் சிறுவயதிலிருந்தே வாசிப்பதும் விவாதிப்பதும் அவரது அன்றாட வாழ்வின் ஒரு பகுதியாக மாறிவிட்டது. ஜல்பைகுரி, கொல்கத்தா, ரானாகாட் ஆகிய நகரங்களில் பள்ளிக் கல்வியையும் கல்யாணி பல்கலைக்கழகத்தில் சமூகவியல் இளங்கலை மற்றும் முதுகலையையும் முடித்தார். மணமுறிவுக்கான சமூகவியல் காரணங்களை அலசும் இவரது முனைவர் பட்ட ஆய்வு பரவலாகக் கவனம் பெற்றது. 1985இல் கொல்கத்தா மகாராணி காசீஸ்வரி கல்லூரியில் பேராசிரியராகத் தமது பணியைத் தொடங்கிய மல்லிகா சென்குப்தா, பின்னர் அக்கல்லூரியின் சமூகவியல் துறைத்தலைவராகவும் செயலாற்றினார்.

தமது கவிதைகள் சிற்றிதழ்களில் வெளியாவதையே பெரிதும் விரும்பியவர். முதல் கவிதைத் தொகுப்பான ‘சொல்லீஸே சாந்தேர் ஆயு’ 1983இல் வெளியாகி கவனத்தை ஈர்த்தது. 1981ல் எழுதத் தொடங்கியபோதே அவரது கவிதைகளில் வெளிப்பட்ட சமூக அக்கறையும் பெண் விடுதலைக்கான வேட்கையும் வளர்ந்து மேலும் கூர்மையடைந்தது. அடுத்தடுத்த படைப்புகளில் அவருக்கென்று ஓர் அழகியல் தன்மை உருவாகியிருந்ததைப் போலவே நுட்பமான அரசியல் பார்வையும் வெளிப்பட்டதைக் காணமுடிகிறது. இருபதுக்கும் மேற்பட்ட கவிதைத் தொகுப்புகள் வெளியாகியுள்ளன. 51 ஆண்டுகளே வாழ்ந்து 2011இல் புற்றுநோயால் மறைந்தார். மல்லிகாவின் கவிதைகள் அனைத்தும் ‘கொபிதா சமக்ர’ என்னும் பெயரில் 2013இல் முழுத்தொகுப்பாகப் பதிப்பித்துள்ளனர். உலகளவில் இவரது கவிதைகள் பல மொழிகளில் மொழிபெயர்க்கப்பட்டுள்ளன. பல்வேறு நாடுகளின் இலக்கிய விழாக்களில் பங்கேற்றுக் கவிதை வாசிக்கும் வாய்ப்பும் அவருக்குக் கிடைத்தது.

மேற்குவங்கம் மற்றும் வங்கதேசத்தைச் சார்ந்த பெண் கவிஞர்களின் கவிதைகளைத் தேர்ந்தெடுத்து ‘துய் பங்ளார் மேயேதேர் ஷ்ரேஷ்ட கொபிதா’ தொகுப்பை உருவாக்கினார். இந்தி, மைதிலி, மலையாளம், கன்னடம் மற்றும் ஒடிய மொழிக் கவிதைகள் பலவற்றை ஆங்கிலம் வழியாக வங்காளத்தில் மொழிபெயர்த்திருக்கிறார். இந்திய நிலத்தின் பிறமொழி இலக்கியம் மீதான மல்லிகாவின் காதலைத் தேடலை நாம் புரிந்துகொள்ள முடியும்.

பாலினச் சமத்துவம் தொடர்பான இவரது மூன்று ஆய்வு நூல்கள் வங்க இலக்கியத்தில் முக்கியமானவை. ‘ஸ்த்ரீலிங்க நிர்மாண்’ பரவலாக வாசிக்கப்பட்டு விவாதத்துக்குள்ளானது. இந்தியச் சமூகத்தில் குழந்தைப் பருவத்திலிருந்து பெண் பாலினம் எவ்வாறு கட்டமைக்கப்படுகிறது என்பதை விளக்கும் நூலிது. இதுவே பாலினப் பாகுபாடு தொடர்பாக வங்காளத்தில் எழுதப்பட்ட முதல் நூலாகக் குறிப்பிடப் படுகிறது. ‘புருஷ் நொய் புருஷ் தந்த்ர’ மேல்தட்டு வர்க்கப் பெண்களின் பெண்விடுதலை குறித்த தவறான பார்வைகளை மறுத்து, ஆணாதிக்கத்தைக் கருத்தியல் ரீதியாக எதிர்ப்பதற்கான அடிப்படைகளைக் குறித்துப் பேசுகிறது.

‘சனந்தா’ மாதமிருமுறை பெண்கள் இதழின் பதிப்பாளராய் அபர்ணா சென் இருந்த காலத்தில் கவிதைப் பிரிவு ஆசிரியராகப் பன்னிரண்டு ஆண்டுகளுக்கும் மேலாகச் செயல்பட்டிருக்கிறார். மல்லிகாவின் கணவர் சுபோத் சர்க்கார், வங்கத்தின் முக்கிய கவிஞர்களில் ஒருவர், சாகித்திய அகாதெமி விருது பெற்றவர், இருவரும் இணைந்து ‘பாஷாநகர்’ இதழைத் தொடங்கி நடத்தினர். முதுகலை படிக்கும்போது சுபோத் சர்க்காரின் கவிதைகளால் ஈர்க்கப்பட்டு மல்லிகா கவிதை எழுதத் தொடங்கிப் பின்னர், அவரையே காதலித்து மணம் முடித்தார்.

கவிஞராகவே பரவலாக அறியப்பட்ட மல்லிகாவின் சீதாயணம், ஷ்லீலதாஹானிர் பொரே, கபிர் பௌதான் ஆகிய மூன்று நாவல்களும் வங்காள இலக்கிய வரலாற்றில் முக்கியமானவை. ‘ஷ்லீலதாஹானிர் பொரே’ சமகாலப் பின்புலத்தில் பெண்நிலை நுண்ணரசியலின் விவாதப் புள்ளிகளை இணைப்பது. ஷ்லீலதாஹானிர் பொரே என்பதன் பொருள் ‘பாலியல் துன்புறுத்தலுக்குப் பிறகு’ என்பதாகும். பாலியல் துன்புறுத்தலுக்கு ஆளான பெண் அதை எதிர்த்துப் போராடத் துணியும்போது காவல்துறை, நீதித்துறை, உறவினர்கள், நண்பர்கள், உடன் பணிபுரிவோர் உள்ளிட்ட யாரும் அவளுக்குத் துணையாக நிற்கவில்லை. அதன் பிறகும் தொடரும் அவளது போராட்டமே கதைக்களம். இப்புதினம் வங்காளமொழியில் 2020இல் இதே பெயரில் திரைப்படமானது. கபீர் பௌதான் புதினம் ‘The Bard and his Sister-in-Law’ என்னும் பெயரில் ஆங்கிலத்தில் மொழிபெயர்க்கப்பட்டுள்ளது. இது இரவீந்திரநாத் தாகூரின் குடும்பப் பெண்களைக் கதை மாந்தர்களாகக் கொண்டு காலனியக் காலச் சமூக மாற்றத்தைப் பதிவு செய்கிறது.

மல்லிகா சென்குப்தாவின் சிறந்த படைப்புகளில் ஒன்று சீதாயணம். இது ஒரு தொன்ம மறுவாசிப்புப் புதினம். சீதை மற்றும் சம்பூகனின் பார்வையிலிருந்து இராமாயணத்தை மறுவாசிப்பு செய்வதன் வழியாக, பார்ப்பனியத்தின் சூழ்ச்சியால் பெண்கள், பழங்குடியினர் மற்றும் சூத்திரர்களின் உரிமைகள் மறுக்கப்பட்டு அவர்கள் அடிமைகளாக ஆக்கப்பட்ட வரலாற்றைப் பேசும் நாவல்.

வால்மீகி இராமாயணத்தின் உத்தரகாண்டத்தை அடிப்படையாகக் கொண்டு சீதையை மையப்பாத்திரமாக்கி இராமாயணத்தைத் தலைகீழாக்கம் செய்திருக்கிறார். சீதை நாடு கடத்தப்படும் நிகழ்ச்சியுடன் கதை தொடங்குகிறது. சம்பூகன் வதமும் நாடு கடத்தப்பட்ட சீதையின் ஆசிரம வாழ்க்கையும் இப்புனைவின் மையம். பழங்குடியினர் மற்றும் பெண்களின் உரிமைகளுக்காகக் குரல் எழுப்புவதாக அமையும் இப்புதினம், அவர்களது பார்வையில் பார்ப்பனியப் புராணங்களையும் மரபுகளையும் கேள்விக்குட்படுத்துகிறது.

வால்மீகியின் சீதையைப் போல அல்லாமல் மல்லிகாவின் சீதை மிகவும் தன்னம்பிக்கையும் பேச்சாற்றலும் போராடும் குணமும் கொண்டவள். பெண்களுக்காகவும் சூத்திரர்களுக்காகவும் குரல் கொடுக்கக் கூடியவள். சீதாயணத்தின் தொடக்கத்திலேயே பழங்குடியினர்களின் மீதான இராமன், இலட்சுமணனின் காரணமற்ற வன்முறையைச் சீதை கண்டிக்கிறாள். அனார்யர்களை ஆபத்தானவர்களாகத் தான் கருதவில்லை என்று குறிப்பிடுகிறாள். தனக்கு நேர்ந்த துயரங்கள் அனைத்தும் இராமன், இலட்சுமணனின் அனார்யர்கள் மீதான அளவற்ற வன்முறைகளின் காரணமாகவே உண்டானது என்பதையும் குறிப்பிடுகிறாள்.

பெண்களையும் சூத்திரர்களையும் சுதந்திரமாக வழிபட விடாதது ஏன் என்று அகத்தியரிடம் கேள்வி எழுப்புகிறாள். ஆயிரமாயிரம் ஆண்டுகளாக வனத்தில் வாழ்ந்துவரும் பழங்குடியினர் ஆரிய முனிகளின் ஆக்கிரமிப்பிலிருந்து தங்கள் நீர், நிலம், வனத்தைக் காக்கப் போராடினால் அவர்களை எப்படிக் குறை சொல்ல முடியும் என்று வால்மீகியைக் கேட்கிறாள். ஆரிய பார்ப்பன முனிவர்களால் வனங்கள் அழிக்கப்படுவதைக் கண்டிக்கிறாள். இயற்கை அழிவுக்குக் காரணமாக ஆதிக்கச் சாதியினரின் அதிகார வெறியைக் கண்டறியும் சூழலியல் போராளியாக வெளிப்படுகிறாள் சீதை. பெண் இரண்டாவது பாலினமாக இருப்பதையும் சூத்திரர்களின் உழைப்பைப் பார்ப்பனர்களும் அரசர்களும் சுரண்டுவதையும் சீதை வெளிக்காட்டுவதாக அமையும் இப்படைப்பில், ஆரியர்களின் போலியான அறமதிப்பீடுகள், பார்ப்பன மேலாண்மையை நிலை நிறுத்தும் சூழ்ச்சிகளின் முடிச்சிகளும் கட்டவிழ்க்கப்படுகின்றன.

சீதை மட்டுமன்றி இப்புதினத்தில் இடம்பெறும் மற்ற பெண்களும் துணிச்சலும் ஆற்றலும் மிக்கவர்களாகக் காட்டப்படுகின்றனர். கைகேயி, ஸ்வயம்பிரபா வசுந்தரா, மித்ராவும் இவ்வகையில் அமைக்கப்பட்ட பாத்திரங்கள். பல்வேறு சமூகத் தடைகளைத் தாண்டியும் பெண்கள் ஒருவருக்கொருவர் உதவியாக இருப்பதையும் உயிர்கள் அனைத்தின் மீதான அவர்களது நேசத்தையும் இயற்கையுடன் அவர்களுக்கு இருக்கும் நெருக்கத்தையும் போராட்டக் குணத்தையும் நாம் இதில் காணலாம்.

இப்புதினத்தை மொழிபெயர்த்து வெளியிட அனுமதியளித்த கவிஞர் சுபோத் சர்க்கார், மொழிபெயர்ப்பின்போது உதவிய கவிஞர் சீர்ஷா மண்டல், தோழர் உன்மேஷ், விசுவபாரதி பல்கலைக்கழகத்தின் வங்காளத்துறை மற்றும் வரலாற்றுத்துறை பேராசிரியர்கள், வங்காளம்-தமிழ் மொழிபெயர்ப்பு முன்னோடிகளில் ஒருவரான தோழர் வீ.பா. கணேசன், எனது ஆய்வு நெறியாளர் முனைவர் செ. செந்தில் பிரகாஷ், மெய்ப்புப் பணியில் உதவிய தோழர் இரா. சண்முகப்பிரியா, பேரா. பாலசுப்ரமணியன் உள்ளிட்ட அனைவருக்கும் நன்றி. இம்மொழிபெயர்ப்பு நாவலை வெளியிடும் அணங்கு பதிப்பகத்திற்கும் கவிஞர் மாலதி மைத்ரி அவர்களுக்கும் நன்றி. ஒடுக்குமுறைகளின் அனைத்து வடிவங்களுக்கும் எதிராகப் போராட்டக் களத்தில் முன் நிற்கும் தோழர்கள் அனைவருக்கும் நன்றியும் அன்பும்.

ஞா.சத்தீஸ்வரன்

ஒன்று

வசந்தத்தின் காற்றில் இருந்தது கொடிய மணமுறிவு

விடியற்பொழுது. மாசி மாதம். கங்கைநதியின் கலங்கிய நீரை விலக்கிக்கொண்டு முன்னேறிச் செல்கிறது ஒரு சிறிய படகு. படகோட்டி ஒரு மங்கலான நிறமுடைய அனார்ய இளைஞன். அவன் காதுகளில் வெள்ளி உலோகக் காதணிகள் சூரியனின் மெல்லியக் கிரணங்களின் ஒளியில் மினுமினுக்கின்றன. நதியின் இரு மருங்கிலும் அடர்ந்த வனம். பெரிய மரங்களின் ஒவ்வொரு கிளையும் நதியின் மேனியில் விரல்களை நனைத்துக் குதூகலிக்க விரும்புவனவாக நீரை நோக்கிச் சாய்ந்துள்ளன. பரிசலிலிருந்து நதியின் மறுகரை நோக்கிச் செண்பகப்பூப் போன்ற ஆட்காட்டி விரலை நீட்டி வைதேகி கூறினாள், "இலட்சுமணா, பார்... பார்... விருட்சங்களின் மறைவில் முனிவர்களின் குடில்கள் தெரிகின்றன. ஆ... இத்தனை நாட்களுக்குப் பிறகு மீண்டும் இந்த அமைதியான தபோவனத்தின் கூரையைப் பார்த்ததற்கே என் மனம் ஆறுதல் பெறுகிறது. ஆயிரக்கணக்கான அரச செல்வங்களுக்கு நடுவில் இந்தத் தபோவனத்தின் சலனமற்ற அமைதி கிடைக்காது. இந்தப் பசுமை எனது மனதிற்கு ஆறுதல்."

வைதேகி இடையில் அணிந்துள்ள பலாசமலர் வண்ண ஆடையின் பொன்னிற விளிம்பு காலை ஒளியில் மினுமினுக்கிறது. வைதேகி படகினுள் பட்டு இருக்கையில் சற்றே சாய்ந்து அமர்ந்திருக்கிறாள். அவளது முழங்கையினை வைப்பதற்காகச் சிறியதொரு தலையணை உள்ளது. நெய்யினைப் போல தூய்மையும் மென்மையும் உடையது அவளது தோல், முப்பதைக் கடந்த உடலின் வடிவில் வீணையை ஒத்த லாவண்யம், உருண்டு திரண்ட மார்பகங்கள் இரண்டும் அந்தப் பலாசமலர் வண்ண ஆடைக்குள் மறைந்திருக்கின்றன. மெலிசான ஒரு பச்சைத் தாவணி வெறுமனே தோளின்மேல் போடப்பட்டுள்ளது. சற்றே மேடிட்ட அடிவயிற்றைப்

பார்த்தால் அவள் ஐந்துமாதக் கர்ப்பிணி என்பது தெரியும். மேனியில் அணிகலன்கள் அதிகம் இல்லை. மாசற்ற இயற்கையை வெறித்துப் பார்த்துக் கொண்டிருக்கும் அவளது முகத்தில் எளிமையும் அறிவுக்கூர்மையும் நிறைந்த செளந்தர்யத்தின் அற்புதக் கலவை.

இலட்சுமணனின் முகத்தசைகளில் மெல்லிய சுருக்கம் தெரிகிறது. மெலிந்த இடையும் அகன்ற மார்பும் உருகிய தங்கம் போன்ற நிறமும் கொண்ட இந்த இளைஞன் நிற்கும் தோரணையில் ஏதோவொரு அசெளகரியம். வைதேகியின் வார்த்தைகள் அவன் காதுகளில் விழுந்தன. ஆனால், அவனால் அதில் லயிக்க முடியவில்லை. இந்த அமைதியான இயற்கை சூழலின் நடுவிலும் அவனது முகத்தில் ஏதோ ஓர் இனம்புரியாத அச்சமும் கோபமும் படர்ந்திருக்கிறது. சன்னமான குரலில் "தேவி, உங்கள் பார்வை அழகு, அதனால் உங்களுக்குப் பார்ப்பதெல்லாம் அழகாகத் தெரிகிறது" என்றான்.

இலட்சுமணனின் குரலில் ஏதோ ஒன்று வைதேகியை வியப்புடன் முகத்தைத் திருப்பி ஒருமுறை பார்க்க வைத்தது.

"செளமித்ரனே! நீ கங்கையின் இன்ப ஸ்பரிசத்தில் மகிழ்ச்சி பெறவில்லையா! அல்லது நீ இங்கேயும் அரசப்பணிகளின் கவலைகளைச் சுமந்து வந்திருக்கிறாயா?"

இலட்சுமணன் தனது மனதின் கோபத்தை மறைக்க விரும்பினான். "தேவி, கங்கையின் நெருக்கத்தில் இசவாகு வம்சத்தின் கடந்தகால வரலாறு என் மனதில் தோன்றுகிறது. எமது மூதாதையான சகர் ஒருநாள் இந்தக் கங்கையைப் பூமிக்குக் கொண்டுவந்தார். இந்த விசயங்கள் எல்லாம் மனதில் தோன்றியதால் நான் கொஞ்சம் உணர்ச்சி வசப்பட்டுவிட்டேன்."

வைதேகி இலட்சுமணன் சொன்னதைக் கேட்டு ஆசுவாசம் அடைந்தாலும் அவன் வழக்கத்திற்கு மாறாக மிகவும் மனக் குழப்பத்தில் இருப்பதைக் கவனித்தாள். நெடிய பதினாறு ஆண்டுகளாக இந்த அன்பான கொழுந்தனை மிக நெருக்கத்தி லிருந்து அறிந்தவள் அவள். அவனது முகத்தில் ஒவ்வொரு சுருக்கத்தின் மொழியையும் அறியக் கூடியவள். அதனால் அவள் மீண்டும் தெரிந்துகொள்ள விரும்பினாள். "உண்மையைச் சொல், செளமித்ரனே! ஆரியபுத்திரர் நலமாகத்தானே இருக்கிறார்! நீ அவருக்காகக் கவலைப்பட்டுக் கொண்டிருக்கிறாயா? அவர் ஏன் என்னை வழியனுப்பி வைக்க வரவில்லை. இத்தகைய அலட்சியம் அவரது இயல்பில்லையே! வெளிப்படையாகச் சொல், இலட்சுமணா" சற்றே பதற்றமான குரலில் கேட்டாள்.

14 சீதாயணம்

இதற்குள் படகு கிட்டத்தட்ட படகுத்துறையை அடைந்துவிட்டது. வனத்திற்குள் பறவைகளின் அற்புதமான ஒலிகள் கேட்கின்றன. இலட்சுமணன் வைதேகியின் கேள்விக்குப் பதிலளிக்காமல் சற்றே கடுமையான குரலில் படகோட்டும் அனார்ய இளைஞனிடம் கூறினான், "ஏய் மடையனே, கவனமாகப் படகை நிறுத்து, கொஞ்சம் குலுங்கினால்கூட உனக்குக் கடுமையான தண்டனை கிடைக்கும். கவனித்தாயா, இல்லையா? ஆரியநகரம் அயோத்தியின் மகாராணி இப்பொழுது கர்ப்பிணி, அவருக்கு ஒரு துளியளவு அசௌகரியம் உண்டானாலும் இந்த வாள் உனது நெஞ்சைப் பிளந்துவிடும்"

படகோட்டி இலட்சுமணனின் முகத்தைக் கண்டு மிகவும் மிரண்டுபோனான். அச்சத்தில் அவன் கையில் உள்ள துடுப்பு தடுமாறியது. படகு சற்றே குலுங்கியதும் இலட்சுமணனின் விழிகள் இரண்டும் நெருப்புக் கோளங்களாகிக் கோபம் வந்துவிட்டது. வாளில் கைவைத்தபடி அந்த இளைஞனை நோக்கித் திரும்பியதும் வைதேகி துணுக்குற்றுக் கண்டிப்பான குரலில் கூறினாள். "ச்சீ, இலட்சுமணா! நீங்கள் என்ன நடந்தாலும் அனார்யர்களின் மீதான இந்தக் காரணமற்ற வன்முறையைக் கைவிட மாட்டீர்களா? இந்த வன்முறை தீமையைக் கொண்டு வரும். என்னால் இதற்கு மேலும் சகிக்க முடியாது. திரும்பத் திரும்ப நீங்கள் ஏன் இயற்கையின் அமைதியைக் கெடுக்கிறீர்கள்?"

இலட்சுமணன் முகத்தில் வருத்தம் தெரிந்தது. அவன் வாளிலிருந்து கையை விலக்கிக்கொண்டு வைதேகியின் முகத்தைப் பார்த்தான். கொஞ்சம் கொஞ்சமாக அவனது முகரேகைகளில் பலவித சுருக்கங்கள் உண்டாயின. அவன் மிகுந்த கோபத்தோடு சொன்னான், "தேவி! உங்களுக்குப் புரியவில்லை, இந்த அனார்யர்கள் நமது வாழ்க்கையையே அழித்துக் கொண்டிருக்கின்றனர், நீங்கள் காரணமின்றிக் கோபமடைகிறீர்கள் தேவி! உங்களுக்குத் தெரியாது, இவர்களுடைய அனார்ய சிரோன்மணி இராவணனால் மீண்டும் மீண்டும் என்னென்ன சாபங்கள் வந்து விழுகின்றன உங்கள் மீதும், இசவாகு வம்சத்தின் மீதும்..."

மிகவும் கஷ்டப்பட்டு தனது கோபத்தையும் ஆத்திரத்தையும் கட்டுப்படுத்திக்கொண்டு அவன் சட்டென நிறுத்திக் கொண்டான். இதற்குள்ளாகப் படகு கரையை அடைந்துவிட்டது. படகோட்டி இளைஞன் கரைமேலேறி கால்களுக்கிடையில் முகத்தைப் புதைத்தபடி அமர்ந்து கொண்டான். நைமிசாரண்யத்தின் பறவைகள்

படகின் மேலாக வட்டமிட்டுச் சுற்றியபடி இந்தப் புதிய விருந்தினர்களை வரவேற்கின்றன. இலட்சுமணன் மிகுந்த கவனத்துடன் வைதேகியின் கைகளைப் பிடித்து அவளைக் கரைக்குக் கொண்டு வந்தான். முழங்கால் சேறு; வைதேகியின் பொன்னான பாதங்கள் இரண்டும் சேற்றில் அமிழ்ந்தன. அவள் இலட்சுமணனின் தோள்களைப் பற்றிப் பிடித்துக்கொண்டு கூறினாள், "ஐயோ, இந்தச் சேறு எனக்கு ஆபத்து இலட்சுமணா!"

இலட்சுமணன் ஒரு கணம் தயங்கினான். பின்னர், மிகவும் பொறுமையாகக் கர்ப்பிணி வைதேகியைக் கைகளில் தூக்கிக் கொண்டு, "தேவி! தவறாக எடுத்துக்கொள்ள வேண்டாம், அனுமதி தாருங்கள்" என்றான். அதன்பிறகு விரைவாகச் சேற்றிலிருந்து வெளியே கொண்டுவந்தவன் ஒரு தோதகத்தி மரத்தின் நிழலில் மென்மையான பசும்புற்களின்மேல் அவளை அமரவைத்தான். மீண்டும் படகுக்குத் திரும்பிச் சென்ற அவன், அரண்மனையிலிருந்து முனிவர்களின் மனைவியருக்குப் பரிசாக சீதை கொண்டுவந்திருந்த நகைகளும் பட்டுத்துணிகளும் நிறைந்த பெட்டிகளைக் கொண்டு வந்து மரத்தடியில் வைத்தான். அவற்றினுள் ஒரு சிறிய பொற் கலத்தில் கொஞ்சம் நெய்யும் சர்க்கரையும் கலந்த உணவுகள் இருக்கின்றன. முந்தையநாள் இரவில் கோமதியாற்றங்கரை தபோவனத்தில் அவர்கள் தங்கியிருந்தனர். அங்கிருந்த முனிவர்களின் மனைவியர் இந்த உணவை மிகுந்த விருப்பத்துடன் சமைத்துக் கொடுத்து, கூடவே கொஞ்சம் காட்டுப்பழங்களையும் பட்டுத் துணியால் கட்டித் தந்திருந்தனர். இலட்சுமணன் பனையோலைக் குடுவையில் நீர் கொண்டுவந்து வைதேகியின் கால்களில் இருந்த சேற்றைக் கழுவிவிட்டான். "இலட்சுமணா, முதலில் உனது இரண்டு கால்களையும் சுத்தம் செய்" என்றாள் வைதேகி.

இலட்சுமணன் மெல்ல நடந்து சேறு கொஞ்சமாய் இருந்த ஒரு கரைக்குச் சென்று நெடுநேரம் தனது கைகால்களையும் முகத்தையும் நன்றாகக் கழுவினான். அவன் கைகளை அசைத்துப் பார்த்தான். கைகள் அசைக்க முடியாத அளவுக்குக் கனத்துப் போய்விட்டதாகத் தோன்றியது. அவனது முகமெங்கும் படிந்து கொஞ்சம் கொஞ்சமாக அடர்ந்துபோன துயரத்தின் புகைநிழலை அளவற்ற நீரினாலும் கழுவித் துடைக்க இயலவில்லை. இலட்சுமணன் நிமிர்ந்து சூரியனைப் பார்த்தான். கம்மிய குரலில் "சூரியதேவனே, கங்கா தாயே, கழுவேற்றுபவன் அல்லது கொலைபாதகனை விடவும் வெறுக்கத்தக்க, கொடுமையான இந்தச் செயலுக்காக என்னைத் தயார்ப்படுத்துங்கள்" என வேண்டினான்.

தோதகத்தி மரத்தின் அடியில் கங்கையின் இனிமையான காற்று இயற்கையின் அவ்வளவு நெருக்கத்தில் வந்து வைதேகியின் மனதில் ஆழ்ந்த இன்ப உணர்வைத் தந்தது. பொன்னாலான நீர்க்குடுவையிலிருந்து உள்ளங்கையில் ஊற்றிக்கொண்ட நீரை, அவள் இரு கைகளிலும் முகத்திலும் அன்னப்பறவையை ஒத்தக் கழுத்திலும் கொஞ்சம் கொஞ்சமாகத் தெளித்துக் கொண்டாள். பின்னர், மெல்லிய பருத்தித் துணியால் ஈரத்தைத் துடைத்துக் கொண்டு எழுந்தாள். சுற்றியிருந்த சால்மரங்களின் அடியில் விழுந்துகிடந்த இலைகளுக்கு நடுவிலிருந்து தேடித்தேடி இரண்டு பசுமையான உதிர்ந்த இலைகளை எடுத்துக் கொண்டாள். இயற்கையைப் பற்றிய ஒரு துதிப்பாடலை முணு முணுத்தபடியே தோதகத்தி மரத்தடிக்குத் திரும்பி வந்தாள். நனைந்த பருத்தித் துணியால் இலைகள் இரண்டையும் நன்றாகத் துடைத்தாள். பின்னர், அவர்கள் இருவருக்காகவும் உணவு பரிமாற விரும்பினாள். தனக்காக ஒரு சில பழங்களையும் ஒரேயொரு இனிப்புப் பண்டத்தையும் எடுத்துக்கொண்டு மற்ற எல்லா உணவையும் சால்மர இலையில் நேர்த்தியாகப் பரிமாறியபடி வீணையைப் போன்ற குரலைச் சற்றே உயர்த்தி அவள் அழைத்தாள். "இலட்சுமணா! முடிந்ததா, தண்ணீரில் உனது உருவத்தைப் பார்த்துக்கொண்டே எல்லாவற்றையும் மறந்துவிட்டாயா?"

இலட்சுமணனிடமிருந்து எந்தச் சத்தமும் வரவில்லை. அவன் கடினமான ஒரு வாக்கியத்தைச் சொல்லத் தயாராகிக் கொண்டிருந்தான். அப்போது பலிபீடத்தினுள் தனது தலையைத் தானே நீட்டுவதுபோல அவனுக்குத் தோன்றியது.

வைதேகி மீண்டும் குரலை உயர்த்தி அழைத்தாள். "ஓ, இலட்சுமணா! முடிந்ததா, என்ன செய்கிறாய்? எனக்கு மிகவும் பசிக்கிறது."

இலட்சுமணன் அதிர்ந்து போனான். ஐந்துமாதக் கர்ப்பிணி வைதேகி இவ்வளவு நேரம் சாப்பிடாமல் இருக்கிறாள். மந்தநிலையை உதறித்தள்ளிவிட்டு எழுந்து நின்றான். ஆனால், அவனது நடை தளர்ந்திருந்தது. மிக மெதுவாக, விருப்பமற்ற நடையுடன், கொடூரமான எதிர்காலத்தை நோக்கி முன்னேறிப் போனான். சாப்பிடத் தொடங்கியதும் வைதேகி உற்சாகமான குரலில் பேசினாள். "நான் மிகுந்த பேறுபெற்றவள். உன்னைப் போன்ற சேவையாற்றும் கொழுந்தனையும் ஆரியபுத்திரனைப் போன்ற கருணையுள்ள கணவனையும் பெற்றவள். உலகில் இப்படிப்பட்ட பாக்கியம் பெற்ற பெண்கள் அதிகம் இல்லை."

வார்த்தைகள் இலட்சுமணனின் காதுகளில் அம்பைப் போல் துளைத்தன. அவனது தொண்டைக்குள் உணவு இறங்கவில்லை, அவனது விரல்கள் வழிதவறிய பயணியைப்போல உணவின்மேல் இங்குமங்கும் அலைந்துகொண்டிருந்தன. அவன் பேச விரும்பினான். ஆனால், அவன் வாயிலிருந்து வார்த்தைகள் வெளிவரவில்லை.

வைதேகி இலட்சுமணனின் மனக்குழப்பத்தை இப்போது கவனித்தாள். மிகுந்த கவலையுடன் அவள் கேட்டாள், "இலட்சுமணா! உனக்கு உடல்நிலை எதுவும் சரியில்லையா?"

இலட்சுமணன் சால்மர இலையில் விரல்களால் கிறுக்கியபடியே தலையசைத்து ஒருவழியாக "இல்லை" என்று கூறினான்.

"உண்மையைச் சொல். கௌசல்யானந்தரின் செய்திகள் எல்லாம் நலம்தானே! அவர் உடல்நிலை சரியில்லாத காரணத்தினால்தான் நம்மை வழியனுப்ப வரவில்லையா?" மிகவும் கவலையுற்ற குரலில் வைதேகி கேட்டாள்.

சௌமித்ரன் தொண்டையில் கொஞ்சம் வலிமையைத் திரட்டிக் கொண்டு "அவர் நலமுடன்தான் இருக்கிறார்" என்று சொன்னான்.

வைதேகி இப்போது மிகவும் அருகில் வந்து இலட்சுமணனின் தோளில் கைவைத்து, "அப்படி என்றால் என்ன ஆயிற்று, எந்தக் கவலையின் புழுக்கள் உன்னைத் தின்கின்றன? தெய்வங்களின் மீது ஆணையாக என்னிடம் எல்லாவற்றையும் கூறுவாய்" என்றாள்.

இலட்சுமணன் நீண்டநேரம் தன்னைக் கட்டுப்படுத்திக்கொள்ள முயன்றும் முடியவில்லை. வலிமையான இருகரங்களால் வைதேகியின் கால்களைப் பற்றிக்கொண்டு அதில் முகம் புதைத்து ஓ'வென்று அழத் தொடங்கினான். "தேவி, நான் மாபாதகன். முற்பிறவியில் ஏதோ பாவம் செய்துவிட்டேன். அதனால்தான் ஸ்ரீராமச்சந்திரர் எனக்கு இவ்வளவு பெரிய தண்டனையைக் கொடுத்துவிட்டார்."

வைதேகி இனம்புரியாத அச்சத்துடன் இலட்சுமணனின் தலைமுடியைப் பிடித்து நிமிர்த்தி, "தண்டனை எனக்குத்தான், உனக்கல்ல. துர்பாக்கியம் எனது நிழல்போலக் கூடவே பிறந்தது. என்னால் எல்லாவற்றையும் சகித்துக்கொள்ள முடியும், இலட்சுமணா! இந்தக் காரணமே தெரியாத கவலையைத்தான் என்னால் சகித்துக்கொள்ள முடியவில்லை. எந்தப் பேரழிவு தந்த இழப்பினால் சௌமித்திரன் அழ நேர்ந்தது என்பதை நீ கூறு" என்று கேட்டாள்.

இலட்சுமணனால் வாய் திறக்க முடியவில்லை. வைதேகியின்

கால்களில் முகம் வைத்தபடியே எல்லாவற்றையும் இழந்து விட்டவனைப் போன்ற குரலில் கூறினான், "நான் உங்களை இங்கேயே விட்டுவிட்டுப் போக வந்திருக்கிறேன். எந்த துர்க்கணத்தில் நீங்கள் தபோவனத்தைக் காண விரும்பினீர்களோ, ஸ்ரீராமச்சந்திரரின் ஆணையால் நாடுகடத்தப்பட்டுவிட்டீர்கள்."

வைதேகி உடைந்துபோனாள், குழம்பிய பார்வையால் கேட்டாள், "ஏன்?"

"உங்களின் குணநலனைப் பற்றி தவறாகப் பேசிய குடிமக்களை, நான் வெட்டித் துண்டுதுண்டாகக் கூறு போடுவேன்." இலட்சுமணன் சட்டென கோபத்துடன் எழுந்து அமர்ந்தான். "தேவி, உங்களைத் தவறாகப் பேசிய அந்தப் பாவிகளின் நாக்கை நான் இழுத்துப்பிடித்து அறுத்தெறிவேன்."

எதிர்பாராத இந்தப் பேரழிவின் முன்னே வைதேகியின் நரம்புகள் துடிதுடித்து வெடித்துவிடுவதைப் போல அவள் திக்கித்துப்போய் அமர்ந்திருந்தாள்.

"அந்த அனார்ய இராவணன் உங்களைக் கடத்திக்கொண்டு போகாமல் இருந்திருந்தால் இவை எதுவுமே நடந்திருக்காது. ஐயோ, தேவி! ஏதோ முட்டாள்தனத்தினால் நான்தான் தங்களைப் பாதுகாப்பற்றக் குடிலில் தனியாக விட்டுவிட்டு ஸ்ரீராமச்சந்திரரைத் தேடிப் போனேன். நீங்களும் மதியிழந்து ஏன் நான் வரைந்த அந்தப் பாதுகாப்பு வளையத்தைத் தாண்டிப் போனீர்கள்."

காட்டினுள் ஒரு கற்சிலையைப்போல வைதேகி உறைந்து நின்றாள்.

"இதனால், இதனால்தான் நான் உலகத்தில் அனார்யர்களே இல்லாமல் ஆக்க விரும்புகிறேன். அந்தக் கன்னங்கரிய குரங்குக் கூட்டங்கள் மனித உருக்கொண்டு நடமாடுவதை என்னால் சகித்துக்கொள்ள முடியவில்லை" என்றான் இலட்சுமணன்.

வைதேகி உணர்ச்சியற்றிருந்தாள், அவளது காதுகளில் உலகின் எந்தச் சத்தமும் விழுந்தது போலத் தெரியவில்லை.

அவளைத் திரும்பிப் பார்த்த இலட்சுமணனுக்கு மீண்டும் மனம் மாறியது. ஆழ்ந்த துயரம் அவனை ஆட்கொண்டது. மெதுவான குரலில் அவன் பேசினான். "நான் இந்தத் தீமையைத் தடுக்க முயற்சி செய்தேன். பரதனும் நானும் இராமச்சந்திரரின் இந்த முடிவை ஏற்க ஒருபோதும் தயாராக இல்லை. உங்களுக்குத்தான் தெரியுமே! அவர்

எப்போதுமே இளையவர்களின் கருத்துகளை ஏற்றுக்கொள்ள மாட்டார்."

கொஞ்சம் கொஞ்சமாக மீண்டும் ஆவேசமான இலட்சுமணன், "அவர் தான் செய்வதை மட்டுமே சரி என்று நம்புகிறவர். அவர் அந்தக் கீழான மக்களின் இழிவான சந்தேகத்திற்கு நல்லறிவுடைய சான்றோரின் அறிவுரையைவிட அதிக முக்கியத்துவம் கொடுத்து விட்டார். ஐயோ, தேவி! அன்னை கோசலை பேரன் பேத்திகளை எதிர்பார்த்து மகிழ்ச்சியிலிருக்கும்போது நீங்கள் வனவாசத்தில், இந்த நிலையில்..."

திடீரென்று எழுந்து கொண்ட வைதேகி ஈரவிழிகளால் இலட்சுமணனைப் பார்த்துக் கேட்டாள், "எனது கர்ப்பத்திலிருக்கும் குழந்தைக்கு என்ன நேரும்?"

சற்றே குழம்பிப்போன இலட்சுமணன் கேட்டான், "இந்தக் கேள்வியின் பொருள் என்ன தேவி?"

"சீதை காட்டில் பெற்றெடுத்த குழந்தை இராமச்சந்திரரின் வாரிசு இல்லை என்றும் உங்கள் அன்பான குடிமக்கள் ஒருநாள் சொல்லக்கூடும்" என்றாள் வைதேகி.

"தேவி, அவர் தங்களைச் சந்தேகப்படவில்லை. ஆனால், அவர் குடிமக்களின் நலனை மிகவும் விரும்புபவர். அனார்யப் பழங்குடியினர் வாழ்கின்ற வனத்தில் தங்களை விட்டுவிட்டு வரக்கூடாது என்பதை அவர் என்னிடம் குறிப்பிட்டுச் சொன்னார். இந்த நைமிசாரண்யத்தில் வால்மீகி ஆசிரமத்தைத் தங்களுக்காக அவர் தேர்ந்தெடுத்துள்ளார். காரணம், வால்மீகி முனிவர் தந்தை தசரதனோடு தோழமை கொண்டவராக இருந்தார். இந்த ஆசிரமத்தின் சூழல் எல்லா ஆபத்துகளிலிருந்தும் தங்களைப் பாதுகாக்கும். இந்த இடம் அனார்யர்களால் நெருங்க முடியாத இடம் என்பதால் இது பாதுகாப்பானது. இங்கே முனிவர்களின் மனைவியர் தங்களுக்கு ஒத்துழைப்பு நல்குவர். ஆகையினால், கடினமான இந்த வாழ்க்கை இத்தபோவனத்தில் கொஞ்சம் எளிமையானதாக இருக்கும்."

"ஆம் இலட்சுமணா! வனவாசம் எனக்குப் புதிதில்லை. நான் தபோவனத்தின் எல்லா மகிமைகளையும் அறிந்திருந்ததால்தான் அதைக் காண ஆவலாக இருந்தேன். மேலும், அனார்யர்களை நான் ஆபத்தானவர்களாகக் கருதவில்லை. உங்களுடைய ஆரிய இனத்தினரின் தற்பெருமையான பழக்கவழக்கங்கள்தான் ஆபத்தானவை. கௌசல்யானந்தர் நம்முடைய வனவாச வாழ்க்கையின்போது

அனார்யர்களைத் திரும்பத் திரும்பத் துன்புறுத்தவில்லை என்றால், நீ சூர்ப்பனகையின் மூக்கை அறுக்காமல் இருந்திருந்தால், அவர் கணக்கற்ற இராட்சசர்களை வதம் செய்யாமல் இருந்திருந்தால், கண்மூடித்தனமான ஆரியப் பெருமிதத்துடன் ஆதிமண்ணின் குடிகளைத் துன்புறுத்தாமல் இருந்திருந்தால், இராவணன் பழிவாங்க வந்திருக்க மாட்டான். எனக்கு இந்தப் பெருங்கொடுமை நிகழ்வதற்கான ஒவ்வொரு அடியையும் கௌசல்யானந்தர் தானே செய்தார். நான் மிக அருகிலிருந்து அனார்யர்களைப் பார்த்திருப்பதால் உன்னையும் என்னையும் போல அவர்களும் இயல்பான மனிதர்கள் தான் என்பதை அறிவேன்."

வைதேகி இவ்வளவும் பேசியதனால் சோர்வடைந்துவிட்டாள். அவள் முகத்தில் துயரம் தனது ரேகைகளைப் படர்த்தியிருந்தது. திடீரென அவள் இனம்புரியாத ஓர் உணர்வினை அனுபவித்தாள், அவளது வயிற்றினுள் ஏதோ ஒன்று அசையத் தொடங்கியது.

வைதேகிக்கு வேறொரு விசயம் நினைவுக்கு வந்தது. "இலட்சுமணா, அவர் என்னை மட்டும்தானே நாட்டை விட்டு வெளியேற்றியுள்ளார். அவரது வாரிசு பிறந்துவிட்டால் அதுவும் தனது முன்னோர்கள் பெற்ற அரச சுகத்திலிருந்து விலக்கப்படுமா? கருவில் உள்ள தனது அரசவாரிசிடமும் அதன் தாயிடமும் மிகுந்த அக்கறை கொண்ட கௌசல்யானந்தர், இதைப் பற்றி எதுவும் உன்னிடம் கூறவில்லையா?" என்று கேட்டாள்.

இலட்சுமணன் கையறுநிலையில் ஜானகியைப் பார்த்தான். இந்த விசயம் அவனுக்கும்கூட நினைவுக்கு வரவே இல்லை. பின்னர், அவன் பதில் ஏதுமில்லாததால் தலைகவிழ்ந்து நின்றான்.

வைதேகி இப்போது மிகவும் துயரமடைந்தவளாகிவிட்டாள். "இலட்சுமணா, நான் அவனை எப்படிப் பாதுகாப்பேன். அவனுக்குப் பல் முளைக்கும்போது, தாய்ப்பால் அவனுக்குப் போதுமானதாக இல்லாதபோது, அவன் நீங்கள் வெறுக்கிற காட்டுவாசி அனார்யர்களைப் போலவே பழங்களையும் பூக்களையும் காட்டுப் பன்றியின் இறைச்சியையும் உணவாகக் கொள்வானா? இல்லாவிட்டால் மாட்டுக்கறியை விலக்கிய பிராமணர்களின் உணவைப் பிச்சை வாங்கி அவனை வாழ வைப்பேனா!"

இலட்சுமணனால் இதற்குமேல் சகிக்க முடியவில்லை. அண்ணனின் அலட்சியத்திற்கு எதிராக அடக்கப்பட்டக் கோபத்தில் கை முஷ்டிகளை மடக்கித் தரையில் குத்திக் காயப்படுத்திக் கொண்ட அவன், அதன்பிறகு ஆகாசத்தை நோக்கி ஓ'வென அலறினான்.

வைதேகி இப்போது இலட்சுமணனைக் கூர்ந்து கவனித்த படியே, "அரசகுமாரரே, எனது வனவாச தண்டனை எத்தனை காலத்திற்கு?" என்று கேட்டாள்.

இலட்சுமணனுக்கு இந்த அழுத்தத்தை மேலும் தாங்கிக் கொள்ள முடியவில்லை. அவன் சட்டென எழுந்து நின்று கத்தியபடி சொன்னான், "தேவி, தங்களுக்குப் புரியவில்லை. குடிமக்களுக்குப் பயந்து அவர் தங்களைக் கைவிட்டுவிட்டார். குழந்தையின் அல்லது தங்களின் பராமரிப்புத் தொடர்பாக எந்தவொரு பொறுப்பும் அவருக்கு இருப்பதாக இனிமேல் அவர் கருதமாட்டார். ஆமாம், தேவி! நீங்கள் ஏன் பஞ்சவடி வனத்தில் அந்த இலட்சுமணக் கோட்டைக் கடந்து போனீர்கள்!"

உறைந்து போன வைதேகி இருந்தபடியே அசைவின்றி இருந்தாள். அவளால் தன் காதுகளையே நம்ப முடியவில்லை. ஓரிரவில் ஸ்ரீராமச்சந்திரர் எப்படி இந்த அளவுக்கு மாறிப்போனார்! வைதேகியின் கண்களுக்கு முன்னால் ஒளிமயமான கங்கைநதியும் நைமிக்ஷேத்திரமும் மெல்ல மெல்ல இருள் கவியத் தொடங்கியது. அவள் தலைசுற்றி புல்தரையில் விழுந்துவிட்டாள்.

மறுபுறத்தில் இலட்சுமணனின் பெருங்குரல் தபோவனத்தை எட்டியது. அந்தக் குரலால் அழைத்து வரப்பட்ட ரிஷிபாலகர்கள் மூன்று நான்குபேர் தோதகத்தி மரத்தின் அடியில் ஒரு விசித்திரமான நாடகீயத் தருணத்தை எதிர்கொண்டனர். வைதேகி விழுந்து கிடப்பதையும் மயக்கமடைந்திருப்பதையும் கவனித்த அவர்களில் ஒருவன் ஆசிரமத்திலிருந்து நீர் கொண்டுவந்து வைதேகியின் முகத்திலும் தலையிலும் தெளித்தான். மற்றொருவன் இலட்சுமணனின் முன்னால் நின்று தாழ்மையுடன், "ஆரியரே, பார்த்தால் தாங்கள் ஏதோ உயர்ந்த அரசகுலத்துப் பெண்ணும் ஆணும் போலத் தோன்றுகிறது. கங்கையின் இக்கரைக்கு வருகைபுரிந்தும் தாங்கள் மாமுனிவர் வால்மீகியின் ஆசிரமத்திற்கு எதனால் வருகை தரவில்லை என்பது வியப்பாக இருக்கிறது. இந்தத் தேவியின் கால்கள் சோர்வுற்றதாலும் கர்ப்பகாலச் சோர்வினால் தளர்ந்துபோனதாலும் தாங்கள் ஓய்வெடுக்கிறீர்களா என்ன?" எனக் கேட்டான்.

இலட்சுமணன் தனது உண்மையான அடையாளத்தை வெளிப்படுத்தத் தயங்கினான். அரச மகிமையை விடுத்து அவனது இயலாமையை வெளிப்படுத்தவும் விரும்பவில்லை. "ரிஷி பாலகர்களே, மாமுனிவர் வால்மீகியின் இந்த ஆசிரமத்தில் சிலநாட்கள் ஓய்வு எடுப்பதற்காகவே இத்தேவி இங்கே வந்திருக்கிறார்."

இப்பொழுது வைதேகிக்கு நினைவு திரும்பியது. சில கணங்கள் அவளால் தான் எதற்காக, எங்கே இருக்கிறோம் என்பதைப் புரிந்துகொள்ள முடியவில்லை. பின்னர், ரிஷி பாலகர்களின் பரிச்சயமற்ற முகங்களைப் பார்த்து அவளுக்குள்ளிருந்து அழுகை வெளிப்பட்டது. அவள் சோகமான குரலில் அவர்களை அழைத்துக் கேட்டாள், "இலட்சுமணன், இலட்சுமணன் போய்விட்டாரா?"

இலட்சுமணன் வைதேகியின் இரண்டு கால்களையும் கட்டிக் கொண்டபடி சொன்னான், "தேவி, நான் உங்கள் நினைவு திரும்புவதற்காகக் காத்திருந்தேன்."

வைதேகியால் புரிந்துகொள்ள முடிகிறது. இப்போது இலட்சுமணன் சென்றாக வேண்டும். கடந்த முப்பத்தாறு ஆண்டுகளாக எந்த அரண்மனை, சுற்றங்கள் மற்றும் குடும்பத்தைத் தனக்குச் சொந்தமானதாக அவள் அறிந்திருந்தாளோ, அவர்களிடமிருந்து அவளது என்றென்றைக்குமான பிரிவு இப்போது நிகழப் போகிறது. இலட்சுமணன் அந்தக் கடந்தகால வாழ்வின் கடைசி இணைப்பு. அவள் இலட்சுமணனைப் பிடித்துக்கொள்ள விரும்பினாள். பின்னர், ஆசிரமச் சிறுவர்களின் இருப்பு அவளுக்குத் தன்னம்பிக்கையைத் திரும்பக் கொண்டு வந்ததும், அவள் தன்னைத் தானே சமாளித்துக் கொண்டாள். "அரச குமாரனே, அன்னை கோசலையிடம் எனது வணக்கங்களைக் கூறி அவரை ஆரியபுத்திரரின் மீது கோபப்பட வேண்டாம் என்று கூறவும்; அன்னை சுமித்திரையிடமும் அன்னை கைகேயியிடமும் எனது வணக்கங்களைத் தெரியப்படுத்தவும்" என்றாள்.

அவள் பெருகும் கண்ணீரைக் கட்டுப்படுத்திக் கொள்வதற்காகச் சற்றே நிறுத்தினாள். இலட்சுமணன் வைதேகியின் கால்களைப் பிடித்தபடி அசையாமல் அமர்ந்திருந்தான். சற்றைக்குப் பிறகு வைதேகி மீண்டும் பேசினாள். "எனக்கு அவர் மீது வருத்தம் இல்லை, எனக்கு அவரது இந்தச் செயலால் பெருமிதமே என்று ஆரியபுத்திரரிடம் தெரியப்படுத்து. இவ்வுலகில் வேறெந்த இரத்தமும் சதையுமான மனிதனால் எப்போதும் செய்ய இயலாத இந்தக் கடினமான கடமையை அவர் செய்திருக்கிறார். அவர் தெய்வீகமானவர். நான் எங்கே சென்றாலும் எந்நிலையில் இருந்தாலும் அவரது நலனையே விரும்புவேன். அவர் என்னால் களங்கப்பட்டதற்காக நான் வெட்கப்படுகிறேன். அவர் இப்பொழுது களங்கத்திலிருந்து விடுபட்டுப் புகழ்பெற வேண்டும் என்பதையே விரும்புகிறேன். கணவனே மனைவியின் பரம விடுதலை என்பதை அறிந்தே கடந்த முப்பத்தாறு ஆண்டுகள் வாழ்ந்திருக்கிறேன்.

அதனால் இந்தக் கடைசிநேரத்திலும் அவரது செயலைச் சரியானது என்றே ஒப்புக்கொள்கிறேன்."

சற்றே நிறுத்திய அவள் தொடர்ந்தாள், "இலட்சுமணா, இவ்வளவு நேரம் சொன்னவற்றையெல்லாம் நீ அப்படியே மாமன்னரிடம் கொண்டுசேர்த்துவிடு."

மீண்டும் அவள் தன்னைச் சமாதானம் செய்ய நேரம் எடுத்துக் கொண்டாள். அதன்பிறகு இலட்சுமணனின் கைகளை இறுகப் பற்றிக்கொண்டாள். அமைதியான குரலில், "உன்னை நினைத்து நான் மிகவும் பெருமைப்படுகிறேன் இல்ட்சுமணா! நான் உன்னைக் கொழுந்தனாகப் பிறவிகள் தோறும் பெற விரும்புகிறேன். உன்னால் தான் மனிதர்களிடமும் மனித உறவுகளின் மீதும் நான் இன்னும் நம்பிக்கை இழக்கவில்லை. உன்னைப் பார்த்தே ஆண்களிடம், அதுவும் அரசகுலத்து ஆண்களிடம் கூட மனிதத்தன்மை இருக்கிறது என்ற நம்பிக்கையை உயிருடன் வைத்திருக்கிறேன்" என்றாள்.

துயரமிகுதியில் தன் இதயத்துடிப்பு நின்றுவிட்டதைப்போல இலட்சுமணன் உணர்ந்தான். தலைநகருக்கு வெளியே ஆபத்து நிறைந்த காட்டினுள் நீண்ட பதின்மூன்று ஆண்டுகளை அவர்கள் ஒன்றாகக் கழித்துள்ளனர். கிடைத்தற்கரிய இந்தப் பெண்ணோடு அவனுக்கு ஒரு நெருக்கமான உறவு ஏற்பட்டுவிட்டது. வைதேகி வயதில் இலட்சுமணனைவிட சிறியவளாக இருந்தாலும் அக்கறையானவனும் இனிமையானவனுமாக உள்ள அவனது இயல்பே அவர்களது உறவைத் தூய்மையாக வைத்திருக்கிறது. இராவணனால் சீதை கடத்திச் செல்லப்பட்ட அந்த ஒருநாளைத் தவிர வேறெந்த நாளும் அவள் இலட்சுமணனிடம் கடுமையான வார்த்தைகளைப் பேசியதில்லை. தாய்மையைப் போன்ற உறவாக இருந்தாலும் அவர்களுக்கிடையிலான உறவு ஆழமான நட்புணர்வும் நம்பிக்கையும் கொண்டது. எந்தச் சீதையை ஆபத்தில் இருந்து காப்பாற்ற வேண்டியது அவனது கடமையாக இருந்ததோ, இன்று அந்த மென்மலரை அவன் கொடிய மிருகங்கள் நிறைந்த இவ்வனத்தில் என்றென்றைக்குமாக விட்டுச்செல்லவிருக்கிறான். இந்த நொடியிலேயே மின்னலடித்து அவர்கள் இருவரும் கொல்லப்பட்டால், அனைத்து துன்பதுயரங்களிலிருந்தும் தப்பித்து விடலாமென இலட்சுமணனுக்குத் தோன்றியது. கண்ணீர் சிந்த முடியுமானால் அவனது மனச்சுமை குறையலாம். ஆனால், ஆசிரமவாசிகளின் முன்னால் அரச நடைமுறையைக் கடைபிடித்தாக வேண்டும்.

இலட்சுமணன் குனிந்து ஜானகியை வணங்கினான். அதன்பின்னர் கண்கள் கலங்குவதை உணர்ந்துகொண்டு உடனடியாகத் தாழ்ந்த குரலில் "என்னை மன்னித்து விடுங்கள்" என்று சொல்லிவிட்டு வைதேகியிடமிருந்து முகத்தைத் திருப்பிக் கொண்டு படகுத் துறையை நோக்கி நடக்கத் தொடங்கினான். இலட்சுமணன் நடந்து சென்று, சேறும் சகதியுமாக இருந்த நதியின் கரையைக் கடந்து படகில் ஏறுவதை வைதேகி வெறுமையாகப் பார்த்துக் கொண்டிருந்தாள். தொலைவிலிருந்து இதைக் கவனித்த அனார்ய இளைஞன் அருகில் வந்து, படகைச் செலுத்தத் தொடங்கினான். கண்ணுக்கெட்டிய தொலைவுவரை இலட்சுமணனைக் கண்ணிமைக்காமல் பார்த்துக்கொண்டே இருந்தாள் அவள்.

இப்போது ஆசிரமச்சிறுவர்களில் ஒருவன், "தேவி, தாங்கள் எங்களுடன் வாருங்கள், மாமுனிவரின் ஆசிரமத்தில் அனைத்துவித வசதிகளும் நிறைந்த சூழலில் ஓய்வெடுங்கள்" என்றான்.

வைதேகி இருள் விலக்கி அந்தச் சிறுவனைத் திரும்பிப் பார்த்தாள், பார்த்தபடியே இருந்தாள் கொஞ்சநேரம். ஆசிரமத்தின் உள்ளிருந்து எழுந்த பசுவின் குரல்கேட்டு ஒருமுறை அதை நோக்கிப் பார்வையைத் திருப்பினாள். அதன்பிறகு மீண்டும் அவளது கண்கள் இலட்சுமணனைத் தேடி அலைந்தன. அதற்குள் படகு அக்கரையை அடைந்துவிட்டது. கரையில் இறங்கிய இலட்சுமணன் படகோட்டியிடம் ஒளிரும் பொற்காசுகளைத் தந்தான். பிறகு தேருக்கு அருகில் சென்று சீதையைப் பார்த்துத் திரும்பி நின்றான். இலட்சுமணன் வைதேகியைச் சிரம் தாழ்த்தி, கைகளைக் கூப்பி வணங்குவதைத் தொலைவிலிருந்தும் தெளிவாகக் காண முடிகிறது. இவ்வளவுநேரம் தேரில் அமர்ந்தபடி காத்திருந்தார் தேரோட்டி சுமந்திரர். அவரும் இறங்கிவந்து இலட்சுமணனைப் போலவே விடைபெறுவதற்காக வைதேகியை வணங்கினார். அதன்பிறகு அந்தத் தங்கரதத்தில் அயோத்தி அரசனது கொடி பறக்க தேர் நகரத் தொடங்கியது. கொஞ்ச தூரம் வரைக்கும் மரங்களின் கிளைகளுக்கிடையில் அது செல்வதைப் பார்க்க முடிந்தது. இலட்சுமணன் இங்கேயே பார்த்துக் கொண்டிருப்பதாக வைதேகிக்குத் தோன்றியது.

மெல்ல மெல்ல அந்தத் தங்கரதம் அவளுக்குத் துர்பாக்கியத்தைத் தேடித்தந்த பொன்மானைப் போலத் தோன்றியது. இப்போது ஆசிரமத்தினர் இன்னும் இரண்டு, மூன்றுபேர் அருகில் வந்து "தேவி!" என்றழைத்தனர்.

வைதேகி அவர்களிடம் "எனக்குக் கொஞ்சம் தனிமையில் நேரம்

கழிக்க வேண்டும். நீங்கள் ஆசிரமத்திற்குத் திரும்பிச் செல்லுங்கள். மாமுனிவர் வால்மீகியிடம் எனது வணக்கங்களைத் தெரிவியுங்கள். எனக்கு இந்த ஆளற்ற நதிக்கரை மன அமைதிக்குச் சிறந்த இடமாகத் தோன்றுகிறது" என்றாள்.

சீதையின் குரலில் ஆசிரமத்தினர் ஏதொரு வார்த்தையும் மறுத்துப் பேசவியலாத தனிக்குளிர்ச்சி இருந்தது. அவர்கள் ஆசிரமத்தை நோக்கி ஓரிரண்டு அடிகள் பின்வாங்கினர். அவர்கள் சீதையைச் சுற்றி நாலாத்திசைகளிலும் விலகிச் சென்றனர். இந்தக் கங்கைநதி, இந்தத் தோதகத்தி மரம், நெடுந்தொலைவில் உள்ள அந்தச் சித்திரகூடமலை, ஆகாசவெளியில் அந்தச் சக்கரவாகம், மா, கருவேலம், சந்தனம் போன்ற மரங்களின் கிளைகளில் தொங்கும் தேன்கூடு, அந்த வால்மீகி ஆசிரமம் எல்லாமும் படிப்படியாகப் பதினான்கு ஆண்டுகளுக்கு முந்தைய காலத்தை அவள் நினைவுக்குக் கொண்டு வந்தன. ஸ்ரீராமலட்சுமணரோடு வனவாசத்தின் முதலாமாண்டில் அவர்கள் இந்த இடத்தை வந்தடைந்திருந்தனர். இங்கே கணவருடன் மனோரதமான ஓர் இரவுவாசம் செய்தாள். மேலும், அந்தச் சித்திர கூடம், அங்கே அவர்கள் ஒரு பர்ணசாலையை உருவாக்கினார்கள். அங்கேதான் அவர்களது நீண்ட தேனிலவு இருந்தது. அங்கே பரதன் இராமனைத் திரும்ப அழைத்துச்செல்ல வந்திருந்தான். இந்த நினைவுகள் அனைத்தும் அவள் மனதில் மிகுந்த சோகத்தைக் கொண்டு வந்தன.

வால்மீகியுடன் நிகழ்ந்த முதல் சந்திப்பு அவள் நினைவுக்கு வந்தது. முதல் சந்திப்பிலேயே அவர் மிகவும் நெருக்கமானவரைப் போலத் தோன்றினார். வால்மீகியும் இராமலட்சுமணரைத் தொடர்ந்து வந்த சீதையைப் பார்த்து வியப்புக்குள்ளானார். தானே விரும்பி அரசசுகங்களைப் புறக்கணித்துவிட்டுக் காட்டுக்குள் தனது கணவருக்குத் துணையாக வரும் இந்தக் காட்சிக்கு உதாரணமாக எந்த ஒரு சத்திரியப் பெண்ணையும் தான் இதற்கு முன்பு பார்த்ததில்லை என்று கூறினார். அதன்பிறகு தனது பர்ணசாலைக்கு மிக அருகில் இருந்த பர்ணசாலையில் ஒவ்வொரு நாளும் கணவரின் அதீதக் காதலைப் பெற்றவளாக, கொழுந்தனின் அதீத சேவைகளால் மிகுந்த சுகங்களை அனுபவிக்கும் பெண்ணாகச் சீதையைக் கண்ட வால்மீகியிடம், தன்னை ஆகச்சிறந்த கணவனைப் பெற்ற சௌபாக்கியவதி என்று பெருமை பொங்கக் கூறினாளே அந்த வால்மீகியின் முன்னே இன்று எந்த முகத்தை வைத்துக்கொண்டு போய் நிற்பாள் அவள்! நேரில் சந்தித்தால், இந்தத் தோதகத்தி மரத்தின் அடியில் நின்று, "வைதேகி, எனது இந்த வறண்ட வனவாச

வாழ்வில் நீ மட்டுமே சோலைவனம்'' என்று சொன்ன ஸ்ரீராமன், தனது கர்ப்பிணியான பட்டத்தரசியின் குற்றமற்றத் தன்மையை அறிந்தும் அவதூறுகளுக்குப் பயந்து அரியாசனத்தைக் காப்பாற்றுவதற்காகத் தன்னைத் தியாகம் செய்துவிட்டார் என்பதைச் சொல்லித்தான் ஆகவேண்டும்.

இந்த வனத்திற்குள் பழங்களுக்குப் பஞ்சமில்லை. உணவு சேகரிப்பதற்காகச் சிரமப்பட வேண்டும் என்று தோன்றவில்லை. அதனால், நாமிருவரும் மிகவும் நெருங்கி அதீத இன்பத்தில் திளைப்பதற்கான வாய்ப்பு கிடைக்கும் என அவர் சொன்ன அனைத்தும் தெள்ளத்தெளிவாக அவள் மனதில் ஓடியது.

ஐயோ, அந்த இராமனா இப்படி கண்டுகொள்ளாமலிருக்கிறார்? எண்ணற்ற இனிய இரவுகளின் நினைவுகளைக் கொண்ட இந்தச் சித்திரகூடத்தை, கங்கையின் கிளையான மந்தாகினியின் கரையைத்தான் சீதையைக் கைவிட ஆகச்சிறந்த இடமாகத் தேர்ந்தெடுத்துள்ளார்.

இந்தச் சமயத்தில் ரிஷிபாலகர்கள் மூலமாக ஓர் அறியாத அரசகுலப் பெண்ணின் நாடகீயமான வருகைச் செய்தியை அறிந்து ஆவலுடன் அவர்களையும் உடனழைத்துக்கொண்டு வால்மீகி தானே வந்து தோதகத்தி மரத்தின் அருகில் நின்றார். அவரது உடையிலிருந்து ஹோமமும் சந்தனமும் புஷ்பராக மரகதத்தின் மணமும் வீச, மேலும் ரிஷிபாலகர்களின் காலடிச்சத்தமும் கேட்டு வைதேகி தலையை உயர்த்திப் பார்த்தாள்.

வால்மீகி அவளது கண்ணீர் வழியும் முகத்தைப் பார்த்ததும் பாம்பைக் கண்டவரைப் போல நடுநடுங்கி, "இது என்ன! சீதா! தன்னந்தனியே இந்த ஆளற்ற வனத்தில் என்ன செய்கிறாய்'' என்று கேட்டார்.

வைதேகி புல்தரையின்மீது கிடந்த சால்மரத்தின் இலைகளின்மீது விழுந்து வால்மீகியின் கால்கள் இரண்டையும் பற்றியபடி தேம்பித்தேம்பி அழத்தொடங்கினாள்.

வெகுதொலைவில், மறைவிலிருந்து இந்தக் காட்சியைக் கண்ட இலட்சுமணன் நிம்மதியடைந்து சுமந்திரரிடம் "கிளம்புங்கள் ஆரியரே, அயோத்தியை நோக்கிக் குதிரைகளைச செலுத்துங்கள்'' என்றான்.

இரண்டு

அரசுருவாக்கம் ஒரு தந்திரோபாய ஆலோசனை

ரிஷ்யசிருங்க முனிவரின் அழைப்பைப் பெற்று கோசலை அரண்மனைக்குத் திரும்பி வந்தாள். எங்கும் மயான அமைதியாக இருந்தது. மருமகள்கள் பெரும்பாலும் அவளுடனே இருந்தனர். அதனால், அவர்கள் எல்லோரும்கூட திரும்பிவிட்டனர். ஆனால், ஒவ்வொரு அறையைக் கடக்கும்போதும் பணிப்பெண்களின் வணக்கத்தில் எந்த உயிர்ப்பும் இல்லை. ஏதோவொன்று இந்திர ஜால மந்திரத்தினால் அவர்களை ஊமைகளாக்கிவிட்டது. எல்லாவற்றையும்விட சீதை இன்னும் வரவேற்க வரவில்லை என்பதுதான் மிகவும் ஆச்சரியம். இந்த மருமகள்தான் மங்கலச் சடங்குகளை எப்போதும் மறக்கமாட்டாள். இராமச்சந்திரனும் வரவில்லையே எதனால்! அப்படியானால் ஜானகிக்கு உடல்நிலை எதுவும் சரியில்லையோ? கோசலைக்குத் தலையே வெடித்து விடும் போல இருந்தது. ஆயினும் அரச மரியாதையைவிட்டுப் பணிப் பெண்களிடம் தானே கேட்டுத் தெரிந்துகொள்ளத் தயங்கினாள். அவள் நேராக இரத்தின மணிகளால் அலங்கரிக்கப்பட்ட சீதையின் அறைக்குள் நுழைந்தாள். வெகுநாட்களுக்குப் பிறகு இந்த அறைக்குள் வந்திருக்கிறாள். வழக்கமாக மகன், மருமகளது அறைக்கு அவள் வருவதற்கான தேவை எதுவும் இருப்பதில்லை. மருமகளின் படுக்கையறையினது நேர்த்தி இந்தக் கவலைகளுக்கு இடையிலும் அவளது கண்களுக்கு ஆறுதலை அளித்தது. செல்வச்செழிப்பு நிறைந்திருக்கிறது, ஆனால் ஆடம்பரம் இல்லை. படுக்கையறையின் தரையில் நெல்மணிக் கொத்துகளால் செய்யப்பட்ட அலங்காரத்தைக் கண்டு அவள் சொக்கிப்போனாள். நிச்சயமாக அறுவடைத் திருநாளில் யாராவது கிராமத்து விவசாயிதான் இந்தப் பரிசைக் கொண்டுவந்து அளித்திருப்பார். ஆனால், சீதை இங்கேயும் இல்லை. தலைகவிழ்ந்தபடி அவளது முதன்மை மெய்க்காப்பாளினி விருத்திகா

நின்றுகொண்டிருக்கிறாள், அவள் நிமிர்ந்துகூட பார்க்கவில்லை. கோசலை கம்பீரமான குரலில் ''விருத்திகா!'' என்று அவளது பெயரைச் சொல்லி அழைத்தாள்.

பணிப்பெண் நடுங்கியபடி நிமிர்ந்து பார்த்தாள். அவளது கண்களில் கண்ணீர்த்துளிகளையும் பயத்தையும் கண்ட கோசலைக்கு விசித்திரமாக இருந்தது.

இச்சமயத்தில் ஒரு காவல்பெண் வந்து அவசரமான தொனியில் "தாயே, மகாதேவி! மாமன்னரும் ஆண்களில் தலைசிறந்தவருமான ஸ்ரீராமச்சந்திரர் தங்களைக் காண விரும்பி வாயிலில் வந்திருக்கிறார்" என்பதைத் தெரிவித்தாள்.

அவள் சொல்லி முடிப்பதற்குள் இராமன் வந்துவிட்டான். பலவீனமான அவனது தோற்றத்தைக் கண்டு அனைவரும் அதிர்ச்சியடைந்தனர். ராமச்சந்திரன் வணங்கியபடி தாயின் பாதங்களைத் தொட்டுவிட்டு எழுந்து நின்று, "அம்மா! உங்களிடம் தனியாகக் கொஞ்சம் பேச வேண்டும்" என்றான்.

அறையிலிருந்து அனைவரும் வெளியேறினர். தாயும் மகனும் தனித்திருக்க, ஸ்ரீராமன் கோசலையின் கைகளைப் பிடித்துக் கட்டிலில் அமரவைத்தான். அதன்பிறகு அவளது மடியில் முகம் புதைத்து முனகுவதைப் போன்ற விசித்திரமான ஒலியுடன் அழுது கொண்டிருந்தான். ஏதோ நிகழ்ந்துவிட்டது என்பதை உணர்ந்ததும் கோசலையின் நரம்புகள் அதிர்ந்தெழுந்தன. அரசகுடும்ப வாழ்வில் அவளை ஏராளமான புயல்கள் தாக்கியிருக்கின்றன, அந்த விபத்துகளால் அவள் வலிமை பெற்று வந்திருக்கிறாள். தீவிர ஆர்வத்தையும் தவிப்பையும் அடக்கிக்கொண்டு அவள் இராமச்சந்திரனைக் கொஞ்சநேரம் அந்நிலையிலேயே இருக்க விட்டாள். அவளிடம் மட்டுமே இராமன் இந்தப் பலவீனத்தைக் காட்டிக்கொள்ள முடியும். இராமச்சந்திரனது தலையில் கோசலை கைவைத்தபடி சிறிதுநேரம் கழிந்ததும் அவன் கண்களைத் திறந்து, "அம்மா, நான் என்னுடையவை அனைத்தையும் இழந்துவிட்டேன். குடி மக்களின் மனநிறைவுக்காகச் சீதையைத் தியாகம் செய்து விட்டேன். தங்களைத் தரிசிப்பதற்காகத்தான் நான் உயிரோடு இருந்தேன். இப்போது சரயுவின் நீரில் மூழ்குவதைத் தவிர எனக்கு வேறு வழியில்லை" என்றான்.

கோசலையின் பொறுமை எல்லாம் நொறுங்கிப்போய்விட்டது. அவள் வேகமாக எழுந்து நின்று மகனிடம் கோபமான பார்வையுடன், "என்ன சொல்கிறாய் மகனே, உன் தலையில் எதுவும்

மல்லிகா செங்குப்தா

கோளாறு இல்லையே, பக்தியும் உண்மையும் உறுதியும் உடைய இராமச்சந்திரனின் வாயிலிருந்து இந்த அச்சமூட்டும் வார்த்தைகளைக் கேட்கத்தான் இவ்வளவு நாள் உயிர் வாழ்ந்தேனா" என்று கேட்டாள்.

கோசலையின் கோபரூபம் பார்த்து இராமச்சந்திரனது நடுக்கமும் சோகமும் தணிந்து, அவனது சிந்தனை தன்னைத் தற்காத்துக் கொள்ளத் தயாரானது. "அம்மா, தாங்கள் அமைதி பெறுங்கள். முன்னோர்களின் உழைப்பாலும் ஞானத்தாலும் காக்கப்பட்டுவரும் இந்த தேசத்தின்மீது எனக்கு எவ்வளவு பொறுப்பிருக்கிறதோ அந்தளவுக்குத் தங்களுக்கும் உண்டு. ஓர் அரசன் ஏன் இந்தச் செயலைச் செய்ய வேண்டிய கட்டாயம் ஏற்பட்டது என்பது தங்களுக்குப் புரியும். தாங்கள் சொன்ன அத்தனை பண்புகளும் என்னிடம் இருப்பதனாலேயே உங்கள் மகன் இந்தக் கடினமான தேர்வில் இன்று தேர்ச்சிபெற்றுள்ளான். அதுமட்டுமன்றி, உயிருக்குயிரான ஜானகியை வனவாசத்திற்கு அனுப்பியவன் தங்களது மகனோ, அவளது கணவனோ இல்லை. அனுதாபப்படுங்கள், அவன் ஒரு சத்திரிய மன்னன், அவனது முதற்பணி நாட்டைக் காப்பது. இந்தப் பெரும் பொறுப்பினை என்மீது சுமத்திவிட்டுச் சொர்க்க வாசியாகிவிட்டார் என்னுடைய தந்தை."

கோசலை கொஞ்சமும் ஆறுதலடையாமல், "இந்த ஆடம்பர வார்த்தைகள் எல்லாவற்றையும் வாழ்க்கையில் நான் பலமுறை கேட்டுவிட்டேன் மகனே! ஆனால், நீ செய்த செயலைப் போன்ற முட்டாள்தனத்தை எந்த அரசனிடமும் நான் கண்டதில்லை, கேட்டதுமில்லை. ராஜலட்சுமியைத் துரத்திவிட்டு உனது இந்த ராஜ்ஜியத்தின் எந்தப் பெருமையைக் காப்பாற்ற முடியும் என்பது எனக்குப் புரியவில்லை" என்றாள்.

சற்றே பொறுமையிழந்தவளாய் இராமச்சந்திரனைப் பார்த்தாள். "அம்மா, குடிமக்களைத் திருப்தியின்றியும் சந்தேகத்துடனும் வைத்துக்கொண்டு எந்த அரசனாலும் வெற்றியடைய முடியாது என்பதை ஏன் புரிந்துகொள்ள மறுக்கிறீர்கள். மக்கள் இராட்சபுரியிலிருந்து திரும்பிய சீதையைத் தங்களது மகாராணியாகப் பார்க்க விரும்பவில்லை" என்றான் அவன்.

கடுமையான குரலில் கோசலை வினவினாள். "அவர்கள் சந்தேகப்படுகிறார்களா! என்ன துணிச்சல் அவர்களுக்கு! அரசனின் கருணையால் வாழ்பவர்கள் குடிமக்கள், அவர்களது பேச்சைக் கேட்டுத் தானா மன்னன் தனது கடமைகளைத் தீர்மானிப்பான்! அரச தம்பதியினரின் தனிப்பட்ட உறவையும் அவர்கள்தானா நிர்ணயிப்பது!"

"அம்மா, தாயே! அவர்கள் சாதாரண மக்கள் என்றாலும் உண்மையில் அவர்கள் மன்னனது கருணையால் வாழ்பவர்கள் அல்ல. அவர்களே உழைக்கிறார்கள், நாம் அவர்களது உழைப்பின் பலனை அனுபவிக்கிறோம். அரசன்தான் அவர்களது கருணையால் வாழ்பவன்" என்று கவலையுடன் இராமச்சந்திரன் கூறினான்.

கோசலை இதுபோன்ற பேச்சை எப்போதும் கேட்டதே இல்லை. அவள் திகைத்துப்போனவளாய், "அரசன் சாதாரண மக்களின் கருணையால் வாழ்பவன் என்றால் இந்தப் பேச்சின் பொருள் என்ன இராமா?" என்று கேட்டாள்.

"தாயே! சிந்தித்துப் பாருங்கள். விளைநிலங்களில் நெல்லையும் கோதுமையையும் பார்லியையும் விதைப்பது யார், அறுவடை செய்வது யார், அரசனா உழவர்களா? பொன் ஆபரணங்களையும் செப்புப் பாத்திரங்களையும் இரும்பு ஆயுதங்களையும் உருவாக்கியது அரசனா அல்லது பொற்கொல்லர், கன்னார், கம்மாளர்களா? போரிட்டுச் செல்வங்களைக் கொண்டு வருவது யார்? அரசனா, போர்வீரர்களா? கணக்கற்ற இவை அனைத்தும் சாதாரண மக்களின் உழைப்பினால் உருவானவையே.

சத்திரியன் எல்லா மக்கள் கூட்டங்களையும் தொழில்களையும் செல்வங்களையும் பெரும்வலிமையினால் தமது கட்டுப்பாட்டின் கீழ் கொண்டுவந்ததனால் அவன் அரசன், குடிகளின் தலைவன். இந்தப் பூமியை அவன் ஆள்கிறான், ஆனால் இது அவனுடைய உடைமை இல்லை. பூமியின் சொத்துக்களைத் தானமளிக்கும் உரிமை அவனுக்குக் கிடையாது."

"சத்திரியனிடம் உழைப்பின் செல்வம் எதுவுமில்லையென்றால், அவனது அதிகாரத்தின் ஆதாரம்தான் என்ன?" என்று கோசலை கேட்டாள்.

இராமச்சந்திரன் சங்கடப்பட்டான். "இவையனைத்தும் மறைவான அரசியல் தத்துவம், பெண்கள் அறியக்கூடியது இல்லை. இந்தத் தத்துவத்தை உங்களால் விளங்கிக்கொள்ள முடியாது."

"ஆனால், மகனே! அப்படிப்பட்ட சாதாரணப் பெண்ணாகிய சீதை கர்ப்பிணியாக இருந்தாலும், இந்த நாட்டைவிட்டு வெளியேற்றப்பட வேண்டிய அளவிற்கு உனது அரசியல் கொள்கையில் முக்கியத்துவத்தைப் பெற்றுவிட்டாள்" என்றாள் கோசலை.

"அம்மா, அம்மா, அரசு ஒரு தந்திரோபாயம், அரசு என்பது

மல்லிகா சென்குப்தா

சத்திரிய அதிகாரத்தின் இரகசிய ஆதாரம். இந்த அமைப்பு கட்டமைக்கப்பட்டதால்தான் சாதாரண மக்கள் சத்திரிய மன்னனுக்குக் கட்டுப்பட்டு வரி செலுத்துகின்றனர். விளைபொருட்கள், செல்வங்கள், உழைப்பு அனைத்தையும் பரிசாக அளிக்கின்றனர். அரசவைக்கு வெறுங்கையுடன் வருவதற்கு ஓர் ஏழைக் குடிமகனாலும்கூட இயலாது. ஏனெனில், இந்த வரியும் பரிசுப் பொருட்களும்தான் அரசனது கருவூலத்தைச் செழுமையாக்குகின்றன. அரசன் உணவும் ஊதியமும் அளித்துப் படைகளைப் பராமரிக்கிறான். அந்தப் படைவீரர்கள் அண்டைநாடுகளை வென்று மேலும் செல்வங்களைக் கொண்டு வருகிறார்கள். அரசு இருப்பதனாலேயே இவையனைத்தும் இருக்கின்றன. சீதையை வனவாசத்திற்கு அனுப்பாவிட்டால் குடிமக்கள் என் மீதான நம்பிக்கையை இழந்திருப்பார்கள். அரசனின் பெருமைக்குக் களங்கம் ஏற்பட்டிருக்கும். இன்னொருவனால் பெண்டாளப்பட்டவள் மீது மோகம் கொண்டதாகப் பரப்புரை செய்யப்பட்டிருக்கும், அரசுக்கு ஆபத்து ஏற்பட்டிருக்கும்."

"தேசம் தேசம் தேசம், மனிதர் ஒன்றுமே இல்லையா? தேசம் உன்னுடையது, மனைவி உன்னுடையவள் இல்லையா?" கோசலை பெருமூச்செறிந்தாள். "ஒவ்வொருவராக முந்நூற்றைம்பதுக்கும் மேலான பெண்கள் நாட்டு நலனுக்காகவென்று உனது தந்தையின் மனைவியராக ஆக்கப்பட்டனர். வாழ்நாள் முழுக்க நான் பாதிப்புக்குள்ளானேன். சீதையின்மீது நீ கொண்ட நேசத்தைக் கண்டுதான் சத்திரியனாக இருந்தாலும் உன் உள்ளத்தில் அன்பு இருக்கிறது என்ற நம்பிக்கை வந்தது. ஐயோ மகனே, இதென்ன அந்த நம்பிக்கையின்மேல் இவ்வளவு கசப்பான தாக்குதல்! அபாக்கியவதியான சீதை ஐந்துமாதக் கர்ப்பிணி, ஏதோவொரு அறியாத தேசத்தில் பாதுகாப்பற்று, பட்டினியுடன் இறந்துபோக வேண்டுமா? இவ்வளவு சக்திவாய்ந்ததா உனது சிம்மாசனம்! ஏய், ராமா! நீ ஆசையற்றவன் எனப் புகழ்பெற்றவனாயிற்றே, நீயா அரச சிம்மாசனத்தில் நிரந்தரமாக அமர்வதற்காக மக்களின் சந்தேகத்தை அகற்றாமல் அவர்களது மோசமான சந்தேகத்தை வளர்த்து விட்டிருக்கிறாய்."

இராமச்சந்திரன் முள் தைத்த சிங்கம் போல சீற்றத்துடன் பேசினான். "அம்மா! நீங்கள் கூறிய இந்த வார்த்தைகளை வேறு யாரேனும் கூறியிருந்தால் அவர்களின் முகத்தில்கூட விழித்திருக்க மாட்டேன். உங்கள் கருவிலிருந்து நீங்கள் பெற்றெடுத்த மகன் மீதா இவ்வளவு தாழ்வான எண்ணம்! நீங்களே சொல்லுங்கள், சீதை ஒரு சாதாரணப் பெண். அந்த ஒரு பெண்ணிற்காக மூதாதையர்கள்

துளித்துளியாகக் கட்டியெழுப்பிய இந்தத் தேசத்தை அழித்தொழிக்க முடியுமா!"

"மகனே! பதினைந்து ஆண்டுகளுக்கு முன்பு அந்தச் சாபமிடப்பட்ட நாளில் பெற்ற தாயின் வார்த்தைக்கு நீ கட்டுப்பட்டிருந்தால் இவையெதுவும் நடந்திருக்காது. தசரதர் ஒருபோதும் மனதார உனது வனவாசத்தை விரும்பவில்லை, தன் வாயால் உன்னிடம் சொல்லவும் இல்லை. அவர் கைகேயி மேலிருந்த அதீதக் காதலால் அமைதியாக இருந்தார். இலட்சுமணனும் நானும் திரும்பத் திரும்ப உன்னைக் கெஞ்சிக் கேட்டுக்கொண்டோம். குடிமக்களின் மீது உனக்குள்ள பொறுப்பையும் சிம்மாசனத்திற்காக உன்னை இத்தனை நாட்களாகத் தயார்செய்த உன் தந்தையின் மனநிலையையும் உணர்ந்தே கைகேயியின் விருப்பத்தை மறுதலிக்குமாறு நான் கூறினேன். தந்தை எப்படியோ உனது வணக்கத்திற்குரிய தாயும் அப்படித்தானே என்பதைக் கூறிய பின்னரும் தந்தைக்கு விசுவாசமுடையவனாகக் காட்டிக்கொள்வதற்காக நீ காட்டுக்குச் சென்றாய். தந்தையின் சொல்லுக்காகத் தாயைக் கொன்ற பரசுராமனின் கதையை நீ எனக்கு நினைவூட்டினாய். இந்தக் குருட்டு விசுவாசம்தான் உன்னுடைய முட்டாள்தனம். காட்டுக்குச் சென்றிருக்காவிட்டால் இவை எதுவும் நிகழ்ந்திருக்காது."

"இவை எல்லாம் தெய்வவசம். இல்லையென்றால் தந்தை ஏன் அப்படி புத்திரசோகத்தினால் இறந்துபோக வேண்டும். இப்பொழுது கடந்தகாலத்தை நினைவுகூர்வதனால் எந்தப் பயனும் இல்லை. தற்போதைய நிலைமைக்கு ஏற்ற செயலை நான் செய்துவிட்டேன்."

"பெண்களைக் காப்பாற்றுவதும் அரசனின் கடமை இல்லையா, பெண்கள் அவனது குடிகள் இல்லையா? இவை எல்லாவற்றிற்கும் மேலாக நீ அவளது கணவன். உணவளித்துக் காப்பாற்ற வேண்டியதைத் தவிர்த்ததோடல்லாமல் நீ ஜானகியை வாழ்வின் பாதியில், மிகவும் நெருக்கடியான காலகட்டத்தில் கைவிட்டு விட்டாயே இது அநியாயம் இல்லையா? அரசனாகிவிட்டால் வாழ்க்கையின் மற்ற அனைத்துப் பொறுப்புகளையும் புறக்கணித்து விடுவாயா?"

இராமன விசனப்படுவதாகத் தெரிகிறது.

"அம்மா, இந்தச் சந்தேகத்தால் நானே வேதனைப்பட்டேன். உயர்ந்த பொறுப்பில் இருப்பவர்களுக்குச் சில சமயங்களில் இவ்வளவு பெரிய நெருக்கடிகள் ஏற்படும். தெய்வங்களும் மூதாதையர்களும் இந்தச் சோதனையின் முடிவுகளை ஆர்வத்துடன்

எதிர்நோக்கி இருக்கின்றனர். காத்திருக்கும் இப்பெரிய பொறுப்பிற்காகத் தலைவணங்கி எனது மனைவிக்குச் செய்யவேண்டிய கடமைகளைப் பலிகொடுத்துவிட்டேன். இதைத் தவிர வேறெந்த வழியும் எனக்குத் தெரியவில்லை என்பது மட்டும் சத்தியம். ஆனால் அம்மா! இந்த முடிவினால் எல்லோரையும்விட மிகவும் வேதனைப்பட்டவனின் பெயர் இராமன்! இந்த வலிமிகுந்த வேதனையை நான் மனமுவந்து தாங்குகிறேன். சீதை எனது தர்மபத்தினி, அவளாலும் உன்னதமான காரணத்திற்காக இந்த வேதனையைத் தாங்கிக்கொள்ள முடியும்."

"ஐயோ மகனே! சீதையின் வேதனையும் உனது வேதனையும் ஒன்றாக முடியுமா?" எனக் கேட்டாள் கோசலை. "கணக்கற்றச் செல்வங்கள், பணியாட்கள், விதவிதமான உணவுகளும் பானங்களும் கிடைக்க நீ சிம்மாசனத்தின் அரசன். அன்புமிக்கத் தாயும் பெரியோரும் விசுவாசமான சகோதரர்களும் உனது மகிழ்ச்சிக்காக எப்போதும் பாடுபடுவார்கள். இதே சூழலில் வளர்ந்த ஜானகி இன்று கர்ப்பவதியாக இருக்கும் நிலையிலும் காட்டிலிருந்து உணவு சேகரித்து உண்ணவேண்டும், இதுவா உனது நீதி! நீ அவளைக் கைவிட விரும்பினால் காட்டுக்கு அனுப்பாமல் அவ்ளை மிதிலைக்கு சனகரின் அரண்மனைக்கு அனுப்பி வைத்திருக்கலாமே..."

"அந்தச் செயல் மாமன்னன் இராமச்சந்திரனுக்கும் இசவாகு வம்சத்திற்கும் மரியாதைக் குறைவாக ஆகியிருக்கும். கன்னியா தானம் செய்துவிட்ட பிறகு அவளைத் தந்தையின் வீட்டுக்குப் பராமரிப்புக்காக அனுப்ப முடியாது, ஜானகியின் பொறுப்பு என்னுடையது. நான் எல்லாவற்றையும் சிந்தித்தே அவளை வால்மீகியின் ஆசிரமத்திற்கு அருகில் விட்டுவிட்டு வரும்படி இலட்சுமணனிடம் சொல்லியனுப்பினேன். வால்மீகி சீதைக்கு அடைக்கலம் தருவார் என்று நம்புகிறேன். அவர் இசவாகு வம்சத்தின் நலன்விரும்பியும் சீதையின்மேல் மிகுந்த பாசமும் உடையவர்."

"உனது நம்பிக்கை, அனுமானத்தை நம்பி அவளை விட்டுவிட்டு வந்துவிட்டாய்! அப்படியென்றால் பிறக்கப்போகும் உனது வாரிசு, இசவாகு வம்சத்தின் குலத்திலகமான அக்குழந்தை வனத்தில் வாழும் இராட்சதர்களைப் போல வளர்க்கப்படுமா?"

"அம்மா, ஜானகிக்கு ஆசிரமத்தில் இடம் கிடைக்கப்பெற்று விட்டால் அவளும் அவளது குழந்தையும் பாதுகாப்பாக இருப்பார்கள். அரசகுமாரர்கள் முனிவர்களின் ஆசிரமத்தில் பிரம்மச்சர்யம் செய்யச் செல்வதுண்டு என்பது உங்களுக்குத்

தெரியாதா? வனவாசியாக இருந்தாலும் அந்த முனிவர்களின் ஆசிரமங்கள்தான் அரசதர்மத்திற்குக் கல்வியும் உந்துசக்தியும் தருவதாகும். ஒருபுறம் அரசியல் தத்துவம், வேதஞானம் கற்க முடியும்; மறுபுறம் ஆயுதக்கலையில் தேர்ச்சிப் பெற்று வன வாசிகளான அனார்யர்களை அழித்து வனபூமியைப் பிராமணர்கள் வாழ்வதற்கு ஏற்றதாக மாற்றித்தரவும் முடியும்."

"இராமா, ஜானகியைப் பற்றிய தகவலுக்காக நீ தூது எதாவது அனுப்புவாயா? நான் மிகுந்த கவலையுற்றவளாக இருக்கிறேன். மகப்பேறு மற்றும் குழந்தைகளுக்குத் தேவையான அத்தியாவசியப் பொருட்களுடன் நானே அங்கு செல்ல விரும்புகிறேன்."

"அம்மா, கவலைப்படாதீர்கள். நான் அவளை என் மனதில் இருந்து மறக்க விரும்புகிறேன், இல்லையென்றால் அரச காரியங்களை என்னால் செய்ய முடியாமல் போய்விடும். இந்த விசயத்தில் இனி எந்த விவாதங்களும் எனக்கு நல்லதாக இருக்கப் போவதில்லை. என்னை மகத்துவமான அரசப் பொறுப்பில் கவனம் செலுத்துவதற்கு அனுமதியுங்கள். ஜானகியை நினைவூட்டும் எல்லாத் தடயங்களையும் நீக்கிவிட்டு, எனக்காகப் புதிய படுக்கையறையை ஏற்பாடு செய்து கொடுங்கள்."

இராமன் மன அமைதியைத் திரும்பப் பெறுவதற்காக அரண்மனையை ஒட்டிய தோட்டத்தில் மெதுவாக நடக்க விரும்பினான். ஆனால், இத்தனை நாட்களாக இந்தத் தோட்டத்தில் அவன் சீதையுடன் சென்றுவந்துகொண்டிருந்தான். சீதை தண்ணீர் ஊற்றிய மரங்கள், பேரன்புடன் அவள் கட்டித்தழுவிய இலைகள், அவள் தானியங்களை உண்ணக் கொடுத்தப் பறவைகள் இவையனைத்தும் அவனது பார்வைக்கு முன்னால் வந்தன. சீதையின் முகம் நினைவுக்கு வந்ததும் இராமன் வேதனையில் கண்களை மூடிக்கொண்டான். கணவனையே எல்லாமுமாக நம்பியிருந்த அவள் மகிழ்ச்சியுடன் தபோவன தரிசனத்திற்காகச் சென்றாள், எல்லாவற்றையும் கேட்ட பிறகு அவளது முகம் எப்படி இருந்திருக்கும்! இராமன் மீது அவள் வைத்திருந்த நம்பிக்கை அசையாதுதானே! தனது அமைதியற்ற மனதைத் தணிவிக்கும் பொருட்டு வெள்ளிலாதி, சம்பூர்ணம், வெண்மருது, மாதுளை உள்ளிட்டப் பலவித மரங்களுக்கு நடுவில் நீலமணிகளைப் போன்ற நாணற்காட்டினில் நடனமாடும் கின்னரக் குருவிகளை இராமன் அழைத்தான். சேவகர்கள் அவனுக்காகச் சிறப்பாகத் தயாரிக்கப்பட்ட மைரேயத்தைக் கொண்டு வந்தனர். சிறிது நேரம் இந்த நடன

நாட்டியத்தைக் கண்டுகளித்த இராமனுக்கு, முன்பொருநாள் இதே இடத்தில் தன் கைகளால் சீதைக்கு இந்த மைரேயத்தை ஊட்டியது நினைவுக்கு வந்தது.

ஓ! என்ன ஒரு கலங்கமற்ற முகம் சீதையினுடையது, அவள் இராவணனின் படுக்கைக்குச் சென்றாள் என்று குடிமக்கள் நினைக்கிறார்கள். சீதையின் இன்பசுகத்தில் நான் அரசகடமையை மறந்துவிட்டேனாம் - எவ்வளவு சகிக்க முடியாதவை இந்தச் சொற்கள். இராமன் நினைத்தான், இவை எதுவும் உண்மையாக இருக்க முடியாது. சீதை அக்கினிக்குள் பிரவேசித்தும்கூட எரியவில்லை, அவள் பரிசுத்தமான பண்புடையவள். ஆனாலும் இராவணனைப் போன்ற உலகறிந்த காமுகனின் கட்டுப்பாட்டில் அவள் ஓராண்டு இருந்தாள். அப்போது என்ன நடந்தது என்று யாரால் கூற முடியும். சீதையைக் குடிமக்கள் சந்தேகப்பட்டாலும் அவர்களைக் குற்றம் சொல்ல முடியாது. அவர்கள் அறியாமையும் பழமைவாதமும் கொண்டவர்கள். நானே அவளைச் சந்தேகப்பட்டு நெருப்பிலே இறங்க வைத்தேன். மனிதர்களின் இயல்பைப் புரிந்து கொள்வதில் நான் தோல்வியுற்றவன். மக்களின் முன்னிலையில் சீதையின் தூய்மையை நிரூபிக்க அக்னிப்பரீட்சைக்கு ஏற்பாடு செய்திருக்க வேண்டும்.

இராமச்சந்திரனிடம் ஒரு மெய்க்காப்பாளன் வந்து "அவை கூடிவிட்டது, அமைச்சர்களும் அரசவை உறுப்பினர்கள் அனைவரும் அரசரின் வருகைக்காகக் காத்திருக்கின்றனர்" என்பதைத் தெரிவித்தான்.

"உடல்நிலை காரணமாக இன்று அரசவைக் கூட்டத்தை என்னால் நடத்த முடியாது. நீ பரதனிடம் எனது உத்தரவைத் தெரிவித்து இன்றைய கூட்டத்திற்கான பொறுப்பை ஏற்றுக் கொள்ளச் சொல்" என்றான்.

"ஸ்ரீமான் பரதர் இன்று அரசவைக்கு வரமாட்டார் என்பதைத் தெரிவித்திருக்கிறார்" என மெய்க்காப்பாளன் தலைதாழ்த்திக் கூறினான்.

"சத்ருகன்?" கொஞ்சம் பதற்றத்துடன் இராமன் கேட்டான்.

"அவரும் வரவில்லை என்பதைச் சேவகர்கள் தெரிவித்தனர்."

"அப்படியென்றால் அமைச்சர்களுக்கும் அவையினருக்கும் எனது வணக்கங்களைத் தெரிவித்து இன்று அவை நடைபெறாது என்பதைக் கூறிவிடவும்" என்று சொல்லிவிட்டு இராமன் அங்கிருந்து வெளியேறி விட்டான்.

எல்லாம் அவனுக்குப் புரிகிறது. கோசலையைப்போல வாய் திறந்து பேசாவிட்டாலும் பரதனும் சத்ருகனும் தங்களது கோபத்தை இவ்வாறு வெளிப்படுத்துகின்றனர். இப்போது நெருக்கமானவர்கள் அனைவரும் அவன்மீது கோபத்தில் உள்ளனர். இராவணன் சீதையைக் கடத்திச்சென்ற போது வனத்தின் அமைதியான சூழலும் இலட்சுமணன், சுக்கிரீவன், அனுமன் மற்றும் முனிவர்களின் கருணையும் அவனைச் சூழ்ந்திருந்தது. இன்று அவன் தனித்து விடப்பட்டிருக்கிறான். தாய் மற்றும் சகோதரர்களின் பார்வையில் கூட அவனது செயல் கொடூரமானதாகவும் நியாயமற்றதாகவும் தோன்றுகிறது. குடிமக்கள் இயல்பாகவே இழிவுமிகுந்த சாதாரணக் குடியானவர்கள் என்று இலட்சுமணன் சொன்னது உண்மையாகவும் இருக்கலாம். அவர்கள் இதன்பிறகும் எதையும் பொருட்படுத்தாமல் அவனைப் பாராட்டமாட்டார்கள், வேறு சில தவறுகளைக் கண்டுபிடிப்பார்கள். சீதையைக் கைவிட்ட பிறகும் அவர்களின் பார்வையில் இராமன் உயர்ந்தவன் ஆகிவிட முடியாது. இராமன் தனக்குத்தானே, “அட! நான் பேராசை கொண்டவன் என்பதாலேயே தலைநகருக்கு மீண்டும் வந்தேன், பதவி மற்றும் செல்வங்களின் மீதான மோகத்தால் கடினமான சமயத்தில் சகதர்மினியைக் கைவிட்டுவிட்டேன். வெட்கக்கேடு எனக்கு” என்று மெதுவான குரலில் கூறிக்கொண்டான்.

இராமச்சந்திரன் மீண்டும் அரியணை ஏறிய நாளில், “ஆரியரே! நீங்கள் அரசகாரியங்களை விட்டுவிட்டுப் புலம்பிக்கொண்டிருந்தால் ஜானகியிடம் கொண்டுள்ள அதீதப் பற்றினால் உங்கள் கடமையிலிருந்து விலகிவிட்டீர்கள் என்ற குடிகளின் முன்முடிவு அனைவரது மனதிலும் மேலும் வலுப்பெறும்” என்று இலட்சுமணன் வந்து சொன்னான். கற்களால் கட்டப்பட்ட இரத்தினங்கள் நிறைந்த அறையின் உச்சியில் ஓவியங்களாலான பட்டுச்சந்திரனின் ஒளியில், தென்திசையில் அரசசிம்மாசனத்தில் வயதினடிப்படையில் பரதன், இலட்சுமணன் அதன்பிறகு சத்ருகனனின் இருக்கை; வலதுபக்கத்தில் மகாராணியின் இருக்கை வெற்றிடமாக இருக்கிறது. அதன்பிறகு பதவியின் அடிப்படையில் எட்டு அமாத்தியாக்களுக்கும் அமைச்சர்களுக்கும் இருக்கை. அமைச்சர்களில் சுமந்திரர் தசரதனது அரசவையிலும் தலைமை அமைச்சராக இருந்தவர். வசிஷ்டரும் தசரதன் காலத்திலிருந்தே அமைச்சரும் புரோகிதரும் ஆவார். அவர் தேவைப்படும்போது இராமனைக் கண்டித்தார், அறிவுரை வழங்கினார், அமைதிப் படுத்தினார். ரிஷ்யசிருங்கரின் அழைப்பிற்கிணங்க இராஜமாதா

மற்றும் பட்டத்து இளவரசிகளுக்காக யாகம் நடத்தும் பணிகளுக்கு அவரே தலைமை ஏற்றிருந்தார். அவர் திரும்பி வந்ததும் இராமச்சந்திரனின் சீதையைக் கைவிடும் முடிவை முட்டாள்தனம் என்று கண்டித்தார்.

இராமன் பல நாட்களுக்குப் பிறகு அரசவைக்கு வந்தான். ஏராளமான பார்வையாளர்கள் அரசவையின் ஒரு பக்கத்தில் அவர்களுக்காக ஒதுக்கப்பட்ட இடத்தில் அமர்ந்தபடி அவனுக்காகக் காத்திருக்கின்றனர். ஓர் அரசசேவகன் அவர்களை ஒவ்வொருவராகப் பெயர் சொல்லி அழைக்கிறான். அவர்கள் பார்லி, அரிசி, ஆடைகள், ஆயுதங்கள், மா, வாழை, வில்வம், மண்பாண்டம், செப்புப்பாத்திரம் முதலானவற்றைக் காணிக்கையாக இராமச்சந்திரனின் காலடியில் வைக்கப்பட்டிருந்த பிரம்மாண்டமான தங்கத்தட்டில் வைத்து வணங்கி நின்றனர். அவரவர்களுக்கு இயன்ற அளவில் பரிசுகளைக் கொண்டு வந்திருந்தனர் என்றாலும் அவை எண்ணிக்கையில் மிக அதிகமாக இருந்தன.

வாயிற்காப்பாளன் சத்தமாக அழைத்தான், "சௌதாஸ் தந்துகார்".

கட்டுமஸ்தான தோற்றமுடைய, கோவணமும் தலைப் பாகையும் அணிந்த ஒரு நடுத்தர வயதுடைய மனிதர் முன்னே வந்து இராமச்சந்திரனை வணங்கி ஒருநூறு அழகிய பட்டுத்துணிகள் அடங்கிய பெட்டியைத் தங்கத்தட்டின் மீது கவனமாக இறக்கி வைத்தார்.

"கூறுங்கள் சௌதாஸ், எல்லாம் நலம் தானே?" என்று இராமன் கேட்டான்.

சௌதாஸ் தலைவணங்கி மீண்டுமொருமுறை வணக்கங்களைத் தெரிவித்துவிட்டுப் பேசினார், "எப்படி மாமன்னரே நலமாக இருக்க முடியும்? இந்த ஆண்டு பட்டு கிடைக்கவில்லை. உற்பத்தி நன்றாகயில்லை, உற்பத்தியான கொஞ்சத்தையும் காட்டுவாசிகளான இராட்சசர்கள் சிலர் திருடிச் சென்றுவிட்டனர். இந்த அனார்ய அரக்கர்களின் தொல்லையிலிருந்து எங்கள் கிராமத்தைக் காப்பாற்றுங்கள் பிரபு."

இராமச்சந்திரனின் இரண்டு விழிகளிலும் கனல் தெறித்தது. இப்போதும், இப்போதும்கூட அவனது இராஜ்ஜியத்தில் வேட்டையாடும் துணிச்சல் அனார்யர்களுக்கு இருக்கிறதா, மிகுந்த பராக்கிரமசாலியான இராவணனைக் கொன்ற பிறகும்! "உடனடியாக ஆயுதமேந்திய படைவீரர்களின் ஒரு குழுவை அனுப்பிவையுங்கள்

அந்தக் கிராமத்திற்கு, அந்த அனார்யர்களில் ஒருவர்கூட உயிரோடு இருக்கக்கூடாது" என்று படைத்தளபதி சௌபீரிடம் அவன் உத்தரவிட்டான். தந்துகாரைப் பார்த்துச் சொன்னான், "செல்லுங்கள், இனிமேல் இப்படியான தொல்லைகள் வராது."

வாயிற்காவலன் முழங்கினான், "தனபதி காரிகர்".

தனபதி வணங்கியபடி புதிதாகத் தயாரிக்கப்பட்ட இரும்பு உலோகத்தால் செய்யப்பட்ட ஆயிரம் அம்புகளையும் நூறு விற்களையும் காணிக்கையாக அளித்தான்.

"தனபதியே, உமது ஆயுதங்களின் வலிமையால் கோசல ராஜ்ஜியம் மேலும் பாதுகாப்புடையதாகிறது. உமக்கு என்ன வேண்டும் என்பதைக் கூறுங்கள்" என்று இராமன் கேட்டான்.

தனபதி கூறினார், "வணக்கத்திற்குரிய மானுடத்தலைவனே, இந்த இரும்பு உலோகம் புதியது ஆதலால் இன்னும் மக்களுக்கு இதன் உண்மையான மதிப்புப் புரியவில்லை. பரந்த அளவில் பயிரிடப்பட்ட தானியங்களை அறுவடை செய்ய ஏற்றதாக நான் தயாரித்த இரும்பினாலான அரிவாளுக்கு ஈடாக விவசாயிகள் ஒரு பங்கு நெல்லையே கொடுக்கின்றனர். இரும்புப் பாத்திரங்களுக்கு ஈடாக இடையர்கள் நான்கு நாட்களுக்கு மட்டுமே பால் தருகின்றனர். தாங்கள் இதன் சரியான மதிப்பைக் கணக்கிட்டுப் பண்டமாற்று விகிதத்தை உறுதிப்படுத்தாவிட்டால் இந்த உலோகம் இல்லாமல் போய்விடும்."

"உங்கள் பிரச்சினை முக்கியமானது என்றாலும் இரும்பு ஆயுதங்களுக்காக அரசக்கருவூலத்திலிருந்து ஏராளமான பொருட் செல்வங்கள் உங்களுக்குத் தரப்படுகின்றனவே, அவை உங்களுக்குப் போதவில்லையா?"

"மாமன்னரே! தவறாக இருந்தால் பொறுத்துக்கொள்ளுங்கள். ஆயுதங்களை உருவாக்குவதால் மட்டும் எந்த உலோகமும் நிலைத்திருக்க முடியாது. அது மக்களின் வாழ்க்கைக்குப் பயன்படுவதாக இருக்க வேண்டும்." இராமன் அமைச்சரான வசிஷ்டரிடம் "சான்றோரே, இந்தப் பிரச்சினையின் முக்கியத்துவத்திற்கு ஏற்ப இரும்பு உலோகத்தின் மதிப்பை நிர்ணயம் செய்யுங்கள்" என்றான்.

இந்தச் சமயத்தில் முதன்மை அமைச்சரான சுமந்திரர் குறுக்கிட்டார். "மன்னரே, யமுனைக்கரையில் வாழ்கின்ற சில பிராமணர்கள் மாமுனிவர் சியவனரைத் தலைமையாகக் கொண்டு தங்களைக் காண வந்திருக்கிறார்கள்."

இராமச்சந்திரன் பயபக்தியுடன் அவர்களை அவைக்கு அழைத்து வரச் சொன்னான். முனிவர்களின் நலன் சாமானிய மக்களின் நலனை விட மிகவும் உயர்ந்தது, ஏராளமான பழங்களும் அரிசிக்கள்ளும் சோமபானமும் அவர்களின் உடலுக்குத் தருகின்ற மெருகினால் அவர்கள் மற்றவர்களைவிட அசாதாரணமானவர்களாகத் தோன்றுகின்றனர். சத்திரியர்கள் பலரும் இதனாலேயே பிராமணர்கள் மீது உள்ளூற வெறுப்பினைக் கொண்டுள்ளனர். ஆனால், இசவாகு வம்சத்தின் அரசர்கள் பிராமணர்களுடன் எப்போதும் நல்லுறவில் இருந்து வருவதனால் கோசலநாட்டில் உட்பூசல்கள் ஏதுமில்லை. இராமனுக்கு இவை அனைத்தும் தெரியும். குழந்தைப் பருவத்திலிருந்தே பிராமணர்களின் அன்பைப் பெறுவதற்காகப் பலவித செயல்களையும் அவன் செய்ய வேண்டியிருந்தது. இயற்கையிலேயே வேதஞானமும் அக்கினிஹோத்திரமும் உபநயன உரிமையும் வழிபாட்டுச் சடங்கில் தனியுரிமையும் அவர்களது கைகளில் இருப்பதால் பிராமணர்களான இவர்கள் சக்திவாய்ந்தவர்களாக உள்ளனர். அவர்கள் சத்திரிய மன்னனைவிட உயர்ந்தவர்களாக இருந்தாலும் ஆசிரம வாழ்க்கையில் மகிழ்ச்சியுடன் வாழ்கின்றனர். இந்தப் பிராமணர்கள் மகிழ்ச்சியான முகத்துடன் மன்னனை ஆசீர்வதித்து அவனது கைகளில் நாலா விதமான பழங்களையும் மணம்மிக்க தீர்த்தநீர் நிறைந்த பாத்திரத்தையும் பரிசாக அளித்தனர்.

இராமன் அவர்களை வணங்கி நன்றி தெரிவித்துவிட்டு, "தாங்கள் உத்தரவிடுங்கள், நான் தங்களுக்காக எவ்வளவு கடினமான காரியமாக இருந்தாலும் செய்வதற்குத் தயாராக இருக்கிறேன். எனது வாழ்க்கை, சிம்மாசனம் இவையனைத்தும் இருபிறப்பாளர்களுக்காக அர்ப்பணிக்கப்பட்டவை" என்றான்.

முனிவர்கள் சிரித்த முகத்துடன் கூறினர், "இராமச்சந்திரா, இதனால்தான் நீ அனைவராலும் விரும்பப்படுகிறாய். நாங்கள் இதற்கு முன்பும் சில சத்திரிய மன்னர்களிடம் எங்களது பிரச்சினைகளைக் கொண்டு சென்றோம். அவர்கள் பிரச்சினையின் முக்கியத்துவத்தை உணராமல் எங்களுக்கு உதவி செய்ய சம்மதிக்கவில்லை. ஆனால், நீயோ பிராமணர்கள் மீது எவ்வளவு மரியாதை வைத்திருக்கிறாய், காரியம் என்னவென்று தெரிந்து கொள்ளாமலேயே வாக்குறுதி அளிக்கிறாய்."

இராமச்சந்திரன் பார்க்க மிகவும் மகிழ்ச்சியாக இருந்தான், பிராமணர்களுக்கு விருப்பமானவனாக இருப்பதை அவன் பெருமையாக உணர்ந்தான். இதனால்தான் பிராமணர்கள் வெகு தொலைவுகளில் இருந்துகூட இவனை நாடி வருகின்றனர்.

பிருகுவின் மகனான மாமுனிவர் சியவனர் சொன்னார், "எங்கள் வாழிடத்தில் பெரும் அச்சம் உண்டாகியுள்ளது. லவன் என்னும் பெயருடைய ஒரு மகாபலம் கொண்ட அனார்ய அசுரன் எங்களுடைய மதுவனத்தில் வாழ்ந்துகொண்டு பயங்கர அச்சுறுத்தலை உண்டாக்குகிறான். அவன் எல்லாவிதமான விலங்குகளையும் பிராமணர்களையும் தாக்குவதோடு, அவ்விலங்குகளைக் கொன்று தின்னவும் செய்கிறான். கொடுமைகளே அவனது ஒழுக்கம். நாங்கள் பல மன்னர்களிடமும் வேண்டுகோள் வைத்தோம், யாரும் உதவவில்லை. நீ அனார்ய அரசன் இராவணனை வதம் செய்ததனால் நாங்கள் உனது நல்லெண்ணத்தில் உளமாற நம்பிக்கை கொண்டோம். இப்போது லவனாசுரனைக் கொன்று எங்களைக் காப்பாற்ற வேண்டும் என்பதே வேண்டுகோள்."

"மாமுனிவரே, தாங்கள் கவலையின்றி நிம்மதியாக மதுவனத்திற்குத் திரும்பிச்செல்லுங்கள். நான் லவனை வதம் செய்ய ஏற்பாடு செய்கிறேன்" என்றான் இராமன். பின்னர், அவன் சகோதரர்களை நோக்கி "உங்களில் யார் இந்தப் பொறுப்பை ஏற்றுக்கொள்ள விரும்புகிறீர்கள்" என்று கேட்டான்.

"பேரரசரே, தகுதியுடையவனாகக் கருதினால் என்னிடம் இந்தப் பொறுப்பை ஒப்படைத்து ஆசீர்வதியுங்கள்" என்றான் பரதன்.

இதைக்கேட்ட சத்ருகன், "அரசரே! அண்ணன் பரதன் தங்களது வனவாசக் காலத்தில் நந்திகிராமத்தில் மான் தோலையும் தழையாடைகளையும் அணிந்துகொண்டு பிரம்மச்சரியத்தையும் கடும் விரதத்தையும் கைக்கொண்டிருந்தார். இப்போது அவருக்கு ஓய்வு தேவை. தாங்கள் இந்தப் பொறுப்பை என்னிடம் தாருங்கள்" என்றான்.

இராமன் மகிழ்ச்சியுடன் "சத்ருகா! நீ நல்ல நாள் பார்த்து பயணத்தைத் தொடங்கு. லவனாசுரனை வதம் செய்த பிறகு நீ மதுவனத்தை ஆட்சி செய்ய வேண்டும் என்று விரும்புகிறேன். பயணத்திற்கு முன்பாக உனக்கு முடிசூட்ட வேண்டும்" என்றான்.

சத்ருகன் திடுக்கிட்டு "ஐயோ, இது என் நோக்கம் அல்ல. மூத்தவருக்கு முன்னால் இளையவன் முடிசூட்டிக் கொள்வது பெரும்பாவம்" என்றான்.

இராமன் விரலை நீட்டி "சௌமித்ரனே! எனது கட்டளைப்படி நீ செயல்படு, எந்தப் பாவமும் உன்னைத் தீண்டாது. மதுகைடபரைக் கொல்வதற்காக விஷ்ணு உருவாக்கிய அஸ்திரம் பலகாலமாக

மல்லிகா சென்குப்தா 41

என்னிடமே இருக்கிறது. இந்த அஸ்திரத்தை உன்னிடம் தருகிறேன். படையினரை முன்னால் அனுப்பிவிட்டு, பிறகு இந்த அஸ்திரத்தை எடுத்துக்கொண்டு நீ தனியாகப் பயணத்தைத் தொடங்கு. கோசலநாட்டின் எல்லைகளை விரிவாக்குவதும் அனார்யர்களை அழிப்பதுமாகிய இவ்விரண்டு பெரிய பொறுப்புகளும் உனக்குப் பெருமையை உண்டாக்கும்."

மாமுனிவர் சியவனருடன் அயோத்தியப்படையின் ஒரு பிரிவு அனுப்பி வைக்கப்பட்டது. ஒரு மாதம் கழித்து சத்ருகன் கிளம்பினான். இராமச்சந்திரனை வணங்கிவிட்டு நான்கு குதிரைகள் பூட்டப்பட்ட தேரில் சத்ருகன் ஏறும்முன் இராமன் அவனிடம் கூறினான், "உனது பயணவழியில்தான் வால்மீகி ஆசிரமம் இருக்கும். ஒருவேளை அங்கே இரவு தங்கியே ஆக வேண்டும் என்ற நிலை ஏற்பட்டால் எக்காரணத்தைக் கொண்டும் ஜானகியைச் சந்திக்க வேண்டாம். இது என்னுடைய கட்டளை."

மூன்று

பெண்களின் விழைவாக இருந்தது ஆயுதக் குறைப்பு

மூன்று மாதங்கள் கடந்துவிட்டன. வால்மீகியின் ஆசிரமத்தில் ஆத்ரேயி என்னும் பெயரில் ஒரு மூதாட்டி இருக்கிறாள், அவள் ஆசிரமத்திலேயே வசிப்பவள். விடியல் வந்தாலும் வராவிட்டாலும் அவள் எழுந்துவிடுவாள். பலவித மூலிகைகள் கலந்த ஒரு நீர்க்குடுவையைக் கையில் எடுத்துக்கொண்டு அவள் வால்மீகியின் குடில் கதவைத் தட்டுகிறாள். அந்த நீரை அருந்திவிட்டு வால்மீகி மந்தாகினி நதிக்கரையின் ஓரத்திற்குச் சென்றுவிட்டார். இந்நேரம்தான் ஏகாந்தமாய் அவருக்கே உரியது. பறவைகளின் கீச்சொலிகளுக்கிடையே உறைந்த புற்களைத் தொட்டுக்கொண்டே காலைக்கடன்களை முடித்துவிட்டு, மந்தாகினியில் தலைமூழ்கி நீராடி எழுந்துவரும் மாமுனிவரைப் பார்ப்பவர்களின் கண்களுக்குக் கண்கொள்ளாக் காட்சியாக இருக்கும். கண்களை மூடினால் அவரது மனதில் ஒரு சித்திரம் தோன்றுகிறது, குட்டையான ஆடையில் செம்பருத்திப் பூவினை ஒத்தக் கண்களுடன் கழுத்தில் ஜபமாலையணிந்த ஓர் இளைஞன் பெரும் இரைச்சலுடன் வனவாசிகளின் பாதையின்மீது கையில் கம்புடன் பாய்ந்து செல்வதைக் கண்டார். பசுமையான வனமெங்கும் இரத்தக்களரியாகிறது. அவர் பீதியில் “நாராயணா!” என்றபடி கண்களைத் திறந்தார். ஆகாயம் வரைக்கும் அந்த இரத்தம் தெறித்திருப்பதைப் பார்த்தார். அந்த இரத்தம் தோய்ந்த வானத்தைப் பார்த்தபடி கலங்கி நின்றபோது அவரது கட்டப்பட்ட கைகள் மார்பின்மீது இருந்தன. அவர் கனவில் வந்தவனைப்போல கட்டற்று உரத்தக் குரலில் “ஓம் ஜபாகுசும சங்காசம் காச்யபேயம் மகாத்யுதிம்” என்று கத்தினார்.

இதற்குள்ளாக ஆசிரமச் சிறுவர்கள் விழித்திருந்தார்கள். அவர்கள் நான்கைந்து பேர் ஓ...ஓ’வென அலறியபடி கையில் செப்புக் கலயங்களுடன் காட்டுக்குள் ஓடுகிறார்கள். ஆசிரமத்தில் வளர்க்கப்படுகிற மான்கூட்டங்கள் இனிமையாகச் சோம்பலை முறித்துக் கொண்டு சூரியன் நனைத்துக் கொண்டிருக்கும் நதிக்கரையில் வந்து நின்றன.

அப்போதுதான் கறந்த காராம்பசுவின் நுரைகலந்த வெது வெதுப்பான பாலுடன் கொஞ்சம் உணவும் எடுத்துக் கொண்டு ஆத்ரேயி சீதையின் படுக்கையருகே வந்துநின்றாள். சீதை கிட்டத்தட்ட இரவு முழுக்கத் தூங்கவே இல்லை. அடிவயிற்றில் அடிக்கடி ஒரு வலி வந்து, ஓயாமல் சிறுநீர் கழிக்க வேண்டியதாய் இருந்தது. சீதைக்கு முதிர்ந்த வயதில் குழந்தை பிறக்க இருப்பதால் ஆத்ரேயி அதிக எச்சரிக்கையுடன் இருந்தாள். அவள் பர்ணகுடிலுக்கு வெளியிலேயே பரந்த மண்முற்றத்தில் ஒரு இரும்புப் பாத்திரத்தை இரவில் ப்யன்படுத்திக் கொள்வதற்காக வைத்திருந்தாள். இருட்டிய பிறகு அரசகுலத்தினள் இருளில் வெகுதூரம் செல்வதை அவள் விரும்பவில்லை. சீதையின் பட்டுப்போன்ற கருங்கூந்தலை அவள் அன்புடன் வருடினாள். கன்னத்தில் காய்ந்த கண்ணீர்த் துளிகளுடன் சீதை கண்களை மூடிப் படுத்திருந்தாள். தொட்ட மாத்திரத்தில் கண்களைத் திறந்து எழுந்து உட்கார முயற்சித்தாள் அவள். ஆத்ரேயி கைகளை நீட்டித் தடுத்தாள். "மெதுவாக, மெதுவாக மகளே! இதைப் போன்று எப்போதும் உடனடியாக எழுந்திருக்கக் கூடாது. கருவில் உள்ள குழந்தை அதிர்ச்சி அடையாதவாறு பக்கவாட்டில் சாய்ந்து முழங்கைகளை ஊன்றி மெல்ல மெல்ல எழுந்திருக்க வேண்டும் என்றாள்.

சீதை அவ்வாறே எழுந்து அமர்ந்தாள். ஆத்ரேயியின் கைகள் இரண்டையும் பிடித்துக்கொண்டு "அம்மா, என்னால் சாப்பிட முடியாது" என்று கெஞ்சும் குரலில் சொன்னாள்.

"உணவு உட்கொண்டே ஆகவேண்டும் மகளே! இது உன்னுடைய ஒருயிர் மட்டுமில்லை, நீ அயோத்திய அரச வம்சத்தைத் தழைக்கச் செய்துகொண்டிருப்பவள்" என்றாள் ஆத்ரேயி.

"அம்மா, உணவைப் பார்த்த மாத்திரத்திலேயே எனக்கு உடம்பெல்லாம் நடுங்குகிறது, வாந்தி எடுத்துவிட்டால் மிகவும் கஷ்டமாகிவிடும்." சீதை கெஞ்சும் குரலில் சொல்லிக்கொண்டு இருந்தாள்.

"எல்லோருக்குமே அப்படி ஆவதுண்டு தாயே" என்றாள் ஆத்ரேயி. சீதையின் வாயில் கொஞ்சம் கொஞ்சமாக அவள் தனது கைகளாலேயே உணவை ஊட்டிவிட்டாள். "இப்போது இந்தக் கொஞ்சத்தை மட்டும் சாப்பிட முயற்சிசெய், அரைமணிநேரம் கழித்து இந்தப் பாலைக் குடித்துக்கொள். அந்நேரம் எவ்வளவு கஷ்டப்பட்டாலும் பரவாயில்லை, ஏனெனில் இந்தப் பால்தான் சிசுவுக்கு எலும்புகள், பற்கள், நகங்களை உருவாக்கும்."

கொஞ்சநேரம் கழித்து அக்னிஹோத்திரக் குடிலில் இருந்து சீதையின் நெற்றியில் மங்கலத் திலகத்தை இடுவதற்காக ஹோமத்தை விட்டு வால்மீகி வெளியே வந்தார். புனிதமான ஹோமத்தில் இருந்து கொண்டுவந்த திருநீற்றைக் கையில் எடுத்து சீதையின் தலையில் தூவினார். தன் அன்றாட வழக்கப்படி சீதை அவரை வணங்க முயற்சித்தாள். வழக்கம்போலவே வால்மீகி அவளைத் தடுத்தார். "மகளே! இச்சமயத்தில் விழுந்து வணங்குவது சரி இல்லை, உனது விழிகளின் வணக்கமே எனக்குப் போதுமானது."

சீதையின் கண்கள் மினுங்கின. "தந்தையே! நீங்கள் என்னை ஏற்றுக்கொண்டிருக்காவிட்டால் நான் அந்த தம்சாவின் வெள்ளத்தால் அடித்துச் செல்லப்பட்டிருப்பேன்; வேட்டை விலங்குகள் என்னைக் கர்ப்பத்துடன் சேர்த்துத் தின்றிருக்கும். இரத்த உறவுகளும் மண உறவுகளும் எல்லாமே பொய்யாகிப் போனாலும்கூட தங்களின் அன்பு அதிகாலைப் பனியைப் போல என்மீது பொழிகிறது" என்றாள்.

"சீதா! இப்படிப் பேச வேண்டாம். உனது வருகையும் ஆசிரம வாசமும் எனக்கும் மிகுந்த விருப்பமுடையதுதான். உனது வாழ்க்கை முழுவதும் பின்னாலேயே வந்துகொண்டிருந்த ஆசிரமவாசியான வால்மீகியின் கண்களுக்கு எதிரில் இவ்வளவு ஒளிமயமாக இருக்க உன்னைத்தவிர யாராலும் இயலாது. சத்திரியர்களைப் புகழும் சுலோகங்களைப் பல முனிவர்களும் இயற்றியிருக்கின்றனர். ஆனால், நான் எழுதவுள்ள சுலோகம் மிகவும் வேறுபட்டது. உனது நினைவுகளின் உள்ளிருந்து மனித வாழ்வின் இன்ப-துன்பங்களை அகழ்ந்தெடுப்பேன்" என்றார் வால்மீகி.

"என்னுடைய எந்த நினைவுகளை, முனிவரே? மிதிலை மற்றும் அயோத்தியின் அரசப் பேரின்ப வாழ்க்கையைப் போலவே, பாதுகாப்பற்ற வனத்தில் நாள்தோறும் கால்களால் நடந்து கடந்த அனுபவமும் எனது நினைவில் இருக்கிறது. அனார்ய அரக்கர்களின் தாக்குதலால் பாதிக்கப்பட்ட பிராமணர்களின் ஆசிரமங்களைப் பார்த்ததைப் போலவே அனார்யர்களின் ஆயிரமாயிரம் ஆண்டுகால வாழ்விடத்தைவிட்டு அவர்களை வேரோடு பிடுங்கியெறிய பிராமண-சத்திரியர்கள் செய்யும் முயற்சிகளையும் பார்த்திருக்கிறேன். கணவர் இராமச்சந்திரனது அனார்யர்களின் மீதான வெறுப்பினாலும் அனார்யர்களின் பழிவாங்கலாலும் என் வாழ்க்கையே சுக்குநூறாகி விட்டது. மேலும் என்ன சொல்வேன், பக்தியுள்ள இராகவனின் தூய அன்பின் வெள்ளம் பெருக்கெடுத்து ஓடியதைப் போலவே, அனார்ய இராவணனின் ஆண்மைமிக்க உடலும் காதலை இறைஞ்சி

அடிபணிந்ததைக் கண்டேன்." நினைவுகளின் வேதனையில் சீதையின் குரல் உடைந்தது; அவள் கண்களை மூடிக் கொண்டாள். சால்மரத்தைப் போலுயர்ந்த மாவீரன் இராவணன் புயற்காற்றைப் போல திடீரென வந்துநின்றது அவளது கண்களில் தோன்றியது. மிகுந்த உற்சாகத்தில் கருமேகங்களை ஒத்த அவனது நிறம் ஜொலிக்கத் தொடங்கியது, தசைகள் விம்மிப் புடைக்க, பொன் ஆபரணங்கள் அவனது கைகளில் இறுகிக் கடிக்கத் தொடங்கின; உடல் முழுக்க அற்புதமான இனிய உணர்வு தோன்றிட, நேராக சரமாவும் சீதையும் பேசிக்கொண்டிருந்த அந்தத் தோதகத்தி மரத்தினடியில் வந்து நின்றான் இராவணன். சேடிப்பெண்கள் வந்து சரமாவிடம் இரகசியமாக ஏதோ கூறி அவளை அழைத்துச் சென்றனர். இப்போது சீதையும் இராவணனும் தனிமையில், சுற்றி ஆட்கள் யாரையுமே காணமுடியவில்லை. இராவணன் மலைப்பாம்பைப் போன்று விழுங்குவது மாதிரி சீதையைப் பார்த்தபடி இருக்கிறான்; அவனது இந்தப் பார்வைக்கு ஏராளமான அழகிய பெண்கள் மயங்கியிருக்கிறார்கள். சீதையின் உடலில் ஒரு பழைய மஞ்சள் நிறப் பட்டாடை, அதுவும் ஆங்காங்கே கிழிந்துபோயிருக்கிறது. உடலில் அணிகலன்கள் ஏதுமில்லை, எல்லாவற்றையும் இராமன் வழி கண்டறிவதற்காக வேண்டித் தண்டகாரண்யத்திலேயே கழற்றி எறிந்துவிட்டு வந்திருந்தாள். இராவணன் ஆழ்கடலில் விளைந்த அரிய முத்துமணிமாலைகளை அலங்காரம் செய்து கொள்ள அனுப்பி வைத்தான், சீதை அவற்றைக் கோபத்துடன் வீசியெறிந்தாள். இராவணனின் கண்களில் தன்னை அசிங்கமாகக் காட்டிக் கொள்வதற்காக வேண்டுமென்றே ஜானகி தானே சாம்பலைப் பூசிக்கொண்டாள். அவளைப் பார்த்தால் தொலைந்துபோன கீர்த்தி, வீழ்ந்துபட்ட பிரபுக்கள் அல்லது சாம்பல் படிந்த நெருப்பைப் போலத் தோன்றுகிறது. அரசவை உறுப்பினர் ஒருவரின் அறிவுரையால் இராவணனுக்கு இன்று காமவெறி பிடித்துவிட்டது. பெறற்கரிய விலைமதிப்பற்ற பெண்மணியைக் கையில் பெற்றும் அவனால் அனுபவிக்க முடியவில்லை என்று அவன் கேலி பேசியிருக்கிறான்; இராவணனின் காயம்பட்ட ஆண்மை இன்று எந்தத் தடைகளுக்கும் கட்டுப்படாது என்பதைச் சரமாவின் வாய்வழியாக சீதை சற்றுநேரத்திற்கு முன்புதான் தெரிந்துகொண்டாள். சீதையை நோக்கித் தனது இருகரங்களை நீட்டி அச்சமூட்டும் குரலில், "வா என் தோள்களில் சாய்ந்துகொள், நான் நீண்ட நாட்களாக உனது பிடிவாதத்தைச் சகித்துக் கொண்டிருந்தேன், இனிமேலும் முடியாது. பிடிவாதமான பெண் வலிமையான ஆணையே தேடியடைய விரும்புவாள் என்பது எனக்குத் தெரியும்" என்று சொன்னான்.

சீதை இராவணனின் பார்வையைக் கண்டு குறுகிப் போனாள், ஆடைகளுக்கு உள்ளாக ஊடுருவி சீதையின் நிர்வாண உடலைப் பார்ப்பது போல இருந்தது அந்த வெறிகொண்ட காமப்பார்வை. "அரக்கர்கோனே! ஓராண்டு இராமனுக்காகக் காத்திருப்பதாகத் தாங்கள் எனக்கு வாக்குறுதி அளித்திருந்தீர்கள்; இன்று ஏன் தாங்களே அந்த வாக்குறுதியை மீறி என்னிடம் இப்படி அத்துமீறி நடந்துகொள்ளப் பார்க்கிறீர்கள்" எனக் கேட்டாள்.

"சீதா, சீதா! பைத்தியக்காரனாகிய நான் எனது விருப்பத்தை நிறைவேற்றிக் கொள்ளவில்லை. இந்த நெடிய பதினோரு மாதங்களாக நான் பொறுமையாகவே இருந்தேன், திராட்சைத் தோட்டத்தின் நடுவிலே நின்றிருந்தாலும்கூட நான் பழத்தைத் தொடவில்லை. இப்போது தெரிகிறது, நீ சாதுர்யமுள்ள பெண் போல காலத்தைக் கடத்துகிறாய்; இல்லையென்றால் நீ இதனை விரும்புவாய்..."

ஐயோ! இராவணன் பைத்தியத்தைப்போல சீதையின் ஸ்தனங்களில் முகத்தை வைத்துத் தேய்த்துக்கொண்டே சொன்னான். "சீதா, சீதா! நீ ஒத்துக்கொள், உனது வனப்பிலிருந்து ஒரு துளியளவேனும் கொடுத்தால்கூட நான் இந்த உலகுக்கே இறைவன் ஆவேன்."

சீதை நடக்கப் போவதை நினைத்து அச்சமுற்றக் குரலில் பேசினாள், "நீ பலப்பிரயோகம் செய்யப் பார்க்கிறாயா? பிரம்மனின் சாபத்தை நினைத்துப் பார்த்தாயா அரக்கனே?"

சீதையின் வார்த்தைகளால் இராவணன் அடிபட்டப் பாம்பாகிப் போனான், அவனது முகம் வேதனையில் நீலம்பாரித்துப் போனது. "ஆரியப் பெண்ணே, உனக்கு என்மேல் கொஞ்சம்கூட இரக்கம் வரவில்லையா, எனது ஸ்பரிசத்தினால்கூட உனது உடல் சற்றேனும் விழித்துக் கொள்ளவில்லையா? இன்று இத்தனை நாட்களுக்குப் பிறகு, எனது ஆண்மையின் பெருமிதம் தூள்தூளாகிப் போய் விட்டது, ஐயோ வெட்கக்கேடு எனக்கு!"

ஆபத்தைக் கடந்துவிட்ட பிறகும் இன்னும் சீதையின் இதயம் திக்திக்கென்று அடித்துக் கொள்கிறது. "அரக்கர்கோனே! நான் அயோத்தியின் இராஜமருமகள், இராமச்சந்திரனின் மனைவி. தங்கள் மீது எனக்கு இரக்கமோ, உணர்ச்சியோ உண்டானால் அது பெரும்பாவம்."

"பாவம்!" இராவணனின் கண்கள் சிவந்தன. "எது பாவம், எது

மல்லிகா செங்குப்தா 47

புண்ணியம். இவையெல்லாம் மனக்கற்பனை. நீங்கள் ஆரியர்கள் வசதிக்கேற்ப பாவ புண்ணியங்களின் வரையறையை மாற்றிக் கொள்வீர்கள். எனது தங்கையை மயக்கி அவளது அங்கத்தைச் சிதைத்தபோது உனக்கோ அல்லது இராமனுக்கோ பாவபயம் இருக்கவில்லை. காரணமே இல்லாமல் ஆயிரக்கணக்கான வனவாசி அரக்கர்களைக் கொல்லும் போதெல்லாம் உங்களுக்குப் பாவ உணர்ச்சி இருப்பதில்லை." மேலும் உணர்ச்சி வசப்பட்டவனாகச் சீதையின் கைகளைப் பற்றிக்கொண்டு இராவணன் சொன்னான், "சீதா, இன்று நீ சம்மதித்தால் உலகின் தலைசிறந்த ஒரு பெண்ணுடன் தலைசிறந்த ஆணினது காதலில் எந்தப் பாவமும் இருக்க முடியாது. அதுவுமன்றி கணக்கற்ற உயிர்களைக்கொன்று உனது இராமச்சந்திரன் பாவங்களைச் செய்திருக்கிறான், நீ அவனது மனைவியாகி அவற்றில் சிறிதளவேனும் குறைக்க இயலுமா? சீதா! இராவணனின் படுக்கைக்கு ஒரு முறை வந்துவிட்டால் உலகில் மற்ற எல்லாமும் உனது அருகில் ஒன்றுமில்லாமல் போய்விடும். ஒருமுறை நீ இராவணனது சரீரத்தில் கைவைத்துப் பார், வலிமைமிக்க ஆண்மை உன்னை மிதக்கச் செய்யும். எந்தவொரு வெளிர்மஞ்சள்நிற ஆரியனாலும் உனக்கு இந்த அனுபவத்தைத் தர முடியாது என்பதை என்னால் சத்தியம் செய்து கூற முடியும்…"

வால்மீகியின் பேச்சில் சீதைக்கு நினைவு திரும்பியது. "கிளம்பு, வனத்தைப் பார்த்துவிட்டு வருவோம். ஆசிரமத்தில் உள்ள விலங்குகளும் பறவைகளும் உன்னை எல்லோரையும்விட பிரியமானவளாகக் கண்டுகொண்டுவிட்டன. இயற்கைக்கு நடுவில் உனது வாழ்க்கைக் கதையைக் கேட்பேன்" என்றார் வால்மீகி. இந்த அன்புநிறைந்த கிழவரிடம் எந்த அளவுக்குச் சொல்வது, மேலும் எதைச் சொல்லாமல் இருப்பது என்ற கவலையில் சீதை குழப்பமடைந்தாள்.

மான்தோல் படுக்கையைவிட்டு அவள் பொறுமையாக நடந்து வால்மீகியுடன் வெளியில் வந்தாள். குடிலிலும் முற்றத்திலும் ஏற்றப்பட்ட இங்குதி எண்ணெய் விளக்குகள் அணைக்கப்பட்ட இடத்திலிருந்து தீய்ந்த வாசம் வந்துகொண்டிருந்தது. ரிஷிபத்தினிகள் சாணியைக் கரைத்து வாசல் தெளித்தனர். மான்குட்டிகளும் ஆசிரமத்தின் உறுப்பினர்கள்தான்; அக்னி ஹோத்திரக்குடிலின் அருகில் பிராமணக் குழந்தைகளின் கூட்டத்தில் அவைகளும் உள்ளன. ஆசிரமத்தில் அக்னித்தீ எப்போதும் அணைவதில்லை, காலையில் ஹோமமும் யாகமும் நடக்கும்போது நல்ல மரக் குச்சிகளும் நெய்யும் கலந்து எரிவதனால் அந்த நெருப்பு கொழுந்து

விட்டு எரியும். இளைஞர்கள் மற்றும் சிறுவர்களாக இருக்கும் மாணவர்கள் வனத்திலிருந்து இந்த விறகுகளைச் சேகரித்துக் கொண்டுவந்து வைக்கின்றனர். ஆசிரம இளம்பெண்கள் நீராடிவிட்டு வந்து அக்னிகுண்டத்தின் நாற்புறங்களிலும் மங்கல அலங்காரம் செய்யும் பணியில் ஈடுபட்டுள்ளனர். பிராமண ஆசிரமத்தில் இந்த அதிகாலை வாழ்க்கை சீதைக்கு மிகவும் பிடித்திருக்கிறது. "வனவாசத்தின் இந்தப்பகுதி மிகுந்த அமைதியானது, அதனால் அழகானது. ஆனால், அம்பு, வில், கார்முகம், குருதி, நிணம், எலும்பு, பெருங்கூச்சல் என நான் கண்ட வன்முறையின் அந்த அம்சங்கள் மோசமான வலியைத் தருவன. எத்தனை இரவுகளில் கொடுங்கனவுகளால் அதிர்ந்துபோய் விழித்துக்கொண்டு அமர்ந்திருக்கிறேன். அந்த நினைவுகள் யாவற்றையும் நான் மறந்து விட விரும்புகிறேன்" என்றாள் அவள்.

வால்மீகியும் சீதையும் தம்சா நதியின் கரையில் வந்து நின்றிருந்தனர் அப்போது. சீதையின் தலையில் கைவைத்து, "சீதையே, உன்னால் மறக்க முடியாத அந்த நினைவுகளை எல்லாம் என்னிடம் கொடுத்துவிடு. உன்னைப்போலவே அடிக்கடி குருதி-நிணம்-ஆயுதங்கள் மற்றும் மனிதர்கள் அலறும் ஓலங்களின் நினைவுகள் என்னையும் துரத்துகின்றன. எனக்கும் ஒரு மோசமான கடந்தகாலம் இருக்கிறது. இருப்பினும், சூரியதேவனாலும்கூட எப்போதும் கண்டிருக்க முடியாத மாதிரியான ஓர் அரசப்பெண் இந்த மோசமான படுகுழிக்குள் தள்ளப்பட்டபோது அவளுடைய மனவேதனை என்னவாக இருந்தது என்பதை நான் கண்டுகொள்ள விரும்புகிறேன்" என்றார் வால்மீகி.

சீதை நதியில் ஓடும் வெள்ளப்பெருக்கைப் பார்த்தவாறு நினைவுகளுக்குள் மூழ்கினாள். வெகுநேரமாக அவள் மன உலகில் பல்வேறு வண்ணங்கள் நீண்டு மிதக்கின்றன. பல்வேறு காட்சிகளின் துண்டுகள் ஒன்றன்மேல் ஒன்றாகக் கலந்து மிதக்கின்றன. சீதை கண்களை மூடிக்கொள்கிறாள். மெல்ல மெல்ல, பல்வேறு காட்சிகளின் கூட்டம் விலகி, ஒரு பர்ணகுடில் அவளது கண்களுக்கு முன்னே தோன்றுகிறது. நீண்ட நெடிய தோற்றமும் அகன்ற தோளும் மார்பும் கொண்ட ஓர் இளைஞன் வில்லும் அம்பும் கைகளில் கொண்டு குடிலின் வெளியே வந்து நிற்கிறான். அவனது உடம்பின் நிறம் நிழல் படிந்த மணலைப் போல... சீதை கனவு காணும் குரலில் கேட்டாள், "என்ன சொல்வேன்?"

"முதலில் நான் இராமச்சந்திரனைப் பற்றி அறிந்துகொள்ள விரும்புகிறேன். புகழ்பெற்றவனும் சமயப்பற்றும் பிராமண பக்தியும்

கொண்டவனான இராமனைப் பற்றி எனக்கு நிறைய தெரியும். ஆனால், மனைவிக்கு அருகில் வெளிப்படும் கணவனின் அக்கறையின்மையும் அந்தரங்க வடிவமும் வெளிநபர்கள் அறிந்து கொள்வது சாத்தியமில்லை. தண்டகாரண்யத்தில் பஞ்சவடியில் நீ இராமனுடன் தனித்து வாழ்ந்த வாழ்க்கையைப் பற்றி அறிய நான் ஆவலாக இருக்கிறேன்” என்றார் வால்மீகி.

சீதையின் முகம் பொலிவுபெற்றது. அவள் சொல்லத் தொடங்கினாள். “அது மிகவும் இன்பமான பொழுதாக இருந்தது. இராமச்சந்திரனின் மிகுந்த நெருக்கமான காதல், சோம்பல் இவைகளோடு அவரது பேச்சுத்திறனும் மிகுந்த இன்பமளிப்பதாக இருந்தன. அப்போது அரண்மனையைப் போன்ற சுகமான வாழ்க்கை இல்லை. எல்லா நேரங்களிலும் நான் வீட்டு வேலைகளிலேயே மும்முரமாக இருக்க வேண்டியிருந்தது, என்றாலும் அதைப்போன்ற சுகவேளை திரும்ப எனக்கு வரவேயில்லை. ஆனால், அந்த இன்பவாழ்க்கை வாழ்ந்த சமயத்தில்தான் இராகவனின் இயல்பில் வன்முறை உருவாகி, கடைசிவரை என் வாழ்க்கையைச் சீரழித்துவிட்டது.”

வால்மீகியால் குறுக்கிடாமல் இருக்க முடியவில்லை. “எதை வன்முறை என்கிறாய் மகளே! அதுதானே ஒரு சத்திரியனின் இயல்பான குணம், சத்திரிய வீரன் அனார்யர்களை அழிக்கவில்லை என்றால் ஆரண்யபூமியில் ஆரியரிஷிக் கூட்டங்கள் எப்படி வாழ முடியும்?”

“இல்லை தந்தையே! நான் மிக அருகில் இருந்து பார்த்திருக்கிறேன் என்பதனாலேயே சொல்ல முடிகிறது, அந்த வன்முறை தவிர்க்க முடியாததாக இருக்கவில்லை. அனார்ய மக்கள் காலங்காலமாக ஆரண்யபூமியில் வாழ்ந்து வந்திருக்கின்றனர். அந்த ஆரண்யத்தின் இங்குதி, நெல்லி, வில்வம்பழங்களை உண்டு அவர்களின் முன்னோர்கள் வாழ்ந்திருந்தனர்; அவர்களும் அந்தப் பழங்களுக்கு உரிமை உடையவர்கள். காய்ந்த மரங்களிலிருந்து அவர்கள் ஆயிரமாயிரம் ஆண்டுகளாக விறகுகளைச் சேகரித்து வருகின்றனர். இந்தத் தம்சா, சரயு, கங்கை, மந்தாகினியின் நீரில்தான் காலங் காலமாக மீன் பிடித்து வருகின்றனர். ஆனால், ஆரிய முனிவர்கள் மக்கள் கூட்டத்தைவிட்டு விலகி ஆரண்ய பூமியின் உரிமையுடன் வனத்தில் உள்ள செல்வவளங்களால் ஈர்க்கப்பட்டனர். அனார்யர்களின் உணவு ஆதாரங்கள் குறைந்து போயின. வனத்தின் உரிமையை அவர்கள் இழக்க விரும்பவில்லை என்றால், அவர்களைக் குற்றம் சொல்ல முடியுமா என்ன? அதனால்தான்

50 சீதாயணம்

அவர்கள் வெளியிலிருந்து வரும் ஆரியர்களைத் தாக்குகின்றனர். ஆனால், ஆரிய-சத்திரியர்கள் பிராமணர்களைக் காப்பதற்காக வலிமையான ஆயுதங்களுடன் வனபூமியின் ஆதிக்குடிகளின்மீது பாய்ந்தபோது, வேடனின் அம்புகளால் தாக்குண்ட கிரௌஞ்சப் புறவையைப் போல ஆதரவற்ற அரக்கர்கள் கூட்டம்கூட்டமாகப் படுகொலை செய்யப்பட்டனர். இரகு குலபதியிடம் பலமுறை நான் கெஞ்சிக் கேட்டேன், ஆனாலும் அவர் வன்முறையை நிறுத்தவில்லை. சிரித்த முகத்துடன் இலட்சுமணனும் அவரும் சூர்ப்பனகையின் ஒவ்வொரு அங்கங்களாக வெட்டியெறிந்தபோது, ஐயோ, எவ்வளவு கொடுமையானது அந்தக் காட்சி! பஞ்சவடியில் நிலம் முழுக்க இரத்தத்தால் நிரம்பி வழிந்தது. தன்னந்தனியாகச் சிக்கிக்கொண்ட ஆதரவற்ற ஓர் அனார்ய யுவதியின் கதறலும் இராகவ, இலட்சுமணனது அட்டகாசச் சிரிப்பும் காற்றை நிறைத்தன. இதைத்தான் நீங்கள் சத்திரிய இயல்பு என்கிறீர்களா? தந்தையே? இராமச்சந்திரனால் ஈர்க்கப்பட்ட ஓர் அனார்ய யுவதி அவரிடம் காதலை வேண்டினாள், அதற்கு இதுதானா மறுமொழி! அன்றைக்குச் சூர்ப்பனகையின் குருதி என் உடம்பில் தெறித்தது, அதன் விளைவாகத்தான் நான் கடத்தப்பட்டேன் - தந்தையே! நீங்கள் கூறுங்கள், சத்திரிய இளைஞர்களின் வன்மத்தால் பலியாக்கப்பட்ட இந்த இரண்டு ஆரிய மற்றும் அனார்யப் பெண்களுக்கு எந்த நீதியும் கிடைக்காதா?"

"சீதையே, சீதையே! அமைதி கொள். உனது பேச்சில் தர்க்கம் இருக்கிறது. ஆனால், ஓராண்டு இராட்சசபுரியில் வாழ்ந்ததால் நீ அவர்களிடம் தேவையற்ற பலவீனம் கொண்டுவிட்டாய். நிலங்களைக் கைப்பற்றுவதற்கானப் போராட்டம் மனித சமுதாயத்தின் நிரந்தர நியதி. இல்லாவிட்டால், ஆரிய இனம் இந்த சரயு ஆற்றுப்படுகை வரைக்கும் வந்து சேர்ந்திருக்கவே முடியாது. இன்றைக்குச் சத்திரிய மன்னர்களின் முதன்மையான கடமை அசுரர்களை அழித்தொழிப்பது ஒன்றுதான். ஸ்ரீராமச்சந்திரன் அதையே செய்துள்ளார். நீ மிருதுவானவள், நீ ஒரு பெண்; உனது முன்னிலையில் இவ்வனைத்து மோதல்களும் நிகழாமல் இருந்திருந்தால் நன்றாக இருந்திருக்கும். ஆனால், வனத்திற்கு நடுவே இடத்தையும் காலத்தையும் தேர்வு செய்துகொண்டு மோதுவது ஆகாது."

"அந்தணரே, நான் தங்களுடன் உடன்படவில்லை. நான் பிறந்ததிலிருந்து சத்திரிய சமூகத்தில் வளர்த்தெடுக்கப்பட்டவள், சத்திரிய தர்மத்திற்கும் தேவையற்ற வன்முறைக்கும் எனக்கு வேறுபாடு தெரியும். அதுமட்டும் இல்லை. இராகவன் மக்கள்

பார்வையில் இனிமையாகப் பேசக்கூடியவராகவும் கருணை உடையவராகவும் இருந்தபோதிலும் வனவாசத்தில் கண்ட இந்த வன்முறை அவரது இயல்பில் மறைந்திருந்த பிழைகளை வெளிக்கொண்டுவந்தது. நானும் இலட்சுமணனும் அவரது உயிரைவிட அன்பானவர்களாக இருந்தோம். அவர் என்மீது கொண்டிருந்த அக்கறையும் கவலையும் அரசபுத்திரர்களிடம் காண்பது அரிது. இருந்தாலும் அவர் காரணமே இல்லாமல் என்னையும் இலட்சுமணனையும் பேசிய மோசமான வார்த்தைகள், இரும்பு ஆயுதங்களைப் போல தாக்கியவுடனேயே குருதி கசிய வைத்தன. மக்களுக்கு முன்பாக மிகவும் நல்லவராக இருக்க வேண்டும் என்பதற்காக அவரது உடலில் தேங்கிய குரோதத்தையும் வன்மத்தையும் வெளிப்படுத்த இயலாத காரணத்தினால் எங்கள் மீதும் அனார்யர்களின் மீதும் அது பொழிந்துவிடப்பட்டது. வனவாசத்திற்கான கட்டளையைக் கைகேயியிடம் பெற்றுக்கொண்டு அனாயாசமாக அவர் கைகேயியிடம் சொன்னார், ‘இராஜ்ஜியம் என்ன? நான் சிரித்த முகத்துடன் சீதையைக்கூட பரதனது கையில் தரமுடியும்.’ இப்படிப்பட்ட கீழ்த்தரமான பேச்சு எனக்கு ஈட்டித் தாக்குதல் போல வேதனையளித்தது, அவர் அதைத் தெரிந்திருந்தும் சொன்னார். பரதன் மீதும் கைகேயி மீதும் அவருக்குப் பல சந்தேகங்கள் இருந்தன. அவர் எங்களிடம் அதை அடிக்கடி சொல்லிக் கொண்டே இருந்தார், நான் இராமனைப் புகழ்ந்தால் பரதனால் அதைச் சகிக்க முடியாது என்பதைப் போன்ற எண்ணங்களையும் வெளிப்படுத்தி இருக்கிறார். ஆனால் நான் கைகேயியைப் பற்றி எதாவது தவறாகப் பேசினால் அவர் என்னைக் கடுமையாகக் கண்டித்தார். பரதன் படைகளோடு இராமச்சந்திரனைத் திரும்ப அழைத்துச்செல்ல வந்தபோது இலட்சுமணன் மிகவும் பயந்து போனான். அதற்கு இராமன் அவனை ‘அரசப்பித்து’ பிடித்தவன் என்றான்; இலட்சுமணனைப் போன்ற சகோதரனுக்கு இது மரணத்திற்குச் சமானம். பிராமணர்கள் அவரை இன்பத்தில் ‘பிகத்ஸ்பிருக’ என்றும் துன்பத்தில் ‘அனுத்விக்னமனா’ என்றும் புகழ்கின்றனர், இந்தப் புகழுரை உண்மையென்றால் நான் இன்பமாக இருந்திருப்பேன்.”

சீதை சட்டென்று அமைதியாகிவிட்டாள். மேலும் பேசப் பிடிக்கவில்லை அவளுக்கு. வால்மீகியும் எதுவும் பேசாமல் அமைதியாக அமர்ந்திருந்தார்.

சீதையைக் கொண்டுவந்து இறக்கிவிட்ட அந்தப் படகு இன்றும் இக்கரைக்கும் அக்கரைக்கும் போய்வருகிறது. படகோட்டியைப்

பார்க்கப் பார்க்கச் சீதையின் மனதில் அந்த அனார்ய இளைஞனின் முகபாவனைகள் தனக்கு மிகவும் பரிச்சயமானதாகத் தோன்றுகிறது. பார்க்க யாரைப் போலத் தெரிகிறது! கொஞ்சம்கூட நினைவுக்கு வரவில்லை. படகோட்டி கரைக்கு அருகில் வந்து கரையில் அமர்ந்துள்ள வால்மீகியையும் சீதையையும் நோக்கி அழைப்பது போன்று கைகளை நீட்டி, "வாருங்கள், போக வேண்டுமா?" என்று கேட்டான்.

அந்தக் கைகளை நீட்டிய விதத்தைப் பார்த்ததும் மின்னல் தாக்கியதைப்போல சீதையின் நினைவுக்கு வந்தது தசானனின் நீட்டிய கைகள், அவை இன்னும் கொஞ்சம் அருகில் வந்து அவளை இரதத்தினுள் இழுத்துப் போட்டுக் கொண்டன. இந்தப் பையனுடன் அப்படியே பொருந்திப் போகிறது இராவணனின் தோற்றம். சீதையை சஞ்சலப்படுத்திவிட்டுப் படகு மீண்டும் திரும்பிப் போய்விட்டது.

வால்மீகி நீண்ட மௌனத்தைக் கலைத்து ஒரு சுலோகத்தை உச்சரித்தார்,

"க்ஷத்ரியாணாமிஹ தனுர்ஹுதாஸஸ்யேன்தனானிச.

ஸமீபதஹ ஸ்திதம் தெஜோ பலமுச்ரயதே ப்ருசம்."

இந்தச் சுலோகத்தின் அற்புதமான கவித்துவத்தைக் கண்டு சீதை வியந்துபோனாள். அவள் திடீரென்று பிரகாசமடைந்து ஆச்சர்யத்துடன் ஒரு வாழ்க்கைக் காவியத்தின் சாத்தியத்தைப் பற்றிச் சிந்தித்தாள். "தந்தையே, எவ்வளவு அற்புதமான சொற்சேர்க்கை இது. இப்படி ஒன்றை இதற்கு முன்பு நான் கேட்டதே இல்லை. சத்திரியனின் வில்லும் அக்னியின் நெய்யும் நெருங்கி வந்தால் வெளிச்சத்தின் பேரொளி கூடிவிடுகிறது என்னும் இந்தச் சுலோகத்தின் உட்பொருளை என்னைவிட அதிகமாக வேறு யாரும் அனுபவித்திருக்கமாட்டார்கள். ஒரு பழங்கால முனிவரின் கதை எனக்குத் தெரியும், இந்தக் கதையை இராகவனின் காரணமற்ற கோபத்தைத் தணிப்பதற்காக நான் கூறினேன். அமைதியான வனத்தில் ஒரு தவமுனிவர் தன்னுடைய தவத்தால் இந்திரனே பயப்படும் அளவுக்கு வலிமையைப் பெற்றார். அவரது தவத்தைக் கலைப்பதற்காகத் தந்திரம் செய்து அவருக்கு அருகில் ஒரு வாளை வைத்துச் சென்றான் இந்திரன். அது களவு போய்விடும் என்ற அச்சத்தால் முனிவர் எப்போழுதும் அதனைச் சுமந்துகொண்டே திரிந்தார். மெதுமெதுவாக அவர் அந்த வாளைப் பயன்படுத்துவதில் கவனத்தைச் செலுத்தினார், மேலும் அவரது இயல்பில் இந்த வன்முறை உண்டாகி தவப்பயன்கள் அனைத்தும்

அழிந்து நரகத்தில் தள்ளப்பட்டார். இந்தக் கதையை என் கணவருக்கு நினைவூட்டிச் சொன்னேன், பொய்ப்பேச்சு, மாற்றான் மனைவியுடன் தொடர்பு மற்றும் வீண்கோபம் இந்த மூன்று தீமைகளும் ஒரு மனிதனை ஒழுக்கமற்றவன் ஆக்கிவிடுகின்றன. முதல் இரண்டு குற்றங்களும் அவரிடம் எப்போதும் இருந்ததில்லை, ஆனால் சினம் என்னும் பெருங்குற்றமே இவ்வளவு பெரிய பேரழிவை அவருக்கும் எனக்கும் உண்டாக்கிற்று."

"சீதையே, உனது வார்த்தைகள் உண்மையாக இருந்தாலும் சத்திரிய ஆட்சியாளன் குடிமக்களைப் பாதுகாக்க வேண்டும். ஒரு மன்னன் குடிமக்களின் உற்பத்தியில் ஆறில் ஒரு பங்கினைப் பெற்றுக் கொண்டு, அவர்களைப் பாதுகாக்கவில்லை என்றால் அது அதர்மம். நிராயுதபாணி ஒழுக்கம் சத்திரியர்களுக்குப் பொருந்தாது" என்றார் வால்மீகி.

"மாமுனிவரே! வனபூமி இசவாகு வம்சத்தினரின் ஆளுகைக்கு உட்பட்டது என்றால் அங்கே வாழ்ந்து வருகின்ற அனார்யர்களும் மன்னனால் பாதுகாக்கப்பட வேண்டியவர்கள் இல்லையா" என்று சீதை வினவினாள்.

"இல்லை, அனார்யர்கள் ஆரிய மன்னனால் காக்கப்பட வேண்டியவர்கள் இல்லை, அழிக்கப்படவேண்டியவர்கள். இமய மலையைக் கடந்து படிப்படியாக ஆரிய இனத்தினர் பரவியது இந்தக் கொள்கையின் அடிப்படையில்தான். இராமன் அந்தக் காரணத்தினால் தான் ஆரிய வரலாற்றில் நாயகனாகப் போற்றப்படுவான், அவனது சொந்த முயற்சியினாலேயே ஆரிய நாகரிகம் கங்கைச் சமவெளியைத் தாண்டி மகாசமுத்திரத்தைக் கடந்து இலங்கைத்தீவு வரைக்கும் வெற்றிக்கொடி நாட்டியுள்ளது. அம்மா, உனது அறிவுரையைக் கேட்டு இராமன் ஆயுதக்குறைப்பு வழியைத் தேர்ந்தெடுத்திருந்தால், ஆரிய இனத்தின் இந்த வரலாற்று விரிவாக்கம் சாத்தியமாகி இருக்காது. இந்த மகத்தான நோக்கத்திற்காக நீ தியாகம் செய்துள்ளாய் என்பதை மனதில் கொண்டால் அமைதி பெறுவாய்" என்றார் வால்மீகி.

"ஆனால் தந்தையே! இது ஒரு வன்முறைப் படையெடுப்பு, ஆரிய இனத்தினர் கங்கைச் சமவெளியில் போதுமான இன்பத்தையும் செழிப்பையும் அடையவில்லையா, பழங்குடியினரான அனார்யர்களை அழித்து அவர்களின் வாழ்விடத்தைப் பறித்துக் கொள்ள வேண்டிய தேவை ஏன் ஏற்பட்டது? அவ்வளவு எழில் வாய்ந்த இலங்காபுரியை அழித்தொழிக்காமலேகூட இலக்கை அடைந்திருக்க முடியும்.

இராவணனையும் அவனது தீய கூட்டாளிகளையும் அழித்ததே போதுமானது. நூற்றுக்கணக்கான சாதாரண குடிமக்களின் வீடுகளைக் கொளுத்துவதும் ஆயிரக்கணக்கான குழந்தைகளைக் கொல்வதும் மிக அவசியமானதா என்ன? இலங்கைப்போருக்கு முன்னரே கரன், தூஷணன், விராதன், திரிசிரன் மற்றும் வாலியைப் போன்ற மாவீரர்களை மட்டுமன்றி வனத்திலும் நகரத்திலும் பதினான்காயிரம் அரக்கர்களை இராகவன் கொன்று குவித்திருக்கிறார். மேலும், இலங்கைப்போர் நடைபெற்ற இராட்சசபுரியில் அனைத்து ஆண்களுமே கொல்லப்பட்டனர்."

சீதையின் கோபத்தைத் தணிப்பதற்காக வால்மீகி சற்றுநேரம் அமைதியாக இருந்தார். பின்னர் பேசினார், "இலங்கை வெற்றியை அடுத்து கணவருடன் சேர்ந்துவிட்ட பிறகும்கூட உனது கசப்பான நினைவுகள் மறைந்துவிடவில்லை என்பது எனக்கு வியப்பாக உள்ளது மைதிலி. பெண்களுக்குக் கணவரின் அருகாமையில் வாழ்ந்திருப்பதே எல்லாவற்றையும்விட விருப்பமானது, கணவனுக்குப் பணிவிடை செய்வதும் அமைதியுமே இயல்பான ஒழுக்கம். இராமச்சந்திரனின் செயல்பாடுகளின்மேல் இந்தளவுக்குக் கடுமையான விமர்சனத்தை உன்னைப்போன்ற ஒரு பெண்ணிடம் இருந்து நான் எதிர்பார்க்கவில்லை. நான் சொன்னதற்காக வருத்தமடைய வேண்டாம், பெண்ணினத்தின் இயல்பான செயல்பாட்டையே நான் உன்னிடம் எதிர்பார்த்தேன். அதற்கு மாறாகக் காண நேர்ந்தது எனக்கு வியப்பாக இருக்கிறது. பெண்களிடம் இவ்வளவு சிக்கலான சிந்தனை வெளிப்பட்டு நான் முன்பு கண்டதே இல்லை. இலங்கையை வென்ற பிறகு இராமச்சந்திரன் உன்னை எவ்வாறு வரவேற்றான் என்பதை நான் அறிய விரும்புகிறேன்."

சீதை நேரம் எடுத்துக்கொண்டாள், சிறிதுநேரம் அமைதியாக இருந்தாள்.

அதன்பிறகு பேசத் தொடங்கினாள். "முனிவரே, அந்தத் தருணம் என் மனதில் ஒட்டுமொத்த வாழ்க்கையின் மற்ற எல்லாவற்றையும்விட அவமானகரமான தருணம். எந்தக் கணவனுக்காகப் பன்னிரண்டு மாதங்கள் சோதனைகளையும் உயிரச்சம் அனைத்தையும் புறக்கணித்தேனோ, இராவணனின் ஒன்றன்மேல் ஒன்றான கெஞ்சல், வேண்டுதல், சரணடைதல் தாக்குதல்களை எதிர்த்துப் போராடினேனோ, எல்லா நேரமும் சேடியர், அரக்கப் பெண்களின் சித்திரவதைகளைத் தாங்கிக்கொண்டேனோ, அந்த இராகவன் அனைவரது முன்னிலையிலும் ஆயிரக்கணக்கான வானரப் படையினர், அரக்கர்கள், வீடணன், அனுமன், சுக்கிரீவன், அங்கதன் மற்றும் இலட்சுமணனின்

முன்னிலையில் எனக்கு நிகழ்த்திய அவமானத்தை எந்தப் பெண்ணாலும் தாங்கிக்கொள்ளவே முடியாது."

வால்மீகி திகைப்புடன் சீதையின் முகத்தைப் பார்த்தார்.

சீதை பேச்சைத் தொடர்ந்தாள். "வீடணனின் முடிசூட்டு விழா நிறைவடைந்ததும் அவன் இராகவனால் அனுப்பிவைக்கப்பட்டு என்னிடம் வந்தான். அவன் வாயிலிருந்து போர் வெற்றிச் செய்தியைக் கேட்டதும் மகிழ்ச்சியாக இருந்தது. நான் நீண்ட நாட்களுக்குப் பிறகு கணவனைப் பார்ப்பதற்காகப் பொறுமையிழந்து இருந்தேன். வீடணன் அவன் தலைமேல் கைகளைக் குவித்து வணங்கி, நான் நீராடித் தூய்மையடைந்து உயர்ந்த மாலைகளாலும் வாசனைத் திரவியங்களாலும் அலங்கரித்து, சிறந்த ஆடைகளையும் ஆபரணங்களையும் அணிந்து கொண்டு இராமச்சந்திரனிடம் செல்ல வேண்டும் என்றான். நான் அதிர்ச்சியடைந்து, 'ஏன்? நான் நீராடாமலே எனது கணவரைச் சந்திக்க விரும்புகிறேன், நான் இப்படி இருப்பதை அசுத்தம் என அவர் கருதுவது ஏன்? கணவனை மனைவி சந்திப்பதற்கு ஆடை அணிகலன்களின் ஆடம்பரங்கள் தேவையில்லை' என்றேன். வீடணன் இராமச்சந்திரனது உத்தரவை மீறச் சம்மதிக்கவில்லை, மிகுந்த கவலையாக இருந்தாலும் அவர் கூறியதைப் போலவே பிசகாமல் அனைத்தையும் செய்தேன். அதன் பிறகு வீடணன் மற்றும் சரமாவின் உதவியுடன் எதிரிகளை வென்ற இசவாகு வம்சத்தின் பெருமைக்குரிய இராகவப் படையினர் குழுமியிருந்த இடத்திற்கு வந்தேன்."

சீதை மீண்டும் மௌனமானாள்.

கொஞ்சநேரம் காத்திருந்துவிட்டு வால்மீகி கேட்டார், "பிறகு!"

"சான்றோரே, நீங்கள் ஓர் அந்தணர், பிராமணப் பண்பாட்டின் சாரதி, நீங்களே கூறுங்கள், பெண்ணுக்கு மட்டுமே அக்கினிப் பரீட்சைக்கான தேவை என்ன? கணவர்மேல் அன்பும் பக்தியும் கொண்டிருந்ததால்தான் இராவணனை நான் ஏற்கவில்லை. அது தனிப்பட்ட விசயம். ஒருவேளை என்னால் அவனை எதிர்க்க முடியவில்லை என்றால்? அம்மாதிரியான நிலைமை இரண்டு நாட்கள் உண்டாயிற்று, அப்படியென்றால் அது என்ன எனது பிழையா! வணக்கத்திற்குரிய தந்தையே, தசரதர் முந்நூற்றைம்பது பேரை மனைவியராக்கிக் கொண்டு அன்னை கோசலையை நித்தியத் துன்பத்தில் ஆழ்த்தினாலும் கலங்கமற்றவராக இருக்கும்போது, பலவந்தமாகப் பலாத்காரம் செய்யப்பட்ட ஒரு அரசகுலத்துப் பெண் மட்டும் ஏன் தூய்மையவற்றளாகி விடுகிறாள்? இராமன் என்னைக்

காப்பாற்ற நினைத்தாலும் காப்பாற்ற முடியவில்லை என்றால் அந்தப் பிழை அவருடையது, என்னுடையது இல்லை" என்றாள் சீதை.

வால்மீகி அதிர்ச்சியடைந்து, "இதென்ன? நீ என்ன பேசுகிறாய் குழந்தாய், ஆண்கள் இந்த உலகில் உள்ள அனைத்திற்கும் எசமானர்கள்! பெண்கள் அவர்களின் உடைமையும் சேவகர்களுமே ஆவர் என்பதை உன்னுடைய தந்தையும் தாயும் உனக்குக் கற்றுத் தரவில்லையா!" என்று கேட்டார்.

"ஆம் தந்தையே, அதுதான் என்னுடைய கேள்வியே. எந்த அளவுகோலைக்கொண்டு பெண்களின் தூய்மையை நீங்கள் மதிப்பிடுகிறீர்களோ, ஆண்களின் விசயத்திலும் அதே அளவுகோல் ஏன் இல்லை? ஆண்கள் பெண்களின் எசமானர்கள், என்பதனால் தானே! எதற்காக எல்லா ஒழுக்கமற்ற, பெண்பித்து கொண்ட, வன்முறை, போர்க்குணமுள்ள ஆண்கள் அனைவரும் பெண்களுக்கு எசமானர்கள் ஆகவேண்டும்? ஆண்கள் அனைவரும் எந்தப் பெண்ணின் இரத்தமும் சதையும் கலந்து உருவாக்கப்பட்டீர்களோ, அந்தப் பெண்ணுக்கு உங்களது ஆரியப் பண்பாடு பெரும் அநீதி இழைக்க முயல்கிறது."

"வைதேகி, இந்த விசயங்கள் அனைத்தும் விவாதிக்கக் கூடியவை அல்ல என்பதைத் தெரிந்தும் நீ பேச விரும்புகிறாய்." வால்மீகி கொஞ்சம் பொறுமையிழந்த தொனியில் "நீ நடந்ததை விளக்கமாகக் கூறு. அதுவே உன் கோபத்தைத் தணிக்கும்" என்றார்.

"சம்பவங்கள் மிகவும் பரிச்சயமானவைதான், உங்கள் பார்வையில் அவை அற்பமானவையாகக்கூட இருக்கலாம். இராகவன் மக்கள் முன்னிலையில் என்னிடம் கூறினான், இவ்வளவு நாட்கள் அரக்கர்களின் அரண்மனையில் இருந்தும் உனக்கு இன்னொருவரோடு தொடர்பு ஏற்படவில்லை என்பதை நான் நம்பவில்லை. பெண்கள் இயல்பிலேயே சஞ்சலமானவர்கள், பராக்கிரமசாலி இராவணனை எதிர்ப்பதற்கு உன்னால் முடியாது. நான் இலங்கையை வென்று இராவணனின் வம்சத்தையே அழித்து எனது குலத்தின் பெருமையைக் காப்பாற்றியது உன்னைத் திரும்பப் பெறுவதற்காக அல்ல, எனது வீரத்தின் மானத்தைக் காக்கவே அனைத்தையும் செய்தேன். இப்போது நான் திரும்ப உன்னை ஏற்றுக் கொள்ள விரும்பவில்லை. மாலையும் ஆபரணங்களும் அணிந்த உன்னை என்னுடைய ஆட்கள் அனைவரும் பார்க்கட்டும் என்பதே என்னுடைய விருப்பம். இதற்காகத்தான் வீடணன் நீ வரும் வழியிலிருந்து அனைவரையும் விலக்கியபோது நான் அவனைத்

தடுத்தேன். முன்பு சூரியன்கூட தொட்டிராத உன்னை இராவணன் தனது விருப்பம்போல பயன்படுத்திய பிறகு மூடிமறைக்கத் தேவை என்ன இருக்கிறது? இலட்சுமணன், சுக்கிரீவன் முதலானோர் இதனால் என் மேல் கொஞ்சம் அதிருப்தியுற்றாலும் இதுவே உனக்குப் பொருத்தமாக இருக்கும் என்று நான் கருதுகிறேன். இப்பொழுதே, நீ இலட்சுமணன், சுக்கிரீவன், அனுமன் அல்லது வீடணன் இவர்களில் யாரையாவது உனது பதியாக ஏற்றுக்கொண்டு அவர்களிடம் அடைக்கலம் பெறலாம்."

இதற்கிடையில் வால்மீகியும் காயப்பட்டுவிட அவரது கண்கள் இரண்டிலும் துயரம் தெரிந்தது. அவர் தாழ்ந்த குரலில் சொன்னார், "ஜானகி, உனது கோபத்தின் காரணத்தை என்னால் இப்போது உணரமுடிகிறது. இந்த மோசமான சூழலில் நீ எப்படி நடந்து கொண்டாய் என்பதை அறிவதற்கு எனக்கு ஆவலாக உள்ளது."

"திடீரென எனது மானமும் மரியாதையும் தொலைந்து போனதால் நான் முதலில் திகைத்துப் போய்விட்டேன்; மெதுமெதுவாக முன்னில்லாத கோபம் எனது தலையில் பரவியது; மூடன் அல்லது முட்டாள் மனிதனால் ஆளப்படும் மகாராணியைப்போல திடீரென எனது வாயிலிருந்து அனல் வந்து தெறித்தது. நான் அவரிடம் சொன்னேன், கீழான மனிதன் தனது மனைவியிடம் பேசுவதைப் போன்ற சொற்களை நீங்கள் என்னிடம் ஏன் பயன்படுத்துகிறீர்கள்? தோல்வியுற்ற நிலையில் இராவணன் எனது அங்கத்தை ஸ்பரிசித்திருந்தாலும் அது நான் விரும்பிச்செய்த குற்றம் இல்லை. நான் இதயத்தால் உங்களுடையவளாக இருந்தேன். நீண்டகால உறவுக்குப் பின்பும் கூட நீங்கள் என்னைப் புரிந்து கொள்ளவில்லை என்றால், எனது மேன்மையான பிறப்பையும் பெற்றோரையும் உங்களால் ஏற்றுக்கொள்ள முடியவில்லையென்றால், எனது தூய்மைத் தன்மைக்கு உங்களால் மதிப்பளிக்க முடியவில்லை என்றால், இனிமேலும் நான் உயிரோடிருக்க விரும்பவில்லை. அனுமன் என்னைச் சந்திக்க வந்தபோதே என்னைக் கைவிடுவதாகச் சொல்லி அனுப்பியிருந்தால் நான் இதற்கு முன்னதாகவே என் உயிரை விட்டிருப்பேன்.

எனக்காகச் சிதையைத் தயார் செய், அனைவரது முன்னிலையிலும் கணவரால் அவமானப்படுத்தப்பட்ட நான் அக்கினியில் உயிரை விட்டுவிடுகிறேன் என்று நான் இலட்சுமணனிடம் கூறினேன்.

இச்சமயத்தில் நான் அழுதுவிட்டேன். இன்று மிகவும் பலவீனமான அந்தச் செயலை நினைத்து எனக்கு அசிங்கமாக

இருக்கிறது. ஐயோ! அக்கினியில் விழுந்து தற்கொலை செய்து கொள்ளும் சொற்கள் கணவரின் மனதில் கருணையை உருவாக்கும் என்பதாக மயங்கிக்கிடந்த எனது மனதினுள் ஆசை இருந்தது.

என்னுடைய இந்த உத்தரவைக் கேட்ட இலட்சுமணன் கோபத்துடன் இராமச்சந்திரன் மீது பார்வையைச் செலுத்தினான். ஆனால், அந்தச் சமயத்தில் கருத்த எமனைப் போன்ற இராமனைப் பார்க்கும்போது அவரைத் தடுப்பதற்கு இலட்சுமணனோ அல்லது வேறு யாருமோ துணிச்சல் பெறவில்லை. எனது மரணமே தனது விருப்பம் என்பதை இராமன் உறுதியாகக் கூறிவிட்டார். இலட்சுமணன் சிதையைத் தயார் செய்தான். சரமாவும் கூடியிருந்த பெண்கள் அனைவரும் துயரத்தில் அழத்தொடங்கினர். வானரர்களும் அரக்கர்களும் அழுது கூக்குரலிட்டனர்."

சீதை நிறுத்தி நிறுத்திப் பேசினாள், நிறைசூலின் அசௌகரியங்களாலும் கதையின் உணர்வுத் தூண்டலினாலும் அவளது நெஞ்சம் படபடத்தது.

"நான் அக்கினியில் பிரவேசிக்கத் தயாரானதும் சரமா அழுது கொண்டே இராமனின் அனுமதியோடு நான் விடைபெறுவதற்கு முன்பு கடைசியாகப் பேசுவதற்காக என்னைத் தனியாக அழைத்துச் சென்றாள். தயங்கியபடி என்னிடம் கூறினாள், மாமன்னர் இராமச்சந்திரன் உங்களுடைய அக்கினிப் பரீட்சையை விரும்பலாம், அவர் அனுபவம் மிக்கவராக இருந்தாலும் அவருக்குத் தெரியவில்லை நெருப்பு யாரையும் தப்பிக்க விடாது, கற்பு உள்ளவளோ இல்லாதவளோ எந்தப் பெண்ணாக இருந்தாலும், எந்த ஆணாக இருந்தாலும் நெருப்பினுள் பிரவேசித்தால் மரணிக்க வேண்டியதுதான். மேலும், அந்த மரணம் மிகுந்த வேதனையை அளிக்கக்கூடியது. நான் அவளிடம் சொன்னேன், சரமா! இந்தத் துயர நாட்களில் நீ உடனிருந்ததுதான் என்னை உயிரோடு இருக்க வைத்தது. இந்த வெட்கக்கேடான ஒரு நாளில் உன்னிடமிருந்து விடைபெறுவேன் என்று எப்போதும் நினைக்கவில்லை. சரமா சொன்னாள், தேவி! இராமச்சந்திரனைப் பற்றி எவ்வளவு மேன்மையான வார்த்தைகளைக் கேட்டிருக்கிறேன், எனது கணவர் வீடணனும் அவருடைய பரம அனுராகி. ஆனால், அவர் உங்களைப் போன்ற பெண்மணியைக் கீழ்த்தரமாக நடத்துவதை என்னால் கற்பனை செய்துகூடப் பார்க்க முடியவில்லை.

நான் சரமாவிடம் அப்போதும்கூட சொன்னேன், இராகவன் எப்படி நடந்துகொண்டாலும் அவருடன் நான் வாழ்ந்த நீண்ட

வாழ்வை கருத்திற்கொண்டு எப்பொழுதும் மூன்றாம் நபரிடம் அவரைப் பற்றித் தவறாகப் பேசமாட்டேன். சரமா, ஆரியப் பண்பாடு சத்திரிய மன்னர்களின் மனதில் உருவாக்கியுள்ள அகங்காரத்திற்கு நான் பலியிடப்பட்டதாக நினைத்துக்கொள். எனக்கு விடைகொடு.

அச்சமயத்தில் சரமாவின் பணிப்பெண் ஒருத்தி இரண்டு மூன்று வெண்கலம் மற்றும் இரும்புப் பாத்திரங்கள் நிறைய ஏதோ சில மூலிகைகளை அவளது கைகளில் தந்துவிட்டுப் போனாள். பணிப்பெண் துணியால் திரைபோட்டு மறைத்துக்கொள்ள, சரமா அவசரகதியில் அந்த அனைத்து மருத்துவ மூலிகைகளையும் எனது உடல் முழுக்கத் தடவினாள்.

சரமா கிசுகிசுக்கும் குரலில் என் காதில் சொன்னாள், இலங்காபுரியின் பிசகாச்சார்யம் உண்மையாக இருந்தால் நெருப்பு உங்களை எரிக்க முடியாது. இராமச்சந்திரனின் அகங்காரத்தைக் காக்க அக்கினியில் இறங்குவதற்கு இப்போது நீங்கள் அச்சமின்றி தயாராகுங்கள்.

இராகவனின் அருகில் சென்று பார்த்தேன். சந்தனக்கட்டை விறகும் பசுநெய் நிரப்பப்பட்ட தீபமும் அறுவகையான காய்ந்த புற்களின் தர்ப்பையும் தயாராக இருந்தன. எந்த ஆசிரமத்திலிருந்து இந்த முனிவர்கள் அனைவரும் அழைத்து வரப்பட்டார்களோ அவர்களும் இந்த 'நாரிமேத' யாகத்தைக் காணக் கூடியிருந்தனர். நான் நெருப்பை நெருங்குவதைக் கண்டதும் விண்ணைத் தொடுமளவுக்கு அழுகைச் சத்தம் உண்டானது. சரமாவின் பணிப் பெண்கள் சங்கூதி அட்சதை தூவினர், நான் சாகடிக்கப்பட்ட மனதுடன் இராமச்சந்திரனை வணங்கினேன், ஆனால் அவரது கண்களை நோக்கிப் பார்வையைச் செலுத்தவில்லை. பின்னர், கொழுந்துவிட்டு எரியும் நெருப்பை மூன்றுமுறை சுற்றிவந்து சிதையில் புகுந்தேன். இலட்சுமணன் முகத்தை மூடிக்கொண்டு திரும்பி நிற்பதைப் பார்த்தேன். அதற்குமேல் எனக்கு எதுவும் நினைவில் இல்லை. நெருப்பின் தாங்கிக்கொள்ள முடியாத வெப்பத்தில் எனது பொன்னலங்கார ஆடைகள் அனைத்தும் எரிந்து விட்டன. ஐயோ, அந்தத் தகனத்தை உயிருள்ள எந்த ஒரு மனிதனாலும் தாங்கிக்கொள்ள முடியாது. நான் சற்று நேரத்தில் மயங்கி விழுந்தேன். இச்சமயத்தில் கூடியிருந்த முனிவர்கள் சகித்துக்கொள்ள முடியாமல் இராமனின் செயலைக் கண்டித்தனர். கனல்போன்ற ஒளியுடைய முனிவர் ஒருவர் நெருப்புக்குள் புகுந்து என்னை இரண்டு கைகளால் தூக்கி வெளியில் கொண்டுவந்து விட்டு கூறினார், இந்த வைதேகி குற்றமற்றவள், இங்கே பாருங்கள் அவளது

ஆடை அணிகலன்கள் எரிந்து போய்விட்டாலும் நெருப்பினால் அவளது உடலை ஸ்பரிசிக்க முடியவில்லை. இராவணனால் இவளை அசுத்தமாக்க முடியவில்லை. நான் உனக்கு ஆணையிடுகிறேன், இந்தக் குற்றமற்ற மைதிலியைத் தயக்கமின்றி ஏற்றுக்கொள்."

நீண்ட இடைவெளிக்குப் பிறகு சீதை மீண்டும் தொடர்ந்தாள், "தன்னைப் பிராமணர்களின் சேவகன் என்று சொல்லிக்கொள்ளும் இராகவன் அந்தப் பிராமணரின் கட்டளைப்படி சிறிதுநேர யோசனைக்குப் பின்னர் என்னை ஏற்றுக்கொள்ள முடிவு செய்தார். அவர் மனதில் என்னைப் பற்றி எழுந்த சந்தேகம் பிராமணரின் வார்த்தைகளாலும் நெருப்பினால் தீண்ட முடியாததாலும் நீங்கியது. அவர் அப்போது உற்சாகமாக இருந்ததாகக் கேள்விப்பட்டேன். சீதை தன் ஆற்றலால் தன்னைப் பாதுகாத்துக் கொள்ளக்கூடியவள், இராவணன் தன் மனத்தால்கூட அவளைக் கற்பழிக்க முடியாது என்பதை இப்போது தெரிந்துகொண்டேன். ஆனால், அவளது இந்த அக்கினிப்பரீட்சை தேவைப்பட்டது, இல்லையென்றால் இராமன் காமுகனாகவும் முட்டாளாகவும் இருப்பதனால் அரக்கர்களின் அரண்மனையில் தங்கியிருந்த சீதையை மீண்டும் ஏற்றுக்கொண்டான் என்று மக்கள் சொல்வார்கள். இப்போது இவளை ஒப்பற்ற இதயமுடையவள், மாசற்றவள் என்பதை அறிந்து ஏற்றுக் கொள்கிறேன், என் புகழுக்காகச் சீதையையும் விட்டுவிட முடியாது என்று அவர் அப்போது கூறினார்.

அந்தணரே, அயோத்தியின் சிறப்புமிக்க பலவித மூலிகைகளும் வீட்டுப்பெண்களின் அழகூட்டும் பூச்சுத்தைலங்களும் எனது உடலின் தீக்காயங்களை ஆற்றிவிட்டாலும் அந்தச் சகிக்க இயலாத தகனமும் அவமானமும் ஒருபோதும் மறக்க முடியாதவை."

முன்பைப் போலவே மீண்டும் அவரைச் சுற்றி புற்று உருவாகியதைப் போன்று வால்மீகி கல்லைப்போல உணர்வற்று அமர்ந்திருந்தார்.

மல்லிகா சென்குப்தா

நான்கு

மூதாதையர் குருதியில் இருந்தது குருட்டுத்தனமான அடிப்படைவாதம்

அடர்ந்த வனத்தின் ஒருபுறம் அழகிய புல்வெளி. அங்கே மூன்று பசுக்களை மேய விட்டுவிட்டு மரநிழலில் ஓய்வெடுக்க அமர்ந்திருக்கிறான் ஓர் ஆரியச் சிறுவன், குருகுலத்தின் மாணவன். உட்கார்ந்தபடியே நாற்புறமும் உன்னிப்பாகக் கவனித்துக் கொண்டிருந்தான். தூரத்திலுள்ள புதர்க்காட்டில் மானின் மஞ்சள் கலந்த பழுப்பு நிறத்தைத்தவிர வேறு எந்த விலங்கின் அடையாளமும் அவன் கண்களில் படவில்லை. அவன் நிம்மதியடைந்து கண்ணயர்ந்ததும் எதிர்பாராத விதமாக அருகிலிருந்த தாழ்வான மரங்கள் மற்றும் புதர்களிலிருந்து கூட்டமாக ஆயுதமேந்திய கரிய மனிதர்கள் அவன்மீது பாய்ந்து தாக்கத் தொடங்கினர். நினைவிழக்கும் முன்பு அந்த மனிதர்கள் இடையிலும் தலையிலும் மான்தோலை உடுத்தியிருந்ததைக் காண முடிந்தது, மான் உடையில் அவர்கள் அவனுக்கு அருகிலிருந்து கொண்டு அவனைக் கண்காணித்துக் கொண்டிருந்தனர் என்பதை மின்னல் வெட்டியதைப் போல அவன் புரிந்துகொண்டான். சிறுவனிடம் ஆயுதங்கள் இல்லை, ஒரு கம்பை வைத்துக்கொண்டு மூன்று ஆயுதபாணிகளுடன் அவனால் நீண்ட நேரம் போராட முடியவில்லை. நினைவிழந்து விழுந்த உடனேயே அனார்யர்களில் ஒருவன் கையிலிருந்த ஈட்டியால் அவனது மார்பில் குத்தினான், இரத்தம் தெறித்து ஆகாயத்தில் விழுந்தது. ஆயுதத்தால் தாக்கிய அந்த இளைஞன் சொன்னான், "கரன், சம்புகன் இங்கே பாருங்கள், இவனது குருதியின் நிறமும் நம்முடையதைப் போலத்தான் இருக்கிறது." அவர்கள் மூவரும் வெற்றிக் கூச்சலிட்டனர். அதன்பிறகு முகத்தைக் கவிழ்த்து அப்போதுதான் இறந்த அந்த ஆரியச் சிறுவனின் சூடான இளங்குருதியை நக்கி நக்கிக் குடிக்கத்

தொடங்கினர். சிறிது நேரத்தில் அவர்கள் திருப்தியடைந்தனர். அவர்களில் ஒருவன் இறந்த உடலைக் கொடியில் சுற்றித் தோளில் தூக்கிக்கொள்ள மற்ற இருவரும் மூன்று பசுக்களையும் கழுத்துக்கயிறைப் பிடித்துக்கொண்டு இழுத்துச் சென்றனர். பல நாட்களுக்குப் பிறகு இன்று விருந்து கிடைக்கும். இந்தப் பகுதி ஆரியர்களுக்கு அகன்ற மார்புகள் உள்ளன.

தொலைவிலிருந்து திரிசிரன், கரன், சம்புகன் மூன்று பசுக்களுடனும் ஒரு மனித உடம்புடனும் திரும்புவதைப் பார்த்தவுடனே அனார்யக்குடியிருப்பில் பெரும் சலசலப்பு உண்டானது. இப்போது காலைவேளை; சிறுவர்கள், இளைஞர்கள், குழந்தைகள் உள்ளிட்ட அனைவரும் பழங்கள், கிழங்குகள், விலங்குகளைச் சேகரிப்பதற்காகக் காடுமுழுக்கத் திரிகின்றனர். பெண்கள் பலரும்கூட அவர்களுடன் இருக்கின்றனர், குறிப்பாக மரங்களிலிருந்து பழங்களையும் நிலத்திலிருந்து கிழங்குகளையும் சேகரிப்பதில் அவர்கள் துணையாக இருந்தனர். இதுமட்டுமன்றி தேன் எடுக்கும் திறமையும் அவர்களுக்கு இருந்தது. ஆனால், இந்த வனம் ஆரிய முனிவர்களுக்குச் சொந்தமாகிவிட்டதன் விளைவாக இப்போது உணவு சேகரிப்பதற்காக நீண்ட தொலைவுக்குப் பயணிக்க வேண்டியுள்ளது, பெரும்பாலும் ஒருநாள் முழுக்க ஆகிவிடும். வயதான பெண்களும் ஆண்களும் வீட்டிலேயே இருக்கின்றனர். நீர் கொண்டு வருவது, விறகு வெட்டிக்கொண்டு வந்து நெருப்பு மூட்டுவது போன்ற வேலைகள் அனைத்தையும் வயதானவர்களே செய்கின்றனர். இது தவிர அவர்களுடன் எப்போதும் ஒரு குழந்தை இருக்கிறது, அதனைப் பார்த்துக் கொள்வதுதான் மிகப் பெரிய வேலை. வயதான ஆண்கள் குடியிருப்பைச் சுற்றுமுற்றும் பாதுகாக்கின்றனர். எல்லாம் பாதுகாப்பாக இருக்கின்றதா இல்லையா என்பதைப் பார்த்துவிட்டு, குடிசைகளைக் கட்டுவது, மராமத்து வேலைகள் செய்வது, ஆயுதங்களைத் தயாரிப்பது போன்ற பணிகளைச் செய்கின்றனர். இளமைப்பருவத்தில் பெரும் வன்முறை வாழ்க்கை வாழ்ந்த இந்தப் பெரியவர்களில் சிலர் திரிசிரனின் முதுகில் ஆரியச் சிறுவனின் தேகத்தைக் கண்டு அதிர்ச்சியடைந்தனர். "ஐயோ, இந்த அறிவுகெட்டவர்கள் மீண்டும் வெள்ளையனைக் கொன்றுவிட்டனர், இராமனின் கிருதாந்தர்கள் இப்போது திரண்டு வந்து நம்மை முழுவதுமாக அழித்துவிடுவார்கள்."

"ஆனால், பாருங்கள், இவர்கள் மூன்று கறவை மாடுகளைக் கொண்டு வந்திருக்கின்றனர். வெள்ளையனைக் கொன்றிருக்கா விட்டால் இந்தச் செல்வம் கிடைத்திருக்காது" என்றான் ஒருவன்.

மாடுகளின் வனப்பைக்கண்டு அனைவரது கண்களும் ஒளிர்ந்தன. முதியவர் ஒருவர் சொன்னார், "அதுமட்டுமன்றி நாம் நிலையாக வாழ வேண்டுமென விரும்பினால் நமக்கு ஆரியவதம் கட்டாயம் கடைபிடிக்க வேண்டிய கொள்கையாகக் கருதப்பட வேண்டும். இதில் இவ்வளவு குற்றம் காண என்ன இருக்கிறது?"

முன்பு பேசிய முதியவரான சதர்க்கன் என்பவர் சொன்னார், "காலங்காலமாக நம் அறமாக இருந்தவை எல்லாம் இன்று ஆரிய அரசனின் சட்டப்படி குற்றம் ஆகும்."

"ஆனால் நாம் தின்று வாழ வேண்டும் இல்லையா? அந்த ஆளைக் கொல்லவில்லை என்றால் பசுக்கள் கிடைக்கப் பெற்றிருக்காது" என்றார் மற்றொருவர்.

"அப்படியென்றால் இந்த மூன்று பசுக்களையும் நாம் முனிவர்களைப் போல வளர்க்கலாம், இப்போதே இந்த இறைச்சியைத் தின்றுவிட்டால் உடனே தீர்ந்துபோகும். தண்டனையும் பெற வேண்டியது இருக்கும். வளர்த்தால் பாலும் அதிலிருந்து தயாரிக்கப்படும் அனைத்தும் நீண்ட நாட்களுக்குக் கிடைக்கும், இவற்றின் சந்ததிகளும் பெருகும், இவ்வாறு நமக்குப் புதிய உணவு உற்பத்தி உண்டாகும்" என்றார் சதர்க்கன். திரிசிரன், கரன், சம்புகன் இதற்குள்ளாக மாடுகளைக் கட்டிவைத்துவிட்டு சவ உடலை இறக்கி வைத்தனர். அவர்கள் "நாம் இறைச்சியைச் சாப்பிடவில்லை என்றால் எதற்காக நாங்கள் இவ்வளவு சிரமப்பட்டிருக்கப் போகிறோம்" என்றனர். ஒரு கிழவர் தலை நடுங்கியபடியே சொன்னார், "நாம் ஆரியர்களைப் போல பசுக்களைத் தாயாகவும் நம்மைப் பசுவின் பிள்ளைகளாகவும் கருத முடியாது. மாடு மேய்ப்பதும் நம்முடைய வழக்கம் இல்லை, இவற்றைத் தின்றுவிடுவதே நல்லது."

திரிசிரன் பொறுமையிழந்து, "இப்போது இந்த மனிதனின் உடலை என்ன செய்வது?" என்று கேட்டான். "பழங்காலத்தில் நம் முன்னோர்கள் மனிதக்கறியை நிறைய தின்றார்கள். அதனால்தான் ஆரியமுனிவர்களின் ஆசிரமத்தில் அவர்கள் மிகுந்த தொல்லைகளைச் செய்தனர். ஆனால், இப்போது இந்த நடைமுறையை நாமாகவே நிறுத்திக்கொண்டோம். ஆரிய அரசனது கட்டளைக்காக மட்டுமில்லை. அந்த நின்றுபோன பழக்கத்தை மீண்டும் தொடங்குவதற்கான கேள்வியே எழக் கூடாது. சவத்தை மண்ணில் புதைத்துவிடலாம். இராமனின் வனக் காவலர்களது வருகைக்குப் பயந்து அதற்குத் தயாராக வேண்டியது அவசியம்." திரிசிரன், கரன், சம்புகன் மற்றும் வேறுபல இளைஞர்களும் சிறுவயதில் நரமாமிசம் தின்ற

மூதாதையர்களின் கதைகளைக் கேட்டிருக்கின்றனர். கேட்டுக்கேட்டு அவர்களுக்குள் இரகசியமாக ஆசை உண்டாகிவிட்டது. இந்த வாய்ப்பு மறுக்கப்படுவதால் அவர்கள் ஏமாற்றத்தை வெளிப்படுத்தினர். அதைக் கவனித்த சதர்க்கன், "பாருங்கள் இளைஞர்களே, ஒன்றாகக் கூடி இந்த வாழ்விடத்தில் வாழ வேண்டுமென்றால் எல்லாவற்றிற்கும் முன்பாக நம்மைப் பாதுகாத்துக்கொள்வது முக்கியம்" என்று எச்சரித்தார். "பல்வேறு வழிகளில் தற்காப்பு நுட்பங்களில் தேர்ச்சியடைந்து இங்கே பிழைத்து வருகிறோம் நாம். நம்முடைய மாவீரன் தசானன் படுகொலை செய்யப்பட்ட பிறகும்கூட நாம் வெள்ளையர்களால் ஆக்கிரமிக்கப்பட்ட இந்த இருப்பிடத்தில் பிழைத்துக் கொண்டிருக்கிறோம், பிழைக்க வேண்டும். அமைதி நிறைந்த இணக்கமான வாழ்க்கையே இப்பொழுது நமக்கு நல்லது. வெள்ளையர்களின் அதிகாரத்துடன் சண்டையிட்டு நம்மால் இப்போதைக்கு சமாளிக்க முடியாது. நாம் அவசரப்பட்டு எந்தச் செயலையும் செய்யாதிருந்தால், இந்த நிலைமையில் வனக் காவலர்கள் நம்மைத் துன்புறுத்தினாலும் வெளியேற்றிவிட மாட்டார்கள். ஆனால், இந்த நேரத்தில் நாம் மீண்டும் வெள்ளையர்களைக் கொல்லவும் நரமாமிசம் தின்னவும் தொடங்கினால் பேரழிவு உண்டாகும். வருங்காலத்தில் எப்போதாவது ஏதாவது ஒரு கறுப்பின வீரனின் தலைமையில் நிலைமை மாறினால் அப்போது உங்கள் விருப்பம் நிறைவேறட்டும்" என்று கூறினார்.

இறுதியாக ஒரு பசு கொல்லப்பட்டு இரவில் விருந்து தொடங்கியது. மீதி இரண்டும் சதர்க்கனின் ஆலோசனைப்படி வளர்க்கப்பட வேண்டும் என முடிவு செய்யப்பட்டது. நடுவில் பெரிய அளவில் நெருப்பு மூட்டப்பட்டுள்ளது, அந்த நெருப்பிலிருந்து கொழுந்துவிட்டெறியும் விறகைக் கொண்டு அருகாமையில் உள்ள மரங்களின் அடியில் மேலும் மேலும் சின்னச்சின்னதாய் நெருப்பு மூட்டுகின்றனர். ஒவ்வொரு நெருப்பைச் சுற்றிலும் சின்னச்சின்னச் கூட்டமாகச் சுட்ட கோமாமிசம், மது மற்றும் சோமபானத்தின் துணையுடன் பெரும் சலசலப்பு நிகழ்கிறது. அளவுக்கதிமாக மதுவருந்திய சிலர் போதையேறி பாட்டுப் பாடிக்கொண்டிருக்கின்றனர். இந்த நாட்களில் உணவு கிடைப்பதே அரிது, நீண்ட நாட்களுக்குப் பிறகு இத்தகைய விருந்து கிடைத்திருக்கிறது. கரன், சம்புகன் மற்றும் திரிசிரன் இன்றைய இரவின் நாயகர்கள், அவர்கள் குலத்தின் இளைஞர்களிடமிருந்து மிகுந்த மதிப்பைப் பெறுகின்றனர். திரிசடை என்னும் பெயருடைய ஒரு கறுத்த அழகி கூறினாள், "இராவணனின் மாவலிமை கொண்ட சகோதரனின் பெயரை வைத்ததற்கு கரன் இன்று அந்தப் பெயரின் மரியாதையைக் காப்பாற்றியுள்ளான்."

மித்ரா முன்னே வந்து சம்புகனையும் திரிசிரனையும் அணைத்தபடி சொன்னாள், "இவர்கள்தான் உண்மையான நாயகர்கள், இவர்கள் இல்லையென்றால் கரன் தனியாக ஒன்றும் செய்திருக்க முடியாது."

இதற்கு முன்பு நீண்ட நாட்களாக மித்ராவின் மனதைக் கவர திரிசிரன் முயற்சித்துக் கொண்டிருந்தான். ஆனால் அவள் வீர காவியங்களின் பக்தை. தனது பாட்டியின் அருகில் அமர்ந்தபடி நாள் முழுக்க இராவணன், கும்பகர்ணன், மாரீசன், கல்மாஷபாதன், இல்வலன், வாதாபி, வாலி, இந்திரஜித், அதிகாயன் போன்ற படுகொலை செய்யப்பட்ட அனார்ய வீரர்களின் வீரத்தைப் பற்றிக் கதை கேட்பாள். திரிசிரன் அல்லது வேறு தனது வயதொத்த எந்த இளைஞனையும் அவள் கண்டுகொள்வதேயில்லை. இன்று திடீரென வெள்ளையனைக் கொன்றதும் பசுக்களைக் கவர்ந்து வந்ததும் கரன், சம்புகனுடன் திரிசிரனுக்கும் வீரத்தின் புகழ் உண்டாயிற்று, கூட்டத்தினர் அனைவரும் அவர்களுக்கு மதிப்பளித்தனர். இவையெல்லாம் அவர்களுக்கு நன்றாக இருந்தன. மித்ராவின் அணைப்பும் புகழுரையும் அவன் கைகளில் நிலவு கிடைத்ததைப் போல நம்பவே முடியாததாகத் திரிசிரனுக்குத் தோன்றியது. மித்ரா தன்னைப் பின்னுக்கு இழுத்துக் கொண்டு சொன்னாள், "போதும் என்னிடம் வீரத்தைக் காட்டாதே."

திரிசிரன் திகைப்படைந்தான். மித்ரா அவளாகவே கட்டிப் பிடித்தாள், இனிக்க இனிக்கப் பேசினாள், மீண்டும் அவளே விலகிச் செல்கிறாள், அவனால் எதையும் புரிந்துகொள்ள முடியவில்லை. இச்சமயத்தில் கரன் வந்து திரிசிரனின் கையைப் பிடித்து இழுத்துக் கொண்டு போய் கூறினான், "கேள், மித்ராவின் பாட்டி வாருணி உன்னை அழைக்கிறாள், அவள் நம்மிடம் ஏதோ சொல்ல விரும்புகிறாள்." திரிசிரன் பின்னால் திரும்பி மித்ராவைப் பார்த்தபடியே வாருணியின் அருகில் வந்தடைந்ததும் சம்புகனும் கூட அங்கே இருப்பதைப் பார்த்தான்; குலத்தின் பெரும்பாலான இளைஞர்களும் ஒரு இலவமரத்தின் அடியில் குழுமியிருந்தனர், நடுவில் வாருணி அமர்ந்திருக்கிறாள். இவர்களைப் பார்த்ததும் அவள், "கரனும் திரிசிரனும் வாருங்கள். அமருங்கள். இன்று உங்கள் புகழைப் பார்த்ததும் என்மனதில் எவ்வளவு வார்த்தைகள் தோன்றுகின்றன என்பதை நீங்கள் அறியவேண்டும்" என்றாள்.

"ஆமாம் வாருணி, சொல்லுங்கள்! உங்களுடைய நீண்ட அனுபவத்திலிருந்து எங்களுக்காகக் கற்றுத்தர எதாவது இருந்தால் எங்களிடம் தெரிவியுங்கள்" என்றான் சம்புகன்.

“பாருங்கள் பிள்ளைகளே, இந்த வாழ்விடம் ஒருகாலத்தில் முற்றுமுழுக்க நம்முடையதாக இருந்தது. இலங்கைவேந்தன் தசானன் காலத்தில் இந்தத் தேசத்தில் வீர அரக்கர்களுக்கு எந்தக் கவலையும் இருக்கவில்லை. ஆனால், இராமனும் இலட்சுமணனும் அந்த இராட்சச வீரர்கள் அனைவரையும் படுகொலை செய்து விட்டனர். இதற்குக் காரணம் வீரம் மட்டுமல்ல, தந்திரம். அரக்க வேந்தனிடம் வீரமும் செல்வமும் இருந்தன. இலங்காபுரி அனைத்து விதங்களிலும் வளர்ச்சியும் மிக்க அரண்களும் நிறைந்த ஒரு நகரம். ஆனால், பரந்துவிரிந்த ஆரண்ய ராஜ்ஜியத்தை அவனால் பாதுகாக்க முடியவில்லை. அதற்குக் காரணம், அவனது ஆரண்ய ராஜ்ஜியத்தைக் கண்காணிக்க ஒற்றர்கள் நியமிக்கப்படவில்லை. அவன் தன்னுடைய வீரர்களான மாரீசன், தூஷணன், கரன் முதலானவர்களை வெல்ல முடியாதவர்கள் என்று கருதி கவலையின்றி இருந்தான். வனத்திற்குள் இராம, இலட்சுமணர்களின் வருகையும் அவர்களது பெரும் வலிமையைப் பற்றிய தகவலும் அவன் அறிந்திருக்கவில்லை என்பதே இதற்குக் காரணம். இராமனின் ஆற்றலை அனுமானிக்கத் தவறியதால் மாவீரன் தசானனின் அழிவு நேர்ந்தது. அரக்கர்களின் பரந்துவிரிந்த பேரரசும் அழிந்துபோனது. இன்று நாம் வெள்ளை இனத்தவரிடம் அடிபணிந்திருக்கிறோம், கூட்டுப்புழுக்களைப் போல உயிர் பிழைத்துக் கொண்டிருக்கிறோம். இலங்கையின் அரசன் இப்போது வீடணன், அவன் இராமனிடம் விலைபோய்விட்டான், சொந்த இனத்தவரைக் காப்பதற்குப் பதிலாக இராமனின் கைகளால் அவர்கள் கொல்லப்படுவதையும் நசுக்கப்படுவதையும்தான் அவன் மிகவும் விரும்புகிறான். ஆகவே, இளைஞர்களே! இந்தக் கையறு நிலையிலிருந்து விடுதலை பெறுவதற்கான வழியை நாம் சிந்திக்க வேண்டும், ஆனால், அவசரப்பட்டுவிடக் கூடாது. காரணமின்றி சிந்திக்காமல் வெள்ளையர்களைக் கொல்வது பெரும் ஆபத்தைக் கொண்டுவரக்கூடும்.”

“இவை எல்லாவற்றையும் சதர்க்கன் ஒருமுறை சொல்லி விட்டார், புதிதாக என்ன?” என்று திரிசிரன் கேட்டான். “புதுமை என்னவென்றால் இராமனின் மனைவி சீதை இப்போது இந்த வனத்தில் தங்குவதற்கு வந்திருக்கிறாள், அதனால் இராமனின் கூடுதல் கவனம் இந்தப்பக்கம் இருக்கும். இந்தச் சீதை ஒரு கருநாகம், அவளது அழகினால் மயக்கியே தசானனை அவள் வீழ்த்தி விட்டாள். இந்தச் சீதையினால்தான் நாம் சொந்த நாட்டிலேயே ஒடுக்கப்பட்டவர்களாக இருக்கிறோம். இப்போது அவள் மீண்டும் நமக்கு இவ்வளவு அருகில் வந்து தங்கி இருப்பது எனக்கு மிகவும் அச்சமாக இருக்கிறது. சீதை நமக்குக் கெட்ட கிரகத்தைப்

போன்றவள், இராமரூபப் பேராபத்தின் முன்னறிவிப்பு. அதனால் நீங்கள் எச்சரிக்கையுடன் செயலாற்ற வேண்டும்." ஜொலிக்கின்ற ஒரு குமரிப்பெண், "ஆனால், பார்க்க எவ்வளவு அழகாக இருக்கிறாள் சீதை, பொன்னாலான செண்பகப்பூவைப் போல அவளது உடல் வண்ணம், எவ்வளது மெல்லியது அவளது இடை, எவ்வளவு பெருத்த மார்பகங்கள், அவளைப் பார்க்க பதினைந்து வயது சிறுமியைப் போல இருக்கிறாள்" என்று கூறினாள்.

லோமஸ் என்னும் பெயருடைய இளைஞன் ஓரப்பார்வை பார்த்து விட்டு, "நானும் பார்த்திருக்கிறேன், அவளைப் பார்த்தால் நமது கூட்டத்தில் உள்ள குமரிப்பெண்கள் குரங்குகளைப் போல் தோன்றுகின்றனர்" என்றான்.

இதனால் இளம்பெண்கள் ஆத்திரமடைந்தனர். ஒருத்தி கழுத்தைச் சுற்றிப் பிடித்துக்கொள்ள, மற்றவர்கள் கைகால்களைப் பிடித்துக் கொண்டு கேட்டனர். "சொல்லுங்கள் எல்லோரும், வெள்ளை இனத்தின் அடிவருடியான இந்த நாயை என்ன செய்வோம்?"

மித்ரா எல்லோருக்கும் பின்னாலிருந்து கம்பீரமான குரலில் சொன்னாள். "சீதை ஆற்றில் குளித்துக்கொண்டிருக்கும் போது இவனை நிர்வாணமாக்கி ஆற்றில் தூக்கிப்போடுவோம். இராமனின் காவலர்கள் அதன்பிறகு அவர்களது விருப்பம்போல பார்த்துக் கொள்வார்கள்."

இளைஞன் உயிர்பயத்தில் "நான் கேலி செய்ய விரும்பினேன்" என்றான். "அடேய், இதைப் பெரிதுபடுத்த வேண்டாம், விட்டு விடுங்கள்" என்றாள் வாருணி.

பெண்கள் இளைஞன் அணிந்திருந்த ஆடையை உருவிக் கொண்டு அவனை விட்டுவிட்டனர். இளைஞன் அவமானத்தால் நீலம் பாரித்துப்போய் இரண்டு கைகளால் ஆண்குறியை மறைத்தபடி வனத்தின் அடர்ந்த பகுதிக்குள் ஓடிப்போனான்.

பெண்களும் ஆண்களும் சேர்ந்து சிரித்தது நீண்டதூரம் வரைக்கும் அவனைத் துரத்தியது. இளைஞனின் உடம்பில் அளவற்ற கோபம் உண்டானது. அவனது வெற்றுக்கால்களிருந்து உண்டான அந்தக் கோபம் தலைக்கு ஏறுவதற்கு முன்பாகவே உடல் முழுக்கப் பரவியது. தனது சொந்த இனத்தவர்களே காட்டுமிராண்டிகளாக அவனுக்குத் தோன்றினர். இதனால்தான் அவர்கள் வெள்ளை இனத்தவரிடம் திரும்பத்திரும்பத் தோற்றுப் போகிறார்கள்; சின்னக் கொண்டாட்டங்களில்கூட குடித்துவிட்டுக் கண்ட இடங்களில்

நினைவிழந்து கிடக்கின்றனர். பிற இனத்தவர்களின் நற்பண்புகளைப் பாராட்ட முடியாது; தங்களுடைய மேன்மையைப் பற்றித் தவறான அகங்காரத்தில் பெண்கள் மயங்கிக் கிடக்கின்றனர். ஒவ்வொன்றாகச் சொந்த இனத்துப் பெண்களின் முகங்கள் நினைவுக்கு வந்தன. ஒவ்வொருவரும், ஒவ்வொருவரும் கருணையற்றவர்கள், நம்பிக்கைத் துரோகிகள்; விகாரமானவர்கள். நிர்வாணத்தின் அவமானமும் கோபமும் துரத்தத் துரத்த அவன் குடியிருப்பிலிருந்து நெடுந்தூரம் வந்துவிட்டான். எங்கே போகிறோம், ஏன் போகிறோம் என்கிற எந்த உணர்வும் இல்லை அவனுக்கு. ஒரு கட்டத்தில் மிக இனிமையான பெண்குரலில் பாடப்படும் பாடலின் மெல்லிசை கேட்டு அவன் ஓட்டம் தடைபட்டது. அவன் நின்றுகொண்டே நாற்புறமும் நோக்கினான். ஒரு தோதகத்தி மரத்தின் அடியில் வெள்ளை யுவதி ஒருத்தி மான்குட்டியுடன் விளையாடியபடியே பாடிக்கொண்டிருக்கிறாள். யுவதி திடீரென முகத்தைத் திருப்பியதும் அவன் கண்களில் பட்டது, சீதை. என்ன ஒரு அற்புதமான லாவண்யம், என்ன ஒரு வாளிப்பான உடல், இளைஞன் மரத்தின் மறைவில் தன்னை ஒளித்துவைத்துக்கொண்டு மறைவாகச் சீதையைப் பார்த்துக் கொண்டிருந்தான். நிர்வாணமாக்கப்பட்ட நிகழ்வையும் கோபத்தையும் முற்றிலும் மறந்து போனான் அவன்.

பார்க்கப் பார்க்க, இந்த ஒளிமயமான பெண்ணிற்காகத்தான் மாவீரன் இராவணனுக்குப் பைத்தியம் பிடித்தது என்று அவனுக்குத் தோன்றியது. இந்தப் பெண் அவ்வளவு நீண்டகாலம் இலங்காபுரியில் இருந்தாள், இவள் கறுப்பர்களை அருகிலிருந்து பார்த்திருக்கிறாள். இருப்பினும் மற்ற ஆரியர்களைப் போல இவளது உள்ளத்திலும் திராவிடர்களின் மீதான வெறுப்பு இருக்கிறதா? சீதையின் வயிறு சற்று வீங்கி இருக்கிறது, கர்ப்பமாக இருக்கலாம். இந்தப் பெண்ணுக்காக ஆயிரக்கணக்கான திராவிடர்கள் கொல்லப்பட்டு விட்டனர், இவளது கருவில் இருக்கும் குழந்தையும் அனார்யர்களைக் கொல்லுமா! ஆனாலும் சீதையின் அமைதியான வடிவைப் பார்த்தால் அவளைக் காணும்போது எப்பேர்ப்பட்ட பயங்கரமான போர் வீரனும் ஆயுதங்களைக் கீழே போட்டுவிடுவான். சீதை மான் குட்டியைக் கட்டியணைத்தபடி இருந்தாள், அவளது தோற்றத்தைக் கண்ட இளைஞனுக்கு உடம்பெல்லாம் புல்லரிக்கிறது. ஆரஞ்சுப் பழத்தின் சுளைகளைப் போல பருத்த உதடுகளைக் குவித்து அவள் மானின் தலையில் முத்தமிட்டாள்.

இப்படியான சமயத்தில் தொலைவிலிருந்து ஏதோ சலசலப்பு சீதைக்கும் அந்தக் கறுப்பின இளைஞனுக்கும் இருவர் காதுக்கும்

வந்தது. சீதை காது கொடுத்து கேட்டபடியே மின்சாரம் தாக்கியதைப் போல உணர்ந்தாள், அது ஆயிரக்கணக்கான குதிரைகள், யானைகள், தேர்கள் மற்றும் வீரர்களால் எழுந்த சத்தம். ஏதோ பெரிய போர்ப் படை இந்த வழியாக வந்து கொண்டிருக்கிறது என்பது தெளிவாகப் புரிந்தது. ஆசிரம இளம்பெண்களின் பெயர் சொல்லி அழைத்தாள், "சபளா, அருணா! மாமுனிவருக்குத் தகவல் கொடுங்கள், ஏதோ ஓர் இராஜபுத்திரன் பெரிய படையுடன் இவ்வழியே வந்து கொண்டிருக்கிறான்." அவளுக்கு அச்சமாக இருந்தது. இந்தப் படை யாருடையது, ஏன் அவர்கள் இவ்வழியாக வருகின்றனர்? போருடன் தொடர்புடைய இந்த ஒலிகள் எவ்வளவு அதிகரிக்கிறதோ அந்த அளவுக்கு சீதை வருத்தமாக உணர்கிறாள். ஆசிரமத்தை நோக்கி மெல்லமெல்ல வந்துகொண்டிருந்தாள் அவள், ஆனால் உலகமே கிறுகிறுத்தது. சீதை அவளது தலை சுற்றுவதைப்போல உணர்ந்தாள். அவள் மீண்டும் ஆசிரமத்தின் அருகில் இருந்த ஒரு மரத்தின் அடியில் உட்கார்ந்து விட்டாள்.

கறுப்பின இளைஞன் பயந்துவிட்டான். நிச்சயமாக இது இராமனின் படை. சீதைக்கு அருகில் வாழ்ந்து வருகின்ற கறுப்பின மனிதர்கள் அனைவரையும் துரத்திவிடுவதற்காகவே படை அனுப்பியிருக்கிறான். கிருத்தாந்த மன்னனின் கொடூரத்தால் மீண்டும் ஆயிரக்கணக்கான அனார்யர்கள் பலியிடப்படப் போகின்றனர். அவன் பெருமூச்சு வாங்க குடியிருப்பை நோக்கி ஓடினான். மரத்தின் மறைவிலிருந்து வெளியே வந்து ஓடும்போது சீதையின் பார்வையில் அவன் பட்டான். அவள் ஆச்சரியத்துடன் கலையான கறுத்த ஓர் இளைஞனின் முதுகு, இடுப்பு மற்றும் தொடைகளையும் கால்களின் வேகத்தையும் இடையிடையே வெளிச்சம்படுவதும் இடையிடையே மரங்களின் நிழல்களின் இருட்டும் என மாறும் வெயிலின் விளையாட்டையும் பார்த்துக் கொண்டிருந்தாள். ஓடிக்கொண்டிருந்த உருவம் படிப்படியாக ஒரு இரும்பு வாளைப் போல வனாந்திரத்துடன் கலந்துவிட்டது.

அந்தக் கருப்பு வாளின் எதிர்பாராத தாக்குதலால் ஓர் இரத்தம் தோய்ந்த பெண் மூக்கை இறுக்கிப் பிடித்தபடி உட்கார்ந்து விட்டாள். அவள் கண்களில் அளவற்ற பயம். இந்தக் கண்களில் முன்பு காதல் மயக்கமும் குறும்பும் இருந்தன. அவள் காதலித்த வெள்ளை இளைஞனின் கண்களில் கோபத்தின் கனல், இந்த அனார்யப் பெண்ணின் காதலை அவமானகரமான ஒன்றாகக் கருதினான் அவன். எமதூதனைப் போன்ற கொடியவனான இலட்சுமணன் மீண்டும் வாளை எடுத்துப்பிடித்து, இரத்தத்தில் தோய்ந்த அனார்யப்

பெண்ணின் கழுத்தில் நல்ல வேகத்தில் சீறும் சத்தத்துடன் ஆயுதத்தை வீசினான், இடியோசை போல அலறியபடி தரையில் விழுந்து நினைவிழந்து போனாள் அந்த அனார்யப் பெண், வாள் தாக்குதலால் அவள் காதுகள் அறுக்கப்பட்டுவிட்டன, குபுகுபுவென இரத்தம் வெளியேறி தரையில் சிதறிக்கிடக்கிறது. இந்தக் காட்சியை சீதையால் மேலும் சகிக்க முடியவில்லை, அவளுக்கு நினைவிழந்து கொண்டே வந்தது, அவள் மயங்கி விழுகப் போவதை உணர்ந்த இராமச்சந்திரன், இவ்வளவு நேரம் அமைதியாக அமர்ந்து புன்னகையுடன் சூர்ப்பனகை சித்திரவதை செய்யப்படும் காட்சியை இரசித்துக்கொண்டிருந்த அவன், ஓடிவந்து சீதையைத் தனது உடலுடன் சாய்த்துக்கொண்டான்.

ஆசிரமத்தின் இளம்பெண்கள் சீதையின் கவலைக்குரல் கேட்டு வந்துகொண்டிருக்கும்போதே சீதை நினைவிழந்து மரத்தினடியில் விழுந்து கிடப்பதைப் பார்த்தனர்; மிக விரைவாக ஓடிவந்து சபளா அவளைத் தூக்கினாள். அனைவரும் சேர்ந்து தூக்கி சீதையை ஆசிரமத்திற்குக் கொண்டு போயினர். "மருத்துவச்சிக்குத் தகவல் சொல்ல வேண்டும், அவள் வந்து பார்க்கட்டும். சீதை நிறைமாதக் கர்ப்பிணியாக இருக்கிறாள், எந்த நேரத்திலும் பேற்றுவலி ஏற்பட வாய்ப்பிருக்கிறது. இந்தச் சமயத்தில் திடீரென மயக்கமடைந்து போவது மிகவும் ஆபத்தானது" என்றாள் ஆத்ரேயி.

மறுபுறம் கறுப்பின இளைஞன் ஓடோடி அவனது குடியிருப்புக்கே போய்விட்டான். தலையைத் திருப்பாமலேயே அவன் நெடுந்தூரம் வந்துவிட்டான். இப்போது ஆரியப் படையின் வன வருகையைப் பற்றிய பதற்றம் அவனுக்கு முழு விழிப்புணர்வைத் தந்தது, சொந்த வாழ்விடத்தையும் குலத்தினரையும் விட்டுவிட்டு இவ்வளவு தூரம் வந்ததற்காக இப்போது அவன் தன்னைத்தானே பழிக்க ஆரம்பித்தான். கறுப்பினத்தவரின் வசிப்பிடத்தில் இளைஞர்கள் அப்போது நன்றாக அமர்ந்து வாருணியிடம் கதைகேட்டுக் கொண்டிருக்கின்றனர். அனைவரும் போதையில் உள்ளனர். வாருணி கதை சொல்வதில் வல்லவள். சொல்லிக்கொண்டிருக்கும் போதே இடைக்கிடை எழுந்துநின்று அவள் பாத்திரங்களின் உடல்மொழியை நடித்துக் காட்டுவாள், அது கதைசொல்வதை மேலும் ஆர்வமூட்டும். சீதையைப் பற்றிய பேச்சைக் கேட்ட இளைஞர்களின் கொலை வெறியைப் பார்த்து அவள் கூறினாள், "நீங்கள் அவ்வளவு கோபப்பட ஒன்றுமில்லை பிள்ளைகளே, சீதை உண்மையிலேயே அழகிலும் தோற்றத்திலும் நெருப்பின் மகள். அடேயப்பா, எந்த மாதிரியான முகத்துடன் இராமச்சந்திரனுக்குப் பதிலளித்தாள் அவள்!"

மல்லிகா சென்குப்தா

ஆண்களும் பெண்களும் தீவிர ஆவலுடன் வாருணியைச் சுற்றி வட்டமாக நெருங்கி வந்தனர் அப்போது. “நீங்கள் சீதையைப் பார்த்திருக்கிறீர்களா என்ன?” யாரோ ஒருவர் கேட்டார்.

“பின்னே பார்க்க மாட்டேனா! நான் இலங்காபுரியில் வசித்து வந்தேன், மேலும் அந்த மாதிரியான சம்பவத்தைப் பார்க்கப் போகாமல் இருப்போமா?”

“எந்தச் சம்பவம் பாட்டி?” என்று தம்ரு கேட்டான்.

“அடேய், சீதையின் அக்கினிப்பரீட்சை. இராமச்சந்திரன் அப்போது துரோகி வீடணன் உதவியுடன் இராவணனின் வம்சத்தையே கருவறுத்துவிட்டான். இந்திரஜித் எப்பேர்ப்பட்ட வீரன், அவர்கள் அவனோடு சண்டையிட பயந்துவிட்டனர், யாகம் நடத்தும் இடத்திற்கு வீடணனோடு சென்று நிராயுதபாணியாக யாகம் செய்துகொண்டிருந்த இந்திரஜித்தைக் கொலை செய்தனர். இலங்கை அரசவம்சத்தினர் அனைவரும் கொலைசெய்யப்பட்ட பிறகு, இராமனை யுத்தத்தில் வென்ற மகாவீரன் என்று வீடணனும் அவனது துதிபாடிகளும் துதித்துக்கொண்டிருந்த போது, இரா்மனும் சீதையும் இணைய வேண்டுமென அனைவரும் விரும்பினர். சீதை கவலையில் இருந்தாள், அப்போதுதான் இராமச்சந்திரன் அந்தச் சம்பவத்தை நிகழ்த்தினான்.” “அடச் சீ! இதுதானா ஆரிய இனத்தின் பண்பாடு, இது தானா அரச வம்சத்தின் பெருமை! அடேயப்பா, சொல்லுங்களேன் என்னதான் நடந்ததென்று” மித்ரா கேட்டாள்.

திரிசிரன் மித்ராவுக்கு மிக அருகில் நெருங்கிவந்து நின்று கொண்டான். “இராமனும் சீதையும் சந்தித்தார்களா?” என்று கேட்டான்.

வாருணி பதிலளித்தாள். “சந்திப்பு நிகழ்ந்ததுதான், ஆனால் செருப்பால் அடித்தது போன்று இருந்தது அந்தச் சந்திப்பு. இலங்காபுரியில் இருந்த நாங்கள் அனைவரும் சீதை ஓராண்டு காலம் இராமச்சந்திரனுக்காக எவ்வளவு துன்பப்பட்டாள் என்பதை அறிவோம். இராவணனிடமிருந்து தப்பிப்பதற்காக அவள் உடலில் புழுதியைப் பூசிக்கொண்டு அழுக்குப் படிந்தவளாக இருப்பாள், விலையுயர்ந்த ஆடைகள் எதையும் அவள் ஏற்றுக் கொள்ளவில்லை. அவளது நீண்டு விரிந்த கூந்தல் கலைந்து அலங்கோலமாகக்கிடந்தது; அவளது அழகிய முகத்தில் ஒப்பனைகள் இல்லை, அவளது அத்தனை அவயங்களும் ஒழுங்கற்று இருந்தன. நாள் முழுக்க அவள் இராமனுக்காகக் கண்ணீர் விட்டபடி இருப்பாள். ஒருவேளை மட்டுமே உணவு உண்டு அவள் கொஞ்சம் கொஞ்சமாக மெலிந்து

போனாள். இராமன் இலங்கையை வெல்லப் போகும் நாளுக்காக ஓராண்டாக அவள் காத்திருந்தாள்"

"நீ விவரிப்பதைப்போலவே அந்த அசோகவனத்தில் அவளை நீ பார்த்தாயா? இல்லை, எல்லாமே உனது கற்பனையா" என்று மித்ரா கேட்டாள்.

"எனது அண்டைவீட்டில் ஒருத்தி அசோகவனத்தில் பணிப் பெண்ணாக இருந்தாள். எனது ஆர்வத்தைக் கண்டு ஓரிரண்டுமுறை என்னை உடன் அழைத்துச் சென்றிருக்கிறாள். நான் மிகவும் அருகிலிருந்து இமைக்காமல் சீதையைப் பார்த்துக் கொண்டிருந்தேன். அவள் என்னை நலம் விசாரிக்கவும் செய்தாள், அவ்வளவு நன்னடத்தையுள்ள பெண், அவ்வளவு இனிமையாகப் பேசக் கூடியவள், அவள் அந்த அளவுக்கு இராமனை மறுத்துப் பேசுவாள் என்று நினைத்ததுகூட கிடையாது" என்றாள் வாருணி.

இச்சமயத்தில் பின்னாலிருந்த புதரில் மரக்கிளைகள் முறியும் ஓசை சடசடவெனக் கேட்டது. அனைவரும் பார்வையைப் பின்னால் திருப்பிப் பார்த்தபோது அவர்களால் நிர்வாணமாக்கித் துரத்தி விடப்பட்ட லோமஸ் மூச்சிரைத்தபடி அனைவருக்கும் நடுவில் வந்து அமர்ந்து கொண்டான். இப்போது அவனது இடையில் ஒரு மாவிலை ஆடையை உடுத்தியிருக்கிறான். வெகுதூரத்திலிருந்து ஓடி வந்ததால் அவனது முகம் கத்தரிப்பூ நிறத்திலும் தலைமுடி கலைந்தும் காய்ந்தும் இருந்தன. அவன் உட்கார்ந்ததும் உடனே "சதர்க்கனுக்குத் தகவல் கொடுங்கள், வெள்ளையர் படை வந்துவிட்டது" என்றான்.

கணநேரத்தில் அதகளம் உண்டானது. பீதியில் அனைவரும் ஓடத் தொடங்கினர், இளம்பெண்கள் சிலர் அவர்களது குழந்தைகளைத் தேடி மடியில் அமர்த்திக் கொள்வதில் மும்முரமாக இருந்தனர்; அனைவரும் வேகவேகமாக ஆபத்துக்காலத்தில் தங்குமிடத்திற்குக் கொண்டு செல்வதற்காக ஓடியோடி உணவு, உடைகளை நிரப்பிக் கொண்டிருக்கின்றனர், இவர்களுக்கிடையில் சதர்க்கன் வந்து லோமஸிடம் விசாரிக்கத் தொடங்கினார், "படையை எங்கே பார்த்தாய்?"

"வால்மீகி ஆசிரமத்திற்கு அருகில்" என்றான் லோமஸ்.

"அவர்கள் எதற்காக வந்திருக்கின்றனர் என்பதை உன்னால் தெரிந்துகொள்ள முடிந்ததா?" என்று சதர்க்கன் கேட்டார்.

லோமஸ் கொஞ்சம் எரிச்சலுடன் பேசினான். "எதற்காக வந்திருக்கிறார்கள் என்று என்னிடம் சொல்வார்களா? அவர்கள்

வந்திருக்கிறார்கள், நமக்கு ஆபத்து என்று தோன்றியது; உங்களுக்குத் தகவல் தெரிவிக்க வேண்டும் என்று உணர்ந்தேன். அதனால் ஓடோடி வந்தேன்."

"அதுதான், சரியாகக் கடமையைச் செய்துவிட்டாய். எவ்வளவு பெரியபடை என்பதைப் புரிந்துகொள்ள முடிந்ததா?" என்று சதர்க்கன் கேட்டார்.

லோமஸ் அனைத்திற்கும் பதிலளிக்கவில்லை. அவன் பார்க்கவுமில்லை, சீதையின் முகத்திலிருந்து அவன் படையினரைப் பற்றி ஊகித்துக் கொண்டான். அவன் சொன்னான், "மிகவும் பெரியதாகவே தோன்றுகிறது, ஏராளமான குதிரைகள், யானைகள், தேர்களின் ஓசை கேட்டது."

சதர்க்கன் கொஞ்சம் அமைதியடைந்தார். "அவர்கள் தூர தேசத்திற்குப் போருக்காகச் செல்கின்றனர் என்று தோன்றுகிறது. அனார்யர்களைக் கொல்ல யானைகளைக் கொண்டுவர வேண்டிய அவசியம் இல்லை" என்றார் அவர்.

"அப்படியென்றால் நமக்கு எந்தப் பயமும் இல்லையா?" என்று கேட்டான் லோமஸ்.

"இல்லை, இருந்தாலும் நாம் எச்சரிக்கையாக இருப்போம். மலையில் அவசரகாலத்தில் நாம் ஒன்றாகத் தங்கும் குகைக்கு உடனடியாகச் சென்றடைய வேண்டும்" என்று சொன்ன சதர்க்கன் திரும்பி நின்று வாய்க்கு அருகில் இரண்டு கைகளையும் குவித்து உரக்கக் கூவினார், "அனைவரும் தயார் தானே? இப்போதே பயணத்தைத் தொடங்குவோம். இரண்டு நாட்களுக்கான மானசீகத் தயாரிப்புடன் பயணத்தைத் தொடங்குங்கள்."

அன்றைய நாள் மதியம் அவர்கள் சாப்பிடவில்லை. குகையைச் சென்றடைந்து உட்கார்ந்துகொண்டு சாப்பிடத் தொடங்கும்போது அந்தி வந்துவிட்டது.

சீதாயணம்

ஐந்து

பொறுப்புகள் ஏதுமில்லை, ஆனாலும் கணவர் அவர்

ஆனி மாதத்தின் முதல்நாள் சத்ருகன் வால்மீகி ஆசிரமத்தை வந்தடைந்தான். அருகிலேயே அவனது பெரும்படையும் முகாமிட்டுக் கொண்டது. ஒருமாதத்திற்கு முன்பு படைகள் அயோத்தியிலிருந்து பயணத்தைத் தொடங்கின. நான்காயிரம் தேர்களும் நூறு யானைகளும் மட்டுமின்றி பண்டங்களைச் சுமந்து செல்லும் வணிகர்களும் நாட்டியக் கலைஞர்களும் இந்தக் கூட்டத்தில் இருக்கின்றனர். இராஜபாட்டை அமைக்கவும் அரண்மனையை உருவாக்கவும் விஸ்வகர்மாக்கள் உள்ளனர். அவர்கள் படையினர் செல்லும் வழியில் குடிநீருக்கான நீர்நிலைகள், காட்டுக் குளத்திலும் நதியிலும் நீராடுவதற்கான படித்துறைகள், யானைகள் மற்றும் குதிரைகளுக்காகத் தொழுவங்கள் மற்றும் படையினர் தங்குவதற்கான முகாம்களை அமைக்கின்றனர். சமையல் குழுவினர் ஒவ்வொரு முகாமிலும் சமைப்பதற்கான ஏற்பாடுகளைச் செய்கின்றனர். இந்த யுத்த யாத்திரையில் அவர்கள் சமைப்பதற்குப் புதியதொரு வழிமுறையைக் கண்டறிந்தனர். நாள்முடிவில் முகாம் அமைக்கப்படும் இடத்தில் சமைப்பதற்காக நதிக்கரையின் ஒரு தூய்மையான பகுதி தேர்ந்தெடுக்கப்படும். அதன் பிறகு மண்ணை அகழ்ந்து ஒருநூறு அடுப்புகள் அமைக்கப்படுகின்றன. அவற்றில் வனத்தில் கிடைக்கும் விறகுகளைச் சேகரித்து எரிக்கின்றனர். பெரியபெரிய பித்தளைப் பாண்டங்களில் நெய், வாசனைமிக்க அரிசி மற்றும் பயணவழியில் சேகரித்த வனவிலங்குகள், பறவைகள், உடும்பு, காட்டுப்பன்றி, மான் முதலியவற்றின் இறைச்சி ஒன்றாகப் பொதிந்து வைக்கப்பட்டுள்ளது. அவற்றுடன் ஜாதிக்காய், குங்குமப்பூ, ஏலக்காய், பூண்டு, இஞ்சி, தயிர், இலவங்கப்பட்டை, சர்க்கரை, உப்பு முதலானவற்றைக் கலந்து பாண்டத்தின் வாய் அடைக்கப்பட்டு சுற்றி மண்ணால் மூடப்படுகிறது. அதன்பிறகு நீண்டநேரம் இலேசான அனலில் அது வேக வைக்கப்படுகிறது. இச்சமயத்தில் படையினர் விருப்பம்போல மது, சுரா, பழங்கள், பால் முதலியவற்றுடன் ஓய்வெடுத்துக் கொண்டிருக்கின்றனர்.

ஊண்துவை அடிசிலின் மணத்தால் மகிழ்வுற்ற வீரர்கள் விரைவில் கேளிக்கைக் கதைகளில் மதிமயங்கிவிட்டனர். தலைமைச் சமையலரான சூல்பானியிடம் ஒருவன், "ஓஹோ, நீ இப்போதும் சுராபானம் அருந்துவதில்லையா, கொஞ்சம்போல மது அருந்து இங்கே வந்து" என்றான்.

சூல்பானியால் சுராபானத்தின் வாசனையைத் தாங்கிக் கொள்ள முடிவதில்லை, சுராபானம் அருந்துபவர்கள் அவனைப் பார்த்த உடனே கேலி தொடங்கிவிடுகிறது. அவனது எரிச்சலுற்ற முகத்தைப் பார்த்தபடி மற்றொருவன், "நீங்கள் சாப்பிட வேண்டாம், இந்த அமிழ்தத்தை ஒத்த சுராபானத்தை சமையல் பாத்திரத்தில் கொஞ்சம் ஊற்றிப் பாருங்கள், ஊண்துவை அடிசில் அமிர்தமாகிவிடும்" என்றான்.

சூல்பானி தேனீக்களை விரட்டுவதைப் போல கைகளை அசைத்துக்கொண்டு சொன்னான், "அடேய், என்ன, என்ன? இப்படிப்பட்ட உணவை உன்னுடைய பதினான்கு தலைமுறையும் சாப்பிட்டதில்லை, உங்களுடைய பாக்கியத்தினால் சூல்பானியை சமையல்காரனாகப் பெற்றிருக்கிறீர்கள், என்னை எரிச்சலூட்டினால் ஊண்துவை அடிசிலில் கசப்பைக் கலந்துவிடுவேன்."

ஒரே குரலில் சிலர் கூறினர், "அப்படியென்றால் இளவரசர் சத்ருகன் உன்னைச் சிரச்சேதம் செய்துவிடுவார். எவ்வளவு விலை கொடுத்தும் அவர் படைவீரர்களை மகிழ்ச்சியாக வைத்திருக்க விரும்புகிறார். மாமன்னர் ஸ்ரீராமச்சந்திரன் அவரிடம் எங்களைப் பற்றி என்ன கூறினார் என்பதைக் கேட்கவில்லையா?"

ஒருவன் எழுந்து நின்று நாடகீய பாவனையில் இராமனைப் போல பாவனை செய்து சொல்கிறான்,

"நெருக்கடியில் அறிவாய்

மனைவியும் நண்பர்களும்

நிலையில்லை.

செல்வமும் நிலையில்லை,

என்றும் நிலையானது நிறைவான பணியாட்களே"

மீண்டும் நாடகீயத் தன்மையில் திரும்பி நின்று அவன் படையினரிடம் கேட்டான், "நண்பர்களே, நீங்கள் நிறைவாக இருக்கிறீர்களா?"

பாவகன் என்றொரு படைவீரன் சற்று தத்துவார்த்தமாகச்

சொன்னான், "யுத்தயாத்திரையில் எப்போது யார் நிறைவுடன் இருந்திருக்கின்றனர்; அன்பான மனைவி மக்களைப் பிரிந்து யார்தான் நன்றாக உணர்வார்கள்?"

சூல்பானி குறுக்கிட்டுச் சொன்னான், "அந்த மனைவிதான் நெருக்கடி காலத்தில் போய்விடுவாளாம், சென்று பாருங்கள் நம்முடைய மனைவியர் எல்லாரும் வீட்டைவிட்டு வெளியேறி விட்டார்களா? இல்லையா? என்பதை."

பாவகன் இந்தச் சிறிய விசயத்துக்கே கொஞ்சம் விரக்தியடைந்தான். "பாருங்கள் அவையனைத்தும் அரசர்களுக்கு உரிய பேச்சு, ஒரு மன்னன் வருங்கால மன்னனுக்கு இந்த அறிவுரையை வழங்கியுள்ளார், அது நம் வாழ்க்கைக்குப் பொருந்துமா?" என்று கேட்டான்.

குறைந்த வயதுள்ள ஒரு காலாட்படை வீரன் மிக அண்மையில் திருமணமானவன், மனைவியைப் பிரிந்துவந்து மிகுந்த மன வேதனையில் இருந்தான். "எல்லா அரசிகளுமா அப்படி? பேரரசரின் மனைவி எப்பேர்ப்பட்ட பத்தினி. நெருக்கடியான காலத்திலும் அவர் கணவனுடனிருந்தார்" என்றான் அவன்.

"மேலும் நமது இளவரசர் சத்ருகன் லவனாசுரனை வதம் செய்து அரசமைக்கச் செல்கிறார், எப்போது திரும்புவார் என்பது எதுவும் சரியாகத் தெரியாது. அவரும்தான் மனைவி சுருதகீர்த்தியை நெடு நாட்களுக்குப் பிரிந்து வந்திருக்கிறார். கூடவே நாமும். ஆட்சி அமைத்துவிட்டால் அவ்வளவு எளிதில் திரும்பி விடுவாரா?" என்று கேட்டான் மற்றொருவன்.

பாவகன் எழுந்து நின்று நடந்துகொண்டே பேசினான். "இந்த முடிவுதான் என்னைச் சோர்வடைய செய்கிறது. சிலநாட்களுக்கு எதிரிகளை அழிப்பதற்காகச் செல்வது ஒரு வகையில் நல்லது, வெற்றிபெற்று வீடு திரும்பிவந்து மனைவி மக்களின் பார்வையில் நாயகனாக உணர முடியும், வாழ்க்கை மேலும் இனிமையானதாகும். ஆனால், அயோத்தியிலிருந்து வெகுதொலைவில் ஒரு கரடுமுரடான பகுதிக்குச் சென்று அனார்யவாசிகளைக் கொன்று ஆரிய ராஜ்ஜியத்தை உருவாக்கும் பணி நீண்ட காலமெடுப்பதும் கடினமானதும் ஆகும். சத்ருகன் தனது மனைவியை அழைத்துவர அயோத்திக்குச் செல்லவில்லையென்றால் நாமும் செல்ல இயலாது."

இச்சமயத்தில் ஓர் இளம் வீரன் தொலைவிலிருந்து ஓடோடி வந்து இரகசியம் சொல்லும் பாவனையில், "இந்த ஆசிரமத்திற்குத்தான் மகாராணி நாடுகடத்தப்பட்டு இருக்கிறார், உங்களுக்குத் தெரியுமா?

அவர் மிகவும் நலமின்றி இருக்கிறார்; ஆசிரமத்தின் இளம்பெண்கள் ஆற்றங்கரையில் பேசிக் கொண்டிருந்தனர், நானே என் காதுகளால் கேட்டேன்" என்றான்.

இந்த வார்த்தைகளால் பலரது மனதிலும் குழப்பத்தைக் காண முடிகிறது. சீதை அவர்களுக்குப் புதிரான தெய்வ விக்கிரகம், அவளது மகத்துவங்களைப் பற்றி எவ்வளவு புகழுரைகளைக் கேட்கின்றனரோ அந்தளவுக்குக் களங்கத்தைப் பற்றிய சொற்களையும் கேட்டுள்ளனர். நாட்டினர் இவ்விசயத்தில் இரண்டு தரப்பினர், சிலர் சீதையைத் தெய்வமாக வழிபடுகின்றனர்; மற்ற சிலர் அவரை மோசக்காரியாகவும் இராவணனால் துய்க்கப்பட்டவளாகவும் கருதுகின்றனர். சீதையின் வனவாசம் பற்றிய செய்தி யாராலும் எதிர்பாராததாக இருந்தது, மேலும் வனவாசத்திற்கு அனுப்பிவிட்டு இராமச்சந்திரன் தனிமையில் தவித்த விதம் இவையனைத்தும் நாட்டுமக்களிடம் புதிதுபுதிதாகப் பல்வேறு கதைகளை உருவாக்கி விட்டன. சீதையை இவர்கள் பலரும் கண்களால் பார்த்தது இல்லை. அந்த ஒப்பற்ற அழகுப் பதுமை இங்கே, அவர்களுக்கு அருகிலேயே சாதாரண மனிதர்களைப் போல வாழ்ந்து வருகிறாள் என்ற செய்தியால் அவர்கள் மிகவும் திகைப்படைந்தனர்.

"மகாராணி, அயோத்தியின் இசவாகு வம்சத்தின் மகாராணி இந்த இடத்திலா! இந்த வனத்திற்கு நடுவிலா?" இரண்டு மூன்று பேர் வியப்பை வெளிப்படுத்தினர்.

"நலமில்லையா? நீ சரியாகத்தான் கேட்டியா? உடம்புக்கு என்ன?" என்று பாவகன் கேட்டான்.

"உடம்பு சரி இல்லை என்பதாக இல்லை. பனிக்குடம் உடைந்து விட்டது, மருத்துவச்சியை அழைக்க வேண்டும் என்று அவர்கள் சொன்னார்கள். நான் அரைகுறையாகத்தான் கேட்டேன்" என்றான் இளைஞன்.

"அவளுக்குக் குழந்தைப் பிறக்கப் போகிறது" சூல்பானியும் உணர்ச்சிவசப்பட்டான். இசவாகு வம்சத்தின் வாரிசு இந்த வன பூமியில் பிறப்பெடுக்கப் போகிறது. அரசகுடும்பத்தினர் எவருமில்லை, விலையுயர்ந்த மெத்தைகள் இல்லை, நல்ல படுக்கையறை இல்லை, நல்ல குளியலறை இல்லை, தந்தை வரவில்லை, இந்த இடத்தில், இந்த இடத்தில்தான் நமது அரசகுமாரன் பிறக்கப் போகிறானா!

படையினர் எல்லையற்ற வருத்தத்தில் உறைந்து நின்றனர். பாவகன் முணுமுணுத்தபடி, "இது மன்னருக்குத் தெரியாதா அல்லது

இதற்காகத்தான் அவர் இளவரசரை இந்த ஆசிரமத்தைச் சுற்றிப் போகச் சொன்னாரா?" என்று கேட்டான்.

அனைவருமே கொஞ்சநேரம் அமைதியாக இருந்தனர். சூல்பானி மௌனத்தைக் கலைத்துப் பேசினான். "நாம் அரண்மனையின் இரகசியங்களைப் பற்றி நீண்டநேரமாக விவாதித்துக் கொண்டிருக்கிறோம் எனத்தோன்றுகிறது. நாம் அனைவரும் எதிர்பாராமல் ஒவ்வொருவராக இதில் இணைந்துவிட்டோம், ஆனாலும் இந்த விசயத்தில் மேலும் பேசாமலிருப்பதே நமக்குப் பாதுகாப்பானது. இளவரசர் சத்ருகன் ஆசிரமத்திற்குள் நுழைகிறார். கவலை தருகிற எந்தச் சம்பவத்தையும் அவர் நிச்சயமாகக் கட்டுப்படுத்துவார்."

சத்ருகன் அந்தச் சமயத்தில் வால்மீகியிடம், "அந்தணரே, இந்த யுத்த யாத்திரைக்கான வழியில் தங்களுடைய உபதேசத்தைக் கேட்க விரும்புகிறேன். காரணம் இது வெறும் போர் இல்லை, இதன் நோக்கம் பெரியது. நாகரீகமற்ற, காட்டுமிராண்டித்தனமான பழங்குடியினர் வாழும் பரந்த நிலப்பரப்பில் ஆரியர்களின் ஆட்சியை நிறுவும் பெரும்பொறுப்பு எனது தோள்களில். தங்களது உபதேசம் என்னை அதற்கு ஏற்றவனாக ஆக்கும்" என்று வேண்டினான்.

வால்மீகி புன்முறுவலுடன் பேசினார். "மகனே, நீ ஆரிய ஆட்சியின் ஒரு பெரிய உதாரணத்தைத் தன்னந்தனியாக நிறுவிய இராமச்சந்திரனின் இளைய சகோதரன். அவனே உனது ஆசான். இந்த விசயத்தில் புதிதாகச் சொல்ல எதுவுமில்லை. இந்த ஆசிரமம் இரகுகுலத்திற்குச் சொந்தமானது, இங்கே கவலையின்றி ஓய்வெடு."

பழங்கள், பால், தேன் உணவுகளால் திருப்தியடைந்த சத்ருகன் தபோவனத்தைச் சுற்றிப் பார்க்க ஆவலுற்றான். வால்மீகி உற்சாகத்துடன் அவனுக்கு ஆசிரமத்தின் பல்வேறு இடங்களையும் காட்டுவதற்கு விரும்பினார். ஒரு பகுதியில் நிறைய பழமையான வேள்விக்குரிய பொருட்களைப் பார்த்து சத்ருகனுக்கு ஆர்வம் ஏற்பட்டது. "இங்கே உன்னுடைய மூதாதை சௌதாஸ் அசுவமேத யாகம் செய்தார். இவை அதன் அடையாளங்கள்" என்றார் வால்மீகி. சத்ருகன் ஆர்வமான குரலில் கூறினான். "இந்த இடத்தில் நான் அந்த அசுவமேத யாகத்தின் விவரங்களைத் தெரிந்துகொள்ள மிகவும் ஆவலாக உள்ளேன்."

"அது ஒரு அற்புதமான கதை. அந்தக் கதையை நீ கேட்பது அவசியம், அப்படிக் கேட்டால் எதிர்காலத்தில் நீ மேலும் எச்சரிக்கை பெற முடியும்" என்றார் வால்மீகி.

சத்ருகன் பணிவான குரலில் "விளக்கமாகக் கூறுங்கள்" என்றான்.

"யாக நிகழ்வுக்கு வெகுமுன்பே சௌதாஸ் ஒருமுறை இந்த வனத்தில் வேட்டையாடுவதற்காக வந்தார். ஆனால், அவர் தோல்வியுற்றார்; காரணம் வனத்தில் விலங்குகளே இல்லை. இரண்டு வலிமைமிக்க அனார்யர்கள் புலித்தோலினால் தங்களை மறைத்துக்கொண்டு மான்களையும் பிற விலங்குகளையும் வேட்டையாடியதன் விளைவாக இந்த வனத்தில் விலங்குகளே இல்லாமல் போய்விட்டன. சௌதாஸ் இத்தகவலை அறிந்து இரண்டு அரக்கர்களில் ஒருவனை வதம் செய்தார், இன்னொருவன் பழி வாங்குவதற்காகத் தலைமறைவானான். அசுவமேத யாகம் நடந்த சமயத்தில் அந்த அரக்கன் தந்திரமாக ஆரியர்களின் கூட்டத்தில் கலந்து யாகத்தின் தலைமை ரித்விக்காக இருந்த வசிஷ்டரின் உணவில் நர மாமிசத்தைக் கலந்துவிட்டான். உணவை வாயில் வைத்ததும் வசிஷ்டர் நரமாமிசத்தைக் கண்டறிந்து பெருங்கோபத்தில் சௌதாஸைச் சபித்து விட்டார்."

சத்ருகன் ஆத்திரமான குரலில், "ஐயோ, எவ்வளவு கொடூரமானது இந்த அரக்க இனம்; மேலும், வசிஷ்டர் மாமுனிவராக இருந்த போதும் புரிந்துகொள்ளவில்லையே! சௌதாஸ் மீது நியாயமேயில்லாமல் அவர் எவ்வளவு பெரிய அநியாயத்தைச் செய்துவிட்டார்" என்றான்.

வால்மீகி புன்னகைத்தார். "அவ்வளவு சீக்கிரத்தில் எந்த முடிவுக்கும் வருவது உனக்கு அழகில்லை இளவரசனே. குறிப்பாக இந்தக் கதையின் நோக்கம் உனது எச்சரிக்கையையும் பொறுமையையும் அதிகரிப்பதாகும். அரக்கன் தனது தோழனின் கொலைக்குப் பழிவாங்கக் கூடும், அவனைக் குற்றம் சொல்ல இயலாது. அவன் தந்திரமானவன் என்பதால் பிராமணர்கள் மற்றும் சத்திரியர்களிடையே பகைமையை உருவாக்க முடிந்தது. சௌதாஸ் எச்சரிக்கையாக இருந்திருந்தால் அது நடந்திருக்க முடியாது."

"எதனால் இப்படிச் சொல்கிறீர்கள் சான்றோரே?" என்று சத்ருகன் வினவினான்.

"காரணம் இந்நிகழ்வு இன்னும் நீண்ட ஒன்றாக ஆகிவிட்டது. வசிஷ்டர் அந்த நரமாமிசத்தை நோக்கி விரல்நீட்டிச் சொன்னார், அரசனே, இந்த நரமாமிசமே இனிமேல் உனது உணவாக இருக்கும், வேறு உணவுகளில் உனக்குச் சுவை இருக்காது."

சத்ருகன் வெளிப்படையாக வருத்தப்பட்டான். "இது என்ன! மூதாதை சௌதாஸ் நரமாமிசம் சாப்பிட்டவரா!"

"ஆமாம். ஆனால் அதற்கு முன்பாக இந்தச் சாபத்தைக் கேட்டுக் கோபமடைந்த சௌதாஸ் தானும் கோபத்தில் வசிஷ்டருக்குச் சாபம் கொடுக்க முயன்றார்."

"பிராமணனுக்குச் சத்திரியனின் சாபமா!" என்று கேட்டான் சத்ருகன்.

இந்தச் சாபம் பலிக்கக் கூடிய ஒன்றல்ல என்று தாழ்ந்த குரலில் வால்மீகி பதிலளித்தார். "ஆனால், சௌதாஸ் எரியச்செய்யும் திராவகத்தை வசிஷ்டர் மீது வீசி எறியத் துணிந்தார். அவரது மனைவி மதுவந்தி அவரைத் தடுத்து நிறுத்தினார். இருந்தாலும், பரபரப்பின் காரணமாக அந்தத் திராவகம் சௌதாஸின் காலில் விழுந்து கால் இரண்டும் தீய்ந்து போனது. அதிலிருந்து அவரது பெயர் கரிகாலன் என்றானது. நலமடைய நீண்ட பன்னிரண்டு ஆண்டுகாலம் தேவைப்பட்டது."

சத்ருகன் கொஞ்ச நேரம் எதுவும் பேசாமல் இருந்தான். "முனிவரே தங்களது கதையின் உட்பொருளை நான் நினைவில் கொள்வேன்; பிராமணர்கள், அரக்கர்கள் யாருடைய விசயத்திலும் அவசர முடிவு எடுக்க மாட்டேன்."

இந்தச் சமயத்தில் ஒரு சிறுமி வந்து வால்மீகியிடம் சொன்னாள், "மாமுனிவரே, ஜானகியின் வேதனை தீவிரமடைந்து விட்டது, ஆத்ரேயி மிகவும் கவலையாக இருக்கிறார், தங்களுக்குத் தகவல் தரச் சொன்னார்."

வால்மீகி கலங்கிய கண்களுடன் சத்ருகனைப் பார்த்தார், அவரது கண்களில் ஏதோவொரு ஏக்கம்.

சத்ருகன் சில கணங்கள் மாமுனிவரின் விழிகளையே பார்த்து விட்டு அதிலிருந்து பார்வையை விலக்கினான், அவனுக்கு மிகுந்த வருத்தமும் குழப்பமும் உண்டானது. பின்னர், "என்னை ஓய்வெடுக்க அனுமதியுங்கள்" என்று சொல்லிவிட்டு விரைவாகக் குடிலுக்குள் போய்விட்டான்.

இரவு நடுச்சாமத்தில் சீதை இரண்டு ஆண்பிள்ளைகளைப் பெற்றெடுத்தாள். ஆனால், இந்தப் பிரசவம் சுலபமாக அமையவில்லை. முப்பது வயதில் முதல் பிரசவம் அனுகூலமாக இல்லை. பனிக்குடம் உடைந்த பின்னும் நீண்டநேரம் கழித்தே பிரசவம் தொடங்கியதால் அனைவருமே கவலையுற்றனர். தாங்க முடியாத வேதனையில் ஜானகி நிலைகுலைந்து போய்விட்டாள்.

சிறிய மூங்கில் குச்சியைக் கொண்டுவந்தாள் மருத்துவச்சி, அது

தொப்புள்கொடியைத் துண்டிக்கப் பயன்படும். பக்கத்து ஆசிரமத்திலிருந்து அனுபவம் வாய்ந்த பிரம்மவைத்தியரை அழைத்துக்கொண்டு வந்தார் வால்மீகி. அவர் பிரசவ அறைக்கு வெளியில் அமர்ந்துகொண்டு திரும்பத் திரும்ப உத்தரவிட்டுக் கொண்டிருந்தார். “ஜானகியின் கால்களை மடக்கிப் படுக்க வையுங்கள், கால்பாதங்கள் நேராக இருக்க வேண்டும். இந்த நிலையில் படுத்தால் கர்ப்பிணிகள் மூச்சை வலுவாக உள்ளிழுத்து மெதுமெதுவாக வெளியிடுவார்கள், சுவாசிக்கும்போது அடிவயிறு விரிவடையும், இந்த மூச்சுப்பயிற்சி கர்ப்பிணிகளின் உடல் உபாதைகளைக் குறைக்கும்.”

உடலில் இவ்வளவு வேதனையை ஜானகி எப்போதும் அனுபவித்ததில்லை. இந்தக் கடுமையான வலியுடன் மான் தோலால் போர்த்தப்பட்ட தாழ்வானப் படுக்கையில் உறவினர்கள் யாருமின்றி படுத்தபடியே அவள் மனதில் ஏதேதோ எண்ணங்கள் பிறந்தன. யாருக்காக அவள் இவ்வளவு வேதனைப்படுகிறாளோ, அந்தக் குழந்தை அவளது கர்ப்பத்தில் இருந்தாலும் அது உண்மையில் இசவாகு வம்சத்தின் வாரிசு, இராமச்சந்திரனே அதன் பாதுகாவலன், அவர்கள் பிரசவத்திற்குப் பிறகு குழந்தையைக் கொண்டுபோக விரும்பினால், சீதையால் ஒன்றும் செய்ய முடியாது. அவளுடைய கருவறை இசவாகு அரசவம்சத்தின் ஒரு பித்தளைப்பாத்திரம், தேவையைப் பொறுத்து அவர்கள் வைப்பதைத் தேவைக்கேற்ப அவர்கள் எடுத்துப் போய்விடுவர், பித்தளைப்பாத்திரத்திற்கு எந்தக் கோரிக்கையும் இல்லை, உரிமையும் இல்லை, பாத்திரம் வேதனையில் சத்தம் மட்டுமே எழுப்பும். படைகளின் வருகை மற்றும் போர்க்கருவிகளின் இரைச்சலால்தான் சீதையின் நலமின்மை தொடங்கியது, தொடர்ந்து சத்ருகனின் வருகைச் செய்தி அவள் காதுக்கு வந்தது. அன்பிற்கினிய கொழுந்தனின் முகத்தைக் காணும் ஆசையில் நீண்ட நேரம் அவள் காத்திருந்தாள், ஆனால் அவன் வரவில்லை. ஆசிரமத்தின் ஆண்கள் பெண்களுக்கிடையில் இதுகுறித்து தீவிர வியப்பு உண்டாயிற்று. அவர்கள் கருணை நிறைந்த கண்களால் சீதையைப் பார்த்தனர், இந்த கருணையால் மிகவும் அவமானமடைந்து அவளது உடல் நடுங்கியது. அயோத்தியின் மகாராணி பிள்ளைப்பேறு அடைந்து அயோத்தியின் அரச குமாரனைப் பெற்றெடுப்பதற்காக வேதனைப்படுக்கையில் படுத்திருக்கிறாள், சத்ருகன் சில அடி தூரத்தில் தங்கியிருந்தும் அவளைக் காண வரவில்லை. சத்ருகனால் சுயமாக இந்த முடிவை எடுக்க முடியுமா என்ன! அவனைப் போன்ற நல்லெண்ணம் கொண்ட, பணிவான, விசுவாசமுள்ள இளவரசனால் இதைச் செய்ய இயலாது, அப்படியென்றால் இராமச்சந்திரனின் தடை இருக்கிறது, அந்தத் தடையுத்தரவை மீறுவதற்கான சாத்தியம் அவருக்கு இல்லை.

ஐயோ, கணவனே, உமது கெட்டநாட்களில் உடனிருந்தாளே, மிகுந்த அன்பான வார்த்தைகளைப் பேசினாளே, உங்களுடைய நலனுக்காக எந்தவொரு காரியத்தையும் செய்யத் தயாராக இருந்தாளே, அந்த ஜானகி இன்று எவ்வளவு இரக்கமற்று நடத்தப்படுகிறாள்! பிள்ளைப் பேற்றின்போதே எனது மரணம் நிகழ்ந்துவிடட்டும் கடவுளே. இன்னும் மோசமான நாட்களைப் பார்ப்பதற்கு முன்பாக, அந்த இரக்கமற்ற வஞ்சகக் கணவனின் முகத்தைக் காண்பதற்கு முன்பாக பூமித்தாயுடன் நான் ஐக்கியமாகிவிடலாம். குழந்தைகள் பிறந்த பிறகு எனது மரணம் நிகழ்ந்தால் சத்ருகன் அதன் பொறுப்பை ஏற்றுக் கொள்வான், காக்கையின் கூட்டைவிட்டு குயில் தனது சொந்த இனத்திற்குத் திரும்பிவிடும். நான் உயிரோடு இருந்தால் இந்த வன வாசத்தில் குழந்தையும் வேதனையை அனுபவிக்க வேண்டும்.

நீண்ட நேரமாக சோதனை செய்து செய்து மருத்துவச்சியின் முகத்திலும் கண்ணிலும் ஆச்சரியத்தின் ரேகை படிந்தது. அவள் வெளியில் வந்து பிரம்மவைத்தியரிடம் சொன்னாள், "குழந்தையின் தலை கீழே வந்துவிட்டது, ஆனால் இரண்டு தலைகள் உள்ளன, எனக்கு ஒன்றும் விளங்கவில்லை."

வைத்தியரும் குழம்பிவிட்டார். "என்ன சொல்கிறாய்! குழந்தைக்கு இரண்டு தலைகள் இருக்குமா என்ன? உனது புத்தி கெட்டுப்போய் விட்டது, மீண்டும் பார்" என்றார்.

"இல்லை முனிவரே, நான் அச்சமடைகிறேன். இயற்கைக்கு அப்பாற்பட்ட எந்தவொன்றும் ஜானகியை ஆட்கொள்ளவில்லை இல்லையா" என்று கேட்டாள் மருத்துவச்சி.

"ச்சீ, என்ன பேசுகிறாய், போ மீண்டும் பரிசோதித்துப் பார்."

"தந்தையே, நான் பீதியிலிருக்கிறேன், உண்மையாகவே சொல்கிறேன், இரண்டு தலைகளைக் கொண்ட குழந்தையை நான் எப்போதும் பார்த்ததே இல்லை, இந்த அரசி அரக்கர்களின் அரண்மனையில் இருந்தாள், அந்தக் குற்றத்திற்காகக் கணவனால் கைவிடப்பட்டவள். இப்போது இவளைத் தீயசக்தி ஆட்கொண்டிருக்கலாம்."

ஆத்ரேயி வந்து மருத்துவச்சியை வெளியில் பார்த்து, "நீ இங்கே என்ன பிதற்றிக்கொண்டிருக்கிறாய், ஜானகியிடம் செல்" என்றாள்.

மருத்துவச்சி பீதியடைந்த குரலில் சொன்னாள். "அம்மா, எனக்கு பயமாக இருக்கிறது, இந்த மகப்பேறு சாதாரணமானது இல்லை, அவள் கருவில் இருக்கிற குழந்தைக்கு இரண்டு தலைகள்."

"என்ன!" ஆத்ரேயி அதிர்ச்சியுடன் கேட்டாள்.

"ஆமாம் அம்மா, இந்தப் பெண்ணைக் கணவர் கைவிட்டு விட்டார், அரக்கர்களின் அரண்மனையிலும் இருந்தாள், அந்தக் குழந்தை இயல்பானது இல்லை, பாதுகாப்பற்ற இந்தப் பெண்ணின் கர்ப்பத்தில் ஏதோ தீயசக்தி புகுந்துவிட்டது."

ஆத்ரேயி இரண்டு கண்களால் மருத்துவச்சியை எரித்துவிடுவது போல பார்த்துக்கொண்டே கூறினாள். "கேள் மருத்துவச்சியே! நீ ஒரு முட்டாள் அதனால்தான் இப்படியெல்லாம் பேசுகிறாய். உனக்குத் தெரியாது சில ஒளிமிக்கப் பெண்கள் தங்களைத் தாங்களே தற்காத்துக் கொள்வர், கணவன் காப்பாற்றவில்லை என்றாலும் கூட இவள் இராவணனுக்கு வசப்படவில்லை, அதுமட்டுமன்றி அவளது அசைக்க முடியாத மனவலிமையே இராவணனது அழிவுக்குக் காரணமாகிவிட்டது. இப்போதும் இவள் தன்னைத்தானே தற்காத்துக் கொள்ளக் கூடியவள், இவளுக்குச் சேவை செய்தால் உனக்குப் புண்ணியம் கிடைக்கும், பிராமணர்களின் வாக்கில் கொஞ்சமாவது உனக்கு மரியாதை இருந்தால் கேள், இந்தப் பெண் ஓர் அதிசயப் பிறவி, இவள் தானே தீமைகளை அழிப்பவள், எந்தவொரு தீய சக்தியும் இவளைத் தீண்டக்கூடத் துணிய முடியாது. வா, குழந்தையின் தலையை எனக்குக் காட்டு."

பிரம்மவைத்தியர் அசௌகரியத்துடன் வெளியில் அமர்ந்து கொண்டிருக்கிறார். மருத்துவச்சி ஒரு மோசமான சூழ்நிலையை உருவாக்கி விட்டாள். ஆனால் அவளது பணியில் அவள் அனுபவம் வாய்ந்தவள்தான், இரண்டு தலை என்று ஏன் சொன்னாள். உள்ளிருந்து பிரசவவேதனையின் அலறல் விட்டு விட்டுக் கேட்கிறது. சீதை மிகவும் வேதனைப்படுகிறாள்.

இரவு நடுச்சாமத்தில் இரத்தம் தோய்ந்த ஒரு சிறியதலை காட்டெருமையைப் போல வெளிவரத் தொடங்கியது, சிக்கலில்லாமல் ஆனால் மிக மெதுவாக. மேலும் எல்லாவற்றையும் சகித்துக் கொள்ளக் கூடிய ஜானகி இப்பொழுது வேதனையில் மிருகத்தனமாக அலறுகிறாள், கொஞ்சம் கொஞ்சமாகத் தலை வெளியே வருகிறது. சுமார் மூன்று நாழிகைகளாக நீண்டநேரம் கடந்து கதவைத் திறந்தாள் ஆத்ரேயி, உற்சாகமான முகத்துடன் பிரம்மவைத்தியரிடம் கூறினாள், "ஆரியரே, ஜானகி இரட்டைக் குழந்தைகளைப் பெற்றெடுத்திருக்கிறாள், ஏ, சபளா, உத்தமா யாராவது இருக்கிறீர்களா மாமுனிவருக்குத் தகவல் சொல்லுங்கள், சங்கநாதம் செய்யுங்கள்."

குற்ற உணர்ச்சியின் வேதனையில் இருந்த சத்ருகன் உறக்கமற்று

படுக்கையில் படுத்தபடி தொடர்ச்சியாகக் குலவைச் சத்தமும் சங்கநாதமும் கேட்டு பிரசவம் சிக்கல் ஏதுமின்றி ஆகிவிட்டது என்பதைப் புரிந்துகொண்டான். ஆனால், ஜானகி எப்படி இருக்கிறாள்! ஐயோ நான் எவ்வளவு கொடூரமானவன், அண்ணனின் உத்தரவுக்காக மிருகங்களை வதைப்பது போல ஜானகியிடம் நடந்துகொள்கிறேன். வம்சத்தின் முதல்வாரிசின் முகத்தைப் பார்ப்பதற்கு அவனுக்கு மிகவும் ஆவலாக இருந்தது. அந்த மகிழ்ச்சியான நேரத்தில் உணர்வற்றுப் படுத்துக்கிடந்தான் அவன், தான் விழித்திருப்பதை யாரும் அறிந்துகொள்வதை விரும்பவில்லை, அப்படி அறிந்து கொண்டால் இந்த விசித்திரமான விசயம் வெளிப்பட்டுவிடும்.

இரவின் இருட்டில் தொடர்ந்து குழந்தைகளின் அழுகுரல் கேட்டு அதனுடன் தானும் சேர்ந்து கொள்ளத் தோன்றியது சத்ருகனுக்கு, இந்த அழுகை அயோத்தியில் அரண்மனையின் ஆசையும் மகிழ்ச்சியுமற்ற பேரரசனின் காதுகளைப் போய்ச்சேருமா? எவ்வளவு பெரிய மகிழ்ச்சியை அவர் இழந்துவிட்டார் என்பதைக்கூட அவரால் அறிந்துகொள்ள முடியவில்லை.

முன்பிருந்தே சேகரித்து வைத்திருந்த தர்ப்பைப் புற்களைக் கொண்டு வால்மீகி அந்த இரவில் தன் கைகளாலேயே தீய சக்திகளை அழிக்கும் காப்பினைச் செய்து, கவனமாக அதைப் புதிதாகப் பிறந்த குழந்தைகள் இரண்டின் உடம்பிலும் தடவுமாறு கட்டளையிட்டார். "முதலில் பிறந்த குழந்தையின் உடலில் இந்த மந்திரிக்கப்பட்ட தர்ப்பைப் புல்லின் முன்பகுதியால் தடவு, அவன் பெயர் குசன் ஆகும். அடுத்துப் பிறந்தவனது உடலில் தர்ப்பைப் புல்லின் பின் பாகத்தைக் கொண்டு தடவு. அவன் பெயர் லவன் ஆகட்டும்!" என்றார் அவர்.

பிறக்கும்போதே இந்தக் குழந்தைகள் இரண்டிற்கும் அழகான தோற்றம்; வழக்கமாக, பிறந்த உடனேயே குழந்தைகள் அழகாகத் தெரிவதில்லை. ஆனால், இவர்கள் விதிவிலக்கு. வால்மீகி குழந்தைகள் இரண்டையும் இரண்டு கைகளால் தூக்கிக்கொண்டு ஒவ்வொன்றாகத் தலையை முகர்ந்தார். இவர்களிடம் ஒரு முன்னில்லாத உறவை உணர்ந்தார் அவர். இது என்ன! அவர் குடியானவர்களைப் போல பாசவலையில் மாட்டிக்கொண்டாரா?

இரவின் கடைசிபாகத்தில் ஆசிரமத்தினர் உறங்கிப்போய் விட்டனர். கருவறையின் சூட்டில் பாதுகாப்பாக இருந்த இடத்தை விட்டு விசித்திரமானதோர் உலகத்திற்குள் வெளிவந்த திகைப்புடன் இருந்த லவனும் குசனும் சுத்தம் செய்யப்பட்டு கம்பளி மற்றும்

பட்டுத்துணியால் சுற்றிவைக்கப்பட்டுள்ளனர். அறையின் ஒருபுறத்தில் திகுதிகுவென எரிகின்ற கரித்துண்டு மண்பானையில் வைக்கப்பட்டுள்ளது.

வழக்கமாக, சூரிய உதயத்திற்கு முன்பாகவே இந்த ஆசிரமத்தின் உறக்கம் கலைந்துவிடும். ஆனால், இன்று அனைவருமே எழுவதற்குச் சற்று நேரமாகிவிட்டது. காலைக் குளியலையும் ஹோமத்தையும் முடித்துவிட்டு வால்மீகி முதலில் பிரசவ அறையில் தூங்கும் லவனையும் குசனையும் ஆசீர்வதித்தார், ஜானகியும் உறங்கிக் கொண்டிருந்தாள் அப்போது. அதன்பின்னர் சத்ருகனைச் சந்தித்தார். இப்போதுதான் முதன்முதலில் சத்ருகனிடம் ஜானகிக்கு இரட்டைக் குழந்தைகள் பிறந்துள்ள தகவலைச் சொன்னார் அவர், இரவு வேளையிலேயே இந்தத் தகவலைச் சொல்லியிருக்க இயலும். ஆனால், இந்த விசயத்தில் சத்ருகனின் அளவுக்கதிகமான அலட்சியத்தால் வால்மீகி விரக்தியில் இருந்தார். ஜானகி நாடு கடத்தப்பட்டிருக்கலாம்; ஆனால், சத்ருகன் அங்கே வந்துவிட்டு, வம்சத்தின் முதல் வாரிசு பிறக்கப்போவதைப் பற்றியும் ஜானகியின் உடல்நிலை சரியில்லாததைப் பற்றியும் எல்லாவற்றையும் அறிந்து கொண்டும் அவன் ஒரு கேள்வியும் கேட்கவில்லை, ஜானகியைச் சந்திக்கவில்லை, அவர்களுக்காக எந்தப் பரிசுப் பொருட்களையும் கொண்டு வரவில்லை. குடும்பமற்ற முனிவரின் தோள்களில் அரசப்பெண்ணின் அனைத்துப் பொறுப்புகளையும் சுமத்துகின்ற இந்த மாதிரியான குருட்டுத்தனத்தை அவர் இதற்கு முன்பு பார்த்ததேயில்லை. இதுபோன்ற செயல்கள் மனிதத் தன்மையற்றவை. இந்த இசுவாகு வம்சத்தின் புதல்வர்கள் கற்றறிந்த நல்லாட்சியாளர்களாக இருந்தாலும் இவ்வளவு இதய மற்றவர்களா என்பதை அவரால் யோசித்துக்கூடப் பார்க்க முடியவில்லை.

பிரசவ செய்தியைக் கேட்டு, "என்னுடைய அன்பு முத்தங்களை அவர்களுக்குத் தங்கள் வழியாகத் தெரிவிப்பதற்கு அனுமதியுங்கள்" என்றான் சத்ருகன்.

வால்மீகி கோபமடைந்து ஆச்சரியத்துடன் அவனைப் பார்த்தார். சத்ருகன் கீழே பார்த்தபடி கூறினான். "நான் கையாலாகாதவன், சத்தியத்துக்குக் கட்டுப்பட்டவன், லவகுசன் அல்லது ஜானகியுடன் எனது சந்திப்பு தடைசெய்யப்பட்டுள்ளது."

குழந்தைகளின் அலறலில் சீதையின் உறக்கம் கலைந்தது, ஆனால் உடல் முழுவதும் அளவற்ற சோர்வு; கண்கள் மீண்டும் மூடிக்கொள்ள விரும்பின. மருத்துவச்சி அவளது முந்தைய முட்டாள்தனத்திற்காக

இப்போது வருந்துகிறாள். அவள் நெருங்கி வந்து சீதையிடம் கூறினாள், "குழந்தைகள் சாப்பிட விரும்புகின்றனர், கதகதப்பை வேண்டுகின்றனர், அவர்களை ஒவ்வொருவராக உங்களது மார்பில் வைத்துக்கொள்ளுங்கள். காம்பில் வாயை வைத்து, பால் குடிக்கக் கற்றுக்கொடுங்கள்."

சீதை அப்படியே செய்தாள், இதற்கு முன்பில்லாத ஓர் அன்பு மனதில் தோன்றி மீண்டும் கலந்துவிட்டது; உட்கார்ந்தபடி லவனை மடியில் வைத்துக்கொண்டே சீதை தூங்கத் தொடங்கிவிட்டாள்.

வால்மீகி சத்ருகனிடம் கேட்டார், "லவனாசுரனைப் பற்றி எனக்குச் சொல், தொலைதூரத்திலுள்ள அந்த நாட்டிற்கான பயணம் தவிர்க்க முடியாததாக ஆனது எதனால், மேலும் எதற்காக இந்தப் பணிக்காக நீ தேர்ந்தெடுக்கப்பட்டாய்?"

சத்ருகன் பேச்சை மாற்றியதும் நிம்மதியடைந்தான். "நாங்கள் மதுப்பூர் நகருக்குச் செல்கிறோம், அங்கே கடந்தகாலத்தில் மது என்னும் பெயருடைய ஒரு வீர அனார்யன் ஆரியர்களின் மேலாதிக்கத்தை ஏற்று அரசை நிறுவினான். மது அனைத்து தெய்வங்களையும் அருகிலிருந்த வனங்களில் வாழ்ந்த பிராமணர்களையும் நிறைவுடன் வைத்திருந்தான். உருத்திரன் அவனுக்கு ஒரு பகைவர்களை அழிக்கும் சூலத்தைப் பரிசளித்துவிட்டு, எத்தனை நாட்களுக்கு நீ தெய்வங்களையும் பிராமணர்களையும் பகைத்துக் கொள்ளாமல் இருக்கிறாயோ அத்தனை நாட்களுக்கு இந்தச் சூலம் வேலை செய்யும் என்று கூறினார். மது அவனது வம்சத்திற்கு என்றென்றைக்கும் அந்தச் சூலம் நிலைக்க வேண்டும் என்ற வரத்தை விரும்பினான். இது என்றென்றைக்கும் நிலைத்திருக்காது, உனது மரணத்திற்குப் பிறகு உன்னுடைய ஒரு மகன் இந்த ஆயுதத்திற்கு உரிமையுடையவன் ஆவான் என்று கூறினார் மகாதேவன். அந்த மகன் லவனாசுரன். குழந்தைப்பருவத்திலிருந்தே அடங்காதவனாக இருந்த இந்த அசுரன் அவனது மாதுலவம்சத்தின் பாவங்களைப் பெற்று விட்டான்.

வால்மீகி ஒரே மனதுடன் கேட்டுக்கொண்டிருந்தார், வாய் திறந்து கேட்டார், "மாதுலவம்சமா? எந்த குலம்?"

"இராவணனின் வம்சம். லவனின் தாய் கும்பீனசி இராவணனின் சகோதரி, மது அவளைக் கடத்திக்கொண்டு வந்துவிட்டான். இராவணனின் பகைமைக்கு பயந்துதான் மது ஆரியர்களுடன் நல்லுறவைப் பேணியிருக்கலாம். சகோதரியைக் கடத்தியதால் ராவணன் முதலில் கோபமடைந்து மதுபுரியைத் தாக்கவும் வந்தான், லவன் மற்றும் கும்பீனசி பற்றிய அச்சத்தினால் முன்போலவே தடுக்கப்பட்டான். லவன் இப்போது மதுபுரியின் அரசன். அவன்

நாள்தோறும் பல்லாயிரக்கணக்கான சிங்கங்கள், புலிகள், விலங்குகள், பறவைகள் மற்றும் மனிதர்களைக் கொன்று தின்கிறான். குறிப்பாகத் தவம் செய்யும் பிராமணர்கள்தான் அவனால் துன்புறுத்தப்படுகின்றனர். அவர்களது கோரிக்கையின் பேரில் ஸ்ரீராமச்சந்திரன் இந்தப் பொறுப்பை ஏற்றுக்கொண்டு லவனைக் கொன்று ஆரிய ராஜ்ஜியத்தை உருவாக்கும் சுமையை என் மீது சுமத்தியுள்ளார்" என்றான் சத்ருகன்.

அளவுக்கதிகமான மாமிசம் உண்ணும் வேட்கையால் பல இடங்களில் வன்முறை தோன்றுகிறது என்று கூறிய வால்மீகி தொடர்ந்தார். "ஆரியர்களில் சைவ உணவு உண்ணும் பிராமணர்களே எல்லோரையும்விட அகிம்சையாளர்கள். சத்திரியர்கள் அனார்யர்களைப் போலவே நரமாமிசத்தைத் தவிர அனைத்துவித உயிர்களையும் உண்கின்றனர், ஆனால் அனார்யர்கள் நரமாமிசம் உண்பவர்கள். வனவாசம் செய்யும் பிராமணர்களின் அமைதி இதனால்தான் தடைபடுகிறது. இது தேவையே இல்லாதது. வனத்தின் வளங்களையும் நிலத்தின் மீதான உரிமையையும் பகிர்ந்து கொள்வதில் ஆரியர்களுக்கும் அனார்யர்களுக்கும் இடையில் பகைமை இருக்கத் தான் செய்கிறது. இந்த வன்முறைக்குத் தீர்வாக அனார்யர்களை அழிக்கின்ற ஆரிய அரசனின் முயற்சியும்கூட வன்முறை வழியிலானதுதான். வன்முறையின் பாதை எவ்வளவு ஆபத்தானது மற்றும் தன்னையே அழித்துக்கொள்ளக்கூடியது என்பதை என்னைவிட நன்றாகத் தெரிந்தவர்கள் யாரும் இருக்க முடியாது."

ஆறு

வனத்தின் அதிகாரம் கூர்மையான ஆயுதங்களில்

“இராவணனைப் போன்ற மாவீரன் இலட்சக்கணக்கான சிறந்த தேர்ச்சி பெற்ற வீரர்களுக்குத் தலைமையேற்றிருந்தும் இராமனது வானரப்படையின் கைகளால் கொல்லப்பட்டது ஏன்?” என்று கரன் வினவினான்.

மலைக்குகைகளில் வசிக்கும் கரிய மனிதர்கள் நெருப்பின் நாற்புறங்களிலும் அமர்ந்து கதை பேசிக்கொண்டிருந்தனர், வாருணியும் சதர்க்கனும் அவர்களில் நடுநாயகமாக அமர்ந்திருந்தனர். நடுவில் ஒரு மண்பானையில் மைரேய மது வைக்கப்பட்டுள்ளது, சால்மர இலையால் சுற்றப்பட்ட கலயத்தில் மைரேயத்தைத் தெளித்து அதைப் பொறுமையாக ஒரு முத்தமிட்டு சதர்க்கன் கூறினார், “இராவணன் மாவீரனாக இருந்தாலும் அவனது பிழையாக இருந்தது பெண் மோகம். சீதையைக் கடத்தியதால் கோபமடைந்த இராமச்சந்திரனின் முன்னால் எந்தத் தடையும் துச்சமாக இருந்தது. கடந்தகாலத்தில் இராவணன் வன்புணர்வு செய்த எண்ணற்றப் பெண்களின் ஒட்டுமொத்த சாபமே அவனது அழிவை விரைவுபடுத்தியது.”

வனத்தின் சுதந்திரமான சூழ்நிலையில் சிறு குழுவில் வளர்ந்து வரும் பெண்கள் திகைத்தனர். “இது என்ன! இராவணன் வன்புணர்வு செய்தானா, அதுவும் ஆயிரக்கணக்கான பெண்களை!” என்று வினவினாள் மித்ரா.

வாருணி பதிலளித்தாள். “ஆம் தாயே, பல்வேறு நாடுகளையும் சுற்றிவிட்டு வந்த இராவணனின் விமானம் கடத்தி வரப்பட்ட பெண்களுடன் இலங்காபுரியில் தரையிறங்கிய, முன்னெப்போதும் நிகழ்ந்திராத அந்த நாளை என்னால் இந்த வாழ்க்கையில் மறக்கவே முடியாது. இராவணன் சென்ற இடங்களில் கண்ட அழகான

பெண்கள் அனைவரையும் வலுக்கட்டாயமாக விமானத்தில் ஏற்றிக் கொண்டு வந்துவிட்டான். அந்தப் பெண்கள் அனைவரும் பயத்தாலும் அவமானத்தாலும் அழுதுகொண்டிருந்தனர், கூட்டாக அவர்கள் சாபமிட்டனர். இக்கொடுஞ்செயலின் விளைவாக அவனது செல்வமும், புகழும் குலநாசம் அடையும் என்று வீடணன் தான் அவனிடம் கூறினான்.

வேதவதி என்னும் பெயரில் பிருஹஸ்பதியின் பேத்தி மிக அழகானவளாக இருந்தாள், இமாலயக் காட்டுப்பகுதியில் அவளைத் தவக்கோலத்தில் கண்டு இராவணன் காம இச்சை கொண்டான். வேதவதி இராவணனை வரவேற்று விஷ்ணுவைக் கணவனாக அடைவதற்காக அவள் தவமிருப்பதாகக் கூறினாள். மேலும் பல தேவர்கள், கந்தர்வர்கள், யட்சர்கள் மற்றும் அரக்கர்கள் அவளை மணம் முடிக்க விரும்பித் தோல்வியுற்றுத் திரும்பிவிட்டனர். இராவணனும் திரும்பிச் செல்ல வேண்டும் என்றாள்.

பதிலுக்கு இராவணன் அவளது கூந்தலைப் பிடித்து இழுக்கத் தொடங்கினான், கையைப் பிடித்து இழுத்துத் தரையில் தள்ளி வன்புணரவும் செய்தான். வேதவதி இராவணனால் வன்புணரப்பட்ட பிறகு உயிரோடு இருக்க விரும்பவில்லை. அவள் நெருப்பை மூட்டி எரியும் சிதையில் உடலைப் பலியிட்டாள். வேதவதி மரணத்திற்கு முன்பு இராவணனை வதம் செய்வதற்காக அவள் யாரேனும் பக்தியுள்ள ஒருவரின் மகளாகப் பிறப்பாள் என்று சொன்னாள், அந்த வேதவதிதான் சீதையாவாள்.”

இளைஞர்கள் இந்த விளக்கத்தை ஏற்க விரும்பவில்லை. “வேதவதிதான் மறுபிறப்பில் சீதை என்பதை எப்படி ஏற்றுக்கொள்ள முடியும், சீதையின் வயது இப்போது முப்பத்து மூன்று அல்லது முப்பத்து நான்கு. இராவணன் அந்த நாட்களில் மிகவும் இளையவனாக இருந்திருப்பான், அப்போதும் அவன் வன்புணரும் வெறியில் இருந்தானா!” என்று கேட்டனர்.

வாருணி சொன்னாள், “இராவணன் இளமையிலிருந்தே பெண் பித்தனாக இருந்தான், பாதையில் எந்தப் பெண்ணைக் கண்டாலும் அவளைத் துய்க்காமல் விடமாட்டான். அவனுடைய நாட்டின் குடிமக்களது மனைவி, மகள் மீது மட்டும் அவனது தீய பார்வை இருக்கவில்லை, அவன் ஓர் அரசியல் வியூகவாதி. எவ்வளவு பெண்களைத் துய்க்கிறானோ அவ்வளவு ஆண்மை பெருகும் என்று அவன் நம்பினான். பெண்கள் மீது பலப்பிரயோகம் செய்த பிறகு புதிய பலம் பெற்று எழுவான். அரண்மனையில் மண்டோதரி

அன்புருவாய் இருந்தாள், தான்யமாலினி இருந்தாள், கணக்கற்றக் காமக்கிழத்திகளும் சேடிப்பெண்களும் இருந்தனர், என்றாலும் அரண்மனையின் அறைகளில் நாள்தோறும் ஒன்றிரண்டு பெண்களின் எண்ணிக்கை உயர்ந்து கொண்டே இருந்தது. வேற்றுப்பெண்களை வன்புணர்ந்து பெறுகிற இன்பத்தைத் தனது கைவசம் இருக்கும் பெண்களைக் கூடுவதனால் இராவணன் பெறவில்லை."

"ஆனால், இராவணன் மிகுந்த பக்தியும் கொண்டிருந்தான். கடுமையான தவத்தால் அவன் பிரம்மனைத் திருப்திப்படுத்தி வரம் பெற்றிருக்கிறான்" என்றான் சம்புகன்.

"ஆமாம், அவன் அதைப் பெற்றிருக்கிறான். அவன் அந்தக் கடுமையான பணியை நிறைவேற்றித் தன் தாய்வழிப் பாட்டன் சுமாலியைத் திருப்திப்படுத்தினான். அது மிகுந்த மகிழ்ச்சியான நாளாக இருந்தது. அப்போது இராவணனும் வேறுமாதிரியாக இருந்தான். இலங்காபுரி அச்சமயத்தில் அவனது சகோதரன் குபேரன் வசம் இருந்தது."

"அது எப்படி!" என்று மித்ரா வினவினாள், மைரேயம் குடித்ததால் அவளது கண்கள் இரண்டும் இரத்த நிறத்தில் இருந்தன.

வாருணியின் கண்கள் நினைவுகளில் மூழ்க, அவள் பேச்சைத் தொடர்ந்தாள். "இலங்காபுரியை உருவாக்கியது மால்யவான், சுமாலி மற்றும் மாலி என்னும் பெயர்களுடைய மூன்று வலிமைமிக்க சகோதரர்கள். அரக்கர்குலத் தந்தைக்கும் கந்தர்வத் தாய்க்கும் பிறந்திருந்தாலும் அவர்கள் சிறுவயதில் புறக்கணிக்கப்பட்ட ஒரு வியாதியைப் போலவே வளர்ந்தனர். ஆனால் அவர்கள் ஒருவருக்கொருவர் நம்பிக்கையும் வீரமும் பிரம்மனின் வரமும் பெற்றிருந்தனர். சுரர்களும், அசுரர்களும் வரம் பெற்ற இந்த மூன்று வலிமைமிக்க சகோதரர்களின் அடக்குமுறைகளால் மிகவும் கவலையுற்றனர். அவர்கள் இலங்காபுரியில் அரசை நிறுவி விஸ்வகர்மாவைக் கொண்டு இரத்தினங்கள் நிறைந்த அரண்மனையையும் கட்டிக்கொண்டனர். அவர்களின் சித்திரவதைகளைச் சகித்துக் கொள்ள முடியாத விஷ்ணு உத்தரகுருவிலிருந்து இறங்கி வந்து அவர்களுடன் போரைத் தொடங்கினார்."

விஷ்ணுவுடன் போர் என்றதும் இளைஞர்கள் உற்சாகமடைந்தனர். கண்டிப்பாக வஞ்சகத்தால் தோற்கடிக்கப்பட்டிருப்பார்கள் இராட்சச சகோதரர்கள்!

"ஆம், தோல்வியடைந்து அவர்கள் குடும்பத்தோடு தப்பியோட

நேர்ந்தது. மேலும், இலங்காபுரி விஸ்ரவனின் மகன் செல்வத்தின் அதிபதி குபேரனின் கீழ் வந்தது."

"அதன் பிறகு!" என்றாள் மித்ரா.

"அதன் பிறகு சுமாலி, மால்யவான் மற்றும் மாலி தலைமறைவாக இருந்துகொண்டே ஒவ்வொரு நாளும் பல தந்திரங்களைக் கையாண்டு நாட்டை மீட்க முயற்சி செய்தனர். இதற்கிடையில் சுமாலியின் மகள் கைகசி குமரியாகிவிட்டாள், ஒப்பற்ற அந்த அழகியைப் பயன்படுத்திக் கொள்ள அவளது தந்தையும் தந்தையின் சகோதரர்களும் கருதினர்."

"அது என்ன தந்திரம்?" சதர்க்கனும் ஆச்சரியமடைந்தார்.

வாருணி பேச்சைத் தொடர்ந்தாள். "குபேரனை ஆட்சியிலிருந்து அகற்றுவதற்கு அவர்கள் குபேரனின் தந்தை விஸ்ரவனுக்கு கைகசியை மணம் முடித்து வைக்கத் திட்டமிட்டனர். அவர்களின் ஆணைக்கிணங்கக் கைகசி ஆடைகளால் அலங்கரித்துக்கொண்டு தவம் செய்வதற்காக விஸ்ரவன் அரண்மனைக்கு வந்தாள். தன் வாயால் எதையும் சொல்லாமல் கைகசி தனது கட்டைவிரலால் தரையில் வரைந்து காட்டினாள். யார் நீ, எதற்காக வந்திருக்கிறாய்? என்று விஸ்ரவன் வினவினான். கைகசி தன்னை அறிமுகம் செய்து கொண்டு தந்தையின் கட்டளைக்கிணங்கத் தங்களிடம் வந்துள்ளேன், நோக்கத்தை அனுமானியுங்கள் என்றாள். அவளது வெட்கம் நிறைந்த பார்வையைக் கண்டு உனக்குப் பிள்ளை வேண்டும் போல் தோன்றுகிறது என்றான் விஸ்ரவன். சுமாலியின் மகளது கருவில் தனது மகன் பிறந்தால் அந்தச் சூழல் தன்னுடைய மூத்தமகன் குபேரனுக்குப் பாதகமாக அமையும் என்பதை விஸ்ரவன் உணர்ந்து கொண்டான். ஆனாலும், அழகிய கைகசியின் மீது அவனது இச்சை அதிகரித்தது. எல்லாவற்றையும் புரிந்து கொண்டாலும் விஸ்ரவனால் கைகசியைத் திருப்பியனுப்பவும் முடியவில்லை, எரிச்சலடைந்த அவன் அவசியமே இல்லாமல் கைகசிக்கு சாபமிட்டான், "நீ இனிய மாலைப்பொழுதில் கூடல் வேண்டி வந்திருக்கிறாய், அதனால் உனது மகன் மிகவும் கொடூரமான அரக்கனாக இருப்பான்." உடனே கைகசி அவரிடம் ஆண்டவரே எனக்குப் பொல்லாத மகன் வேண்டாம், தாங்கள் கருணை காட்டுங்கள் என மன்றாடி வேண்டினாள். கைகசியிடம் கருணை கொண்ட விஸ்ரவன் கடைசிப் புதல்வன் தர்மாத்மாவாக இருப்பான் என்றார்."

"அப்படியென்றால் கைகசியின் முதலாவது மகன்தான் இராவணனா?" என்று இளைஞன் சம்புகன் கேட்டான்.

"ஆம், அடர்நிறத்தில் பேருருக்கொண்ட இராவணன்

சீதாயணம்

மட்டுமல்லாது கைகசியின் கருவில் இருந்து கும்பகர்ணன், சூர்ப்பனகை மற்றும் வீடணனும் பிறந்தனர்" என்றாள் வாருணி.

"அப்படியென்றால் இவர்கள் வளர்ந்ததும் குபேரனுடன் தகராறு தொடங்கியதா?" என்று சதர்க்கன் கேட்டார்.

வாருணி கூறினாள், "இராவணச் சகோதரர்கள் மூவரும் பிரம்மனின் வரத்தால் வலிமை பெற்றதிலிருந்தே சுமாலி இலங்கையின் அதிகாரத்திற்காக இராவணனைத் தூண்டிவிட்டுக் கொண்டே இருந்தார். முதலில் இராவணன் மூத்த சகோதரன் குபேரனுடன் பகைகொள்ள விரும்பவில்லை. மெல்ல மெல்ல அவனுக்குள் குபேரனின் மீது பகையுணர்வும் நாடாளும் ஆசையும் பெரிதாக எழுந்தது. இராவணனின் தாய்மாமன் பிரகஸ்தன், வீரர்களுக்கு சகோதரப்பாசம் எதற்கு? தேவர்கள் அசுரர்கள் அனைவரும் தேவைப்படும்போது சகோதரத் துரோகம் செய்கின்றனர் என்றான். கடைசியில் இராவணன், இலங்காபுரி முன்பு அரக்கர்களுடையதாகத் தான் இருந்தது, எனது தாய்வழி பாட்டன் சுமாலி அங்கே ஆட்சியாளராக இருந்தார், இப்போது அந்த அரசை எங்களுக்குத் திருப்பியளித்து அறத்தைக் காக்க வேண்டும் என்று சொல்லி பிரகஸ்தனைத் தூதாகக் குபேரனிடம் அனுப்பிவைத்தான்."

"குபேரன் யுத்தம் செய்தானா?" என்று சதர்க்கன் கேட்டார்.

"இல்லை, குபேரன் வன்முறையை விரும்பவில்லை, தனவானாக இருந்தாலும் அவன் பேராசைக்காரனாக இருந்தான். என்னுடைய தந்தை அரக்கர்களே இல்லாத இந்த அரண்மனையை என்னிடம் கொடுத்தார், எனது பாதுகாப்பில் மீண்டும் ஏராளமான அரக்கர்கள் இங்கே வசிக்கத் தொடங்கினர். நான் எனது சகோதரன் இராவணனுக்கு இந்த இராஜ்ஜியத்தை கொடையளித்துவிட்டேன், அவன் கவலையின்றி அனுபவிக்கட்டும்" என்று அவன் கூறிவிட்டான்.

குபேரனின் பெருந்தன்மையைக் கண்டு அனைவரும் வியந்தனர். இராஜ்ஜியத்திற்காகத் தேவர்கள், அசுரர்கள் மற்றும் ஆரியர்களுக்கிடையில் இவ்வளவு பகைமையும் யுத்தமும் இருக்கும் இடத்தில், யுத்தமின்றி இராவணனைப் போன்ற பொல்லாத சகோதரனிடம் இராஜ்ஜியத்தை ஒப்படைப்பது ஒரு ஆச்சரியமான முன்னுதாரணம்.

இராவணனும் அவனது சகோதர- சகோதரிகளும் இதன் பிறகு ஒருவர் பின் ஒருவராகத் திருமணம் செய்துகொண்டனர். வாருணி வருணனைத் திருமணம் செய்தாள், அசுர மன்னன் வித்யுத்ஜின்னுடன் சூர்ப்பனகைக்குத் திருமணம் நடந்தது, மற்றொரு அசுர வேந்தனான

மயனாசுரனின் மகள் மண்டோதரியை இராவணன் மணம்முடித்தான். மண்டோதரியின் தாய் அப்சரா ஹேமா. மாமனார் மயாசுரனிடமிருந்து இராவணன் பல சக்திவாய்ந்த ஆயுதங்களைப் பெற்றான், பிற்காலத்தில் இந்த ஆயுதம்தான் இலட்சுமணனை வீழ்த்தியது. கந்தர்வ மன்னன் சைலூஷனின் மகள் சரமாவுடன் வீடணன் திருமணம் நடந்தது. வைரோச்சனின் மகள் வச்ரஜ்வாலாவைக் கும்பகர்ணன் மணந்தான். இவ்வாறு அசுரர்களுடனும் கந்தர்வர்களுடனும் திருமண உறவை ஏற்படுத்திக்கொண்டதால் இராவணனின் இராஜ்ஜியம் வலிமையடைந்தது. இராவணன் ஆட்சிக்கு வந்ததிலிருந்து இலங்காபுரியின் செல்வவளம் எவ்வளவு பெருகியதோ, எவ்வளவு போர்களில் இராவணன் வென்றானோ, அந்த அளவுக்கு அவன் மோசமானவனாகிவிட்டான். பிற பெண்களை வன்புணர்வது அவனுடைய விருப்பமான போதையாக இல்லாதிருந்திருந்தால் அவனது அழிவு இப்படி இருந்திருக்காது."

"அடடா, அந்த இலங்காபுரி எவ்வளவு அழகு! நான் ஒருமுறை அங்கே சென்றிருந்தேன். எனது கண்கள் இரண்டும் வியப்பில் விரிந்து இமைக்க மறந்து போயின" என்றார் சதர்க்கன்.

"எப்படி இருந்தது அந்த இலங்காபுரி? எங்களுக்கும் கூறுங்கள், நாங்கள் பிறந்ததிலிருந்தே வனத்தில் வளர்ந்தவர்கள், நகரத்தைப் பற்றி எதுவும் தெரியாது" என்று இளைஞர்கள் பலரும் கேட்டனர்.

சதர்க்கன் கூறினார், "இராஜவீதிகள் அகலமானதாகவும் அழகானதாகவும் இருந்தன, அரண்மனையும் கட்டடங்களும் வெண் மேகங்களை ஒத்திருந்தன, சில கட்டடங்கள் தாமரை வடிவிலும் இன்னும் சில ஸ்வஸ்திக் வடிவிலும் அமைக்கப்பட்டிருந்தன. வீடுகளில் இருந்து இசை, சலங்கையொலி, வேதம் படிக்கும் ஓசைகள் கேட்டுக்கொண்டிருந்தன."

லோமஸ் வியப்புற்று, "வேத பாடமா? அரக்கர்கள் வேதபாடம் படித்தனரா?" என்று கேட்டான்.

வாருணி அப்போது பதிலளிக்கத் தொடங்கினாள். "இலங்கையில் இராட்சசர்கள் மட்டும் வசிக்கவில்லை. அதுமட்டுமன்றி நீண்ட காலம் மாமுனிவர் விஸ்ரவரின் மகன் குபேரனின் ஆளுகையின் கீழ் இருந்ததால் இலங்கையின் இராட்சசர்களில் ஒரு பகுதியினர் பிராமணியத்தைப் பின்பற்றுபவர்களாக மாறிவிட்டனர். அதனால் தான் அரண்மனையில் இராவணன் ஒற்றர்களை நியமித்திருந்தான்.

ஆனால், பொதுமக்களிடமும் பரந்துவிரிந்த இன்னபிற

சாம்ராஜ்யங்களிலும் அவனுடைய நிர்வாகம் முறையாக ஒழுங்கமைக்கப்படவில்லை. அதனால்தான் இராவணனால் இராமனது வலிமையை மதிப்பிட முடியாமல் போய்விட்டது. இருந்தாலும் இராவணனும் அவனது வீரர்களும் மிகுந்த தந்திரம் மிக்கவர்கள். குபேரனின் யட்சர்களுடன் நடந்த போரில் இராவணன் தந்திரமான போர்வியூகத்தால் வெற்றி பெற்றான், யட்சர்களுக்கு வழக்கமான போர் உத்திகளைத் தவிர வேறொன்றும் தெரியாது. இராவணன் தெய்வங்களை மகிழ்ச்சியடைய வைத்திருந்தான், விலையுயர்ந்த ஆயுதங்களைச் சேகரித்து வைத்திருந்தான், ஒரு தந்திரமான போர்த்தலைவனாக இருந்தான், ஆனாலும் அவன் தோற்கடிக்கப்பட்டான்."

"அது சரி, இராவணனும் அவனது சகோதரர்களும் புதல்வர்களும் வழிபட்ட தெய்வங்கள் அனைத்தும் ஆரியர்களின் தெய்வங்கள் தானே, பிரம்மன் அல்லது இந்திரனை வழிபடுவது நம்மிடையில் வழக்கமில்லையே" என்று ஓர் இளைஞன் கேட்டான்.

"அரசகுடும்பத்தினரிடமும் உயர்குடியினரிடமும் ஆரியப் பண்பாட்டின் தாக்கம் மிக அதிகமாக இருந்தது, ஆரியர்களுடன் மோதல்போக்கும் அதிகமாக இருந்தது. மேலும், இராவணனின் உடலில் ஆரியப் பிராமணத் தந்தையின் குருதி இருந்தது" என்றாள் வாருணி.

சதர்க்கன் நினைவுகளில் மூழ்கிய குரலில் பேசினார். "இராவணனின் அந்த திவ்விய புஷ்பக விமானம், ஆஹா, வாருணி சொல், எவ்வளவு அற்புதமான தேர் அது!"

"இராவணனுடையது எங்கே, அது உண்மையில் குபேரனுடைய இரதம், அவனைப் போன்ற பெருஞ்செல்வந்தனால் மட்டுமே அந்த இரதத்தை மிகுந்த செலவில் செய்து முடிக்க விஸ்வகர்மாவை நியமிக்க முடியும்.

ஆமாம், இராவணன் அந்த இரதத்தைக் கைப்பற்றி வைத்துக் கொண்டான்.

புஷ்பக விமானம் ஆகாயத்தில் பறக்கும்போது பேரொலி உண்டாகும், அற்புதமான முறையில் அந்த வாகனத்தில் வாயுவானது சேமித்து வைக்கப்பட்டிருந்தது, வைடூரியப் படிகங்களாலும் பொன்னாலும் அலங்கரிக்கப்பட்ட விமானம் மனோவேகத்தில் செல்லக்கூடியது. விமானத்தில் பல நபர்கள் பயணிக்கும் திறனும் வியக்கும் வகையில் இருந்தது. அந்த விமானத்தில்தான் இராவணன்

கந்தர்வப் பெண்களைக் கடத்தி ஏற்றிக்கொண்டு வந்தான், பின்னர் இராமனும் அவனது சேவகர்கள் மற்றும் சீதையுடன் அந்த விமானத்தில்தான் அயோத்திக்குத் திரும்பினான்."

ஓர் இளைஞன் கொட்டாவி விட்டபடியே சொன்னான். "இப்போது அந்த இராவணனும் இல்லை, இராவண ராஜ்ஜியமும் இல்லை! அவனது குடிகளின் வழித்தோன்றல்களான நாமும் அழுக்கடைந்த குகைகளில் எலிகளைப்போல மறைந்துகொண்டு பழம்பெருமையைக் கதையடித்துக்கொண்டிருக்கிறோம்."

சதர்க்கன் நீண்டநேரம் அமைதியாக இருந்துவிட்டுப் பேசினார். "உண்மையில் நாம் சிறுசிறு குழுக்களாகப் பிரிந்து அதற்குள் ஒடுங்கிக்கிடக்கிறோம். ஆனால், ஆரியர்கள் அரசு உருவாக்கத்திற்காக ஒருங்கிணைந்து செயல்படுகின்றனர். பிராமணர்கள் மற்றும் நிலவுடைமையாளர்கள் இருவரது நலன்களையும் பாதுகாக்கின்றனர், அவர்களின் நலன்களைப் பாதுகாப்பதற்காக நாட்டையும் சிறப்பாக நிர்வகிக்கின்றனர்."

இளைஞன் லோமஸ் வினவினான். "ஏன், இலங்காபுரிக்கும் அயோத்திக்கும் இடையில் வளங்களிலோ அல்லது ஆட்சிமுறையிலோ ஏதேனும் வேறுபாடு உள்ளதா என்ன? இலங்கையின் அரண்மனைக்கு வெளியிலுள்ள நெடுங்கதவுகூட பொன்னாலானது என்பதை நீங்கள் சொல்லித்தான் நாங்களே கேட்டிருக்கிறோம்."

"அது உண்மைதான் எனினும் ஒரு நகரத்தின் வளமை மட்டுமே முழுமையானதல்ல. அச்செல்வங்கள் இராவணன் மற்றும் அவனது ஆட்களின் பெரும் வலிமையால் கொண்டு வரப்பட்டவை. ஆனால், அயோத்தியின் வருவாய் அமைப்பு அரசின் கருவூலத்திற்கு நிரந்தரமான வருவாய் ஆதாரமாக அமைந்துள்ளது. அவ்வகையில் தலைமுறை தலைமுறையாகச் செல்வம் வந்துகொண்டே இருக்கும். அயோத்தியின் ஒவ்வொரு குடிமகனின் வீட்டிலும் நிறைய வரி வசூலிக்கப்படுகிறது, நகரின் நாலாபக்கங்களிலும் பூந்தோட்டங்களுடன் கூடவே வயல்வெளிகளும் ஏராளம். இலங்கையில் வயல்வெளிகள் ஏதுமில்லை. இலங்கை பாதுகாப்பானதாக இருந்தாலும் அதற்கு வெளியில் உள்ள மக்களின் வாழ்விடங்களில் உழலும் இராட்சசர்களுக்குப் பாதுகாப்பிற்கான எந்த ஏற்பாடும் இல்லை. இதன் காரணமாக இந்தப் பூமியின்மீது நாம் எந்த வலுவான அதிகாரத்தையும் நிலைநாட்ட இயலவில்லை."

"ஏன், இங்கேதான் பிறந்தோம், இவ்வனத்தின் பழங்கள்,

கிழங்குகள், நீர், காற்று இவற்றை உட்கொண்டு நாம் வாழ்ந்து வருகிறோம், பின்னர் ஏன் நமக்கு அதிகாரம் இல்லை என்கிறீர்கள்!"

"அதிகாரம் இல்லை என்று சொல்லவில்லை. ஆனால் அந்த அதிகாரத்தை நிலைநாட்டுவதற்கான ஏற்பாடு இல்லை. நம் தலைகளுக்கு மேலே ஒற்றைக்குடையின் கீழ் ஆளும் அரசன் யாருமில்லை, எல்லைகள் வகுக்கப்பட்டு இந்தப் பிரதேசத்திற்குப் பாதுகாப்பு வழங்கப்படவில்லை. அதனால்தான் இந்த நயவஞ்சகப் பிராமண சன்னியாசிகள் படிப்படியாக நம்மை மூலையில் தள்ளி ஒடுக்குகிறார்கள்."

"இலங்கையின் அரசன் வீடணன் நம்முடைய அரசன் இல்லையா?" என மித்ரா வினவினாள்.

"இல்லை, அவனுடன் நம்மில் சிலர் இரத்த உறவுடையவர்கள், சிலர் அவனது ஆட்களின் வழித்தோன்றல்கள், அந்தக் காரணத்தால் நமக்கு இலங்கையின் அரசன் மீது ஒருவிதமான விசுவாசமும் உணர்ச்சிப் பிணைப்பும் உண்டு. ஆனால், நம்மை அவர்கள் குடி மக்களாகக் கணக்கில் கொள்வதில்லை, குடிமக்கள் என்னும் அடிப்படையில் விருந்துக்கோ அல்லது போருக்கோ எதற்குமே அழைப்பது இல்லை, நம்முடைய பாதுகாப்பிற்காக எதுவும் செய்வதே இல்லை."

சம்புகன் உணர்ச்சிவசமடைந்தவனாய் பேசினான். "மேலும் வீடணன்தான் இராமனின் கால்களைக் கழுவிக் குடிக்கிறானே, இராமன் நம் அனைவரையும் நசுக்கினாலும் அவன் ஒன்றும் பேச மாட்டான். சதர்க்கன்! நாம் நாமாகவே எதுவுமே செய்யமுடியாதா! வாழ்நாள் முழுக்க இப்படி மலை எலி போல ஓடித்திரிய வேண்டுமா!"

சதர்க்கன் ஆழ்ந்த யோசனையில் இருந்தவர், "என்ன செய்வோம்! நம்முடைய கூட்டத்தில் ஆண்களின் எண்ணிக்கை ஐம்பது, நம்மிடம் பாரம்பரியமான வில் அம்பு மற்றும் ஈட்டிகளைத் தவிர ஆயுதங்கள் இல்லை. வியூகங்கள் தெரியாது, இராமனின் பெரிய தேர்ச்சிபெற்ற படைகள் நினைத்த நேரத்தில் நம்மை நசுக்கிவிட முடியும். தற்காப்புக்காகவே நாம் எலிகளைப் போல வாழ்கிறோம்" என்றார்.

"இவ்வளவு நாட்களாக நாம் அதைத்தானே செய்து வந்திருக்கிறோம். ஆனால், சொந்த மண்ணின் மீது, தாய்நாட்டின் இந்த வாழ்விடத்தின் மீது நம்முடைய உரிமையைக் காப்பதற்கு நாம் இப்பொழுது புதிதாகச் சிந்தித்துத் தொடங்க முடியும். சம்புகன் சரியாகத்தான் சொல்லியிருக்கிறான்" என்றாள் மித்ரா.

சம்புகன் மித்ராவின் ஆதரவால் உற்சாகமடைந்தான். "நாம் எண்ணிக்கையில் குறைவாக இருந்தாலும் இந்த வனம் நமது விரல் நுனியில் உள்ளது; நாம் வனவிலங்குகளைக் கொண்டு சின்னச்சின்ன போர்ப்படைகளை உருவாக்கித் திடீர் தாக்குதல்களை நிகழ்த்த முடியும். ஆனால், எல்லாவற்றிற்கும் மேலாக ஆரியர்களால் கண்டு பிடிக்க முடியாத, இயற்கையால் பாதுகாக்கப்பட்ட அணுக முடியாத ஒரு வாழ்விடம் நமக்குத் தேவை" என்றான்.

சம்புகனின் வார்த்தைகள் இளைஞர்களிடையே உற்சாகத்தைப் பரவச் செய்தது. அவர்களுக்கு சதர்க்கன் மிகவும் பழமைவாதியாகவும் பிற்போக்குவாதியாகவும் தோன்றினார். சதர்க்கன் அவர்களின் மன நிலையைப் புரிந்துகொண்டாலும், "இந்தச் சாதாரண ஆயுதங்களைக் கொண்டு நீங்கள் நீண்ட நாட்கள் அவர்களுடன் போராட முடியாது. ஐம்பது நாட்களுக்குள் ஐம்பது ஆண்களும் மரணத்தைத் தழுவி விடுவோம்" என்றார்.

"கோழையைப் போல பிழைப்பு நடத்துவதைவிட அந்த வீரமரணம் மிகவும் கௌரவமானது" என்றாள் மித்ரா.

இந்த நேரத்தில் வாருணி, "சண்டையிட்டு உயிர்களை இழந்து எதைப் பெற விரும்புகிறீர்கள் நீங்கள்?" என்று கேட்டாள்.

சம்புகன் சொன்னான், "நீங்கள் சண்டையிடுவதற்கு மிகவும் பயப்படுகிறீர்கள். மேலும், நாம் தாக்காவிட்டாலும் அவர்கள் தாக்குவார்கள். தாக்குதல் தொடுத்துக் கொண்டுதானே இருக்கிறார்கள் எப்போதும். அதில் உயிர்களை இழக்கவில்லையா! அந்த இழப்பு இன்னும் துயரமானது வாருணி, எதிர்த்து நிற்க முடியாத அந்த மரணத்தை நாங்கள் விரும்பவில்லை. குறைந்தபட்சம் நான் விரும்பவில்லை. சொல்லுங்கள், நீங்கள் அனைவரும் சொல்லுங்கள் நீங்கள் எதை விரும்புகிறீர்கள்? எப்போது இராமனது படையினரின் வில்லிலிருந்து ஏவப்பட்ட அம்பு வந்து துளைக்கும் என்று எதிர்பார்த்துக் காத்திருப்பீர்களா, அல்லது வாழ்வதற்காகத் துணிச்சலான முடிவினை எடுப்பீர்களா?" அனைவரது பதற்றமான உற்சாகத்திற்கு இடையில் சதர்க்கன் சொன்னார், "அந்த முடிவை எடுக்கப் போனால் ஒரேநாளில் மொத்த குலமும் அழிந்து போகக்கூடும்."

"அது இப்போதும்கூட நடக்குமே" என்று இளைஞர்கள் சிலர் குரல் எழுப்பினர்.

ஒரு குழந்தை புதிதாக நடக்கக் கற்றுக்கொண்டு தள்ளாடும் கால்களுடன் நடந்து திரிந்துகொண்டிருந்தது, இந்தப் பாறைக்

குகையில் நடப்பது அதற்கு மிகவும் கடினமாய் இருந்தது, அது தப்'பென்று சம்புகனின் கால்களுக்கருகில் வந்து விழுந்துவிட்டது. சம்புகன் நொடியில் அதனைக் கைகளில் எடுத்துக் கொண்டான், மார்போடு அணைத்துக் கொண்டு அதன் அழுகையை நிறுத்தினான். அதன்பிறகு திடீரென்று இரண்டு கைகளால் அதனைத் தலைக்கு மேலே தூக்கிப் பிடித்துக்கொண்டு சொன்னான், "நாம் இறந்து போகலாம், ஆனால் இந்தக் குழந்தை வாழ்வதற்காக ஓர் அழகான வாழ்க்கையைப் பெறுவோம். வாழ்க்கை முழுக்க அது வெள்ளைப் படையினருக்குப் பயந்து ஓடித்திரிய தேவை இருக்காது. சொல்லுங்கள் நீங்கள் என்ன செய்யப் போகிறீர்கள்?"

அனைவரும் திகைத்துப் போய் அமர்ந்திருந்தனர். பின்னாலிருந்து ஒரு பெண் முன்னே வந்து சம்புகனுக்கு அருகில் நின்று நான் உன்னுடன் இருந்து சண்டையிடுவேன் என்றாள். அந்தப் பெண் தான் அக்குழந்தையின் தாய்.

அதன்பின்னர், மெல்ல மெல்ல அனைத்து இளைஞர்களும் சம்புகனின் பின்னே வந்து நின்றனர். மித்ரா எல்லோருக்கும் கடைசியாக அருகில் வந்து சம்புகனின் கைகளில் இருந்த குழந்தையைத் தனது கைகளில் எடுத்துக்கொண்டு சம்புகனின் ஒரு கையைப் பிடித்துக் கொண்டு நின்றாள்.

சில முதியவர்கள் தொலைவில் முன்னர் இருந்தபடியே அமர்ந்திருக்கின்றனர். பன்னிரண்டு-பதினான்கு குழந்தைகள் முன்பு போலவே விளையாட்டில் மும்முரமாக இருக்கின்றனர். அவர்களுக்கு முன்னால் எவ்வளவு பெரிய முடிவு எடுக்கப்பட்டிருக்கிறது என்பதை அவர்களால் நினைத்துக்கூடப் பார்க்க முடியாது.

சதர்க்கன் தொலைவில் அமர்ந்தபடியே இருக்கிறார், கண்களுக்கு முன்னால் அவரது தலைமைக்கு எதிராக ஓர் இளைய தலைவன், தொண்டைக்கு அருகில் வலிமிகுந்த ஒரு உருண்டை உருள்கிறது. இந்தப் பிடிவாதமான இளைஞர்கள் நெருப்பில் குதிப்பதற்காகத் தயாராகிவிட்டனர், மேலும் பிடிவாதக்காரனான ஓர் இளைஞன் அவர்களுக்கு வழிகாட்டி. திடீரென்று ஓர் ஆரியப் பிராமணனைக் கொன்றுவிட்டு இவர்கள் வன்முறைப் பாதையை எளிமையானதாகக் கருதுகின்றனர். அவரது எச்சரிக்கையை பொருட்படுத்தவில்லை இவர்கள். இவ்வளவு நாட்களாக அவர் எத்தனை சந்தர்ப்பங்களில் குலத்தைப் பாதுகாத்து வைத்திருக்கிறார், இன்று ஒரு நொடியில் அந்த நல்வழி காட்டிய வரலாறு மறந்து போய்விட்டது இவர்களுக்கு. அவருக்குத் தனது சொந்தக்குலத்தினரே நன்றியற்றவர்களாகத் தோன்றினர்.

மறுபுறம் இளைஞர்கள் அப்போது நெருப்பைச் சுற்றி நாலா புறமும் வட்டமாக நிற்கின்றனர். சம்புகனை நடுவில் நிறுத்தி அவர்கள் நெருப்பின் உச்சியில் கைவைத்துப் புரட்சிக்காகச் சபதமேற்கின்றனர். சம்புகன் அனைவருக்கும் கடமைகளைப் பகிர்ந்து கொடுக்கிறான். லோமஸிடம் சொன்னான், "நீ துணிச்சல் மிக்கவன், ஆபத்திலும் அஞ்சாதவன், உனக்கு ஒரு பெரிய பொறுப்பைத் தருகிறேன். நீ நமது குலத்தின் தூதுவனாக இருப்பாய், சக்தி வாய்ந்த இராட்சச மன்னர்களிடம் சென்று நிலைமையை விளக்குவாய். படை உதவி வேண்டுவாய். ஆயுதங்களையும் கவசங்களையும் உதவியாகக் கேட்பாய். போர்ப்பயிற்சி தருவதற்கான பொறுப்பேற்றுக் கொள்ளும்படி வேண்டுவாய்."

போராட்டத்தின் இலக்கை அடைய வேண்டுமானால் சம்புகனைத் தலைவனாக ஏற்றுக்கொள்ளத்தான் வேண்டும் என்பதை லோமஸ் புரிந்து கொள்கிறான். நான் எப்படிப் போவது என்று அவன் கேட்டான்.

சம்புகன் சொன்னான், விரைவாகச் சென்றாக வேண்டும், விரைவாகச் செய்தியைத் தெரிவித்துவிட்டுத் திரும்பியும் வரவேண்டும்.

ஆனால், குதிரை இல்லாமல் வேறெப்படி அது முடியும்! மேலும் விலையுயர்ந்த செல்வங்களும் நமது கட்டுப்பாட்டில் இல்லை.

மித்ராவின் முகத்தில் சட்டென்று வெளிச்சம் விளையாடியது. "எனக்கு ஒரு யோசனை தோன்றுகிறது. சிறிய பையன்கள் பெரிய நீண்ட நீண்ட குச்சிகளைக் கட்டிக்கொண்டு விளையாட்டு விளையாடுவார்களே அப்போது ஒவ்வொரு அடிக்கும் இடையிலான தூரம் நீண்டதாக இருக்கும். அப்படி மூங்கில் குச்சியின் உதவியுடன் நடந்தால் பாதையை விரைவில் கடக்க முடியும்" என்றாள் அவள்.

அனைவருமே இந்த யோசனையால் வியந்து போயினர். சம்புகன் சட்டென உற்சாகமாகக் குரல் எழுப்பியபடி, "அருமை, உண்மை மித்ரா, இது ஒரு சிறந்த யோசனையாக இருக்கும். ஆனாலும் இதை நாம் இரகசியமாக வைத்துக்கொள்ள வேண்டும், முடிந்தவரைக்கும் இரகசியமாகக் குச்சியில் ஏறிச் செல்ல வேண்டும். ஊருக்குள் இந்தக் காட்சி தேவையற்ற ஆர்வத்தைத் தூண்டாத வகையில் பார்த்துக்கொள்ள வேண்டும்."

கரன் இப்போது கேட்டான், "நான் என்ன செய்யவேண்டும்?"

சம்புகன் சொன்னான், "நீ குலத்தின் இளைஞர்களைக் கொண்டு போருக்கான ஏற்பாட்டிற்குத் தலைமை தாங்குவாய். ஒவ்வொரு

இளைஞனின் தற்காப்புத் திறனும் மேலும் சிறப்பாக அமையும் வகையில் நாள்தோறும் போர்-வியூகங்களைப் பயிற்சியளிப்பாய்.”

துந்துவி என்னும் இளைஞனுக்கு வனத்தைக் கண்காணிக்கும் பொறுப்பைத் தந்துவிட்டு சம்புகன் கூறினான், “நீ உன் விருப்பம் போல சிறுவர்கள் சிலரை உடன்வைத்துக் கொண்டு மக்கள் வசிக்கும் வனத்தைக் கண்காணிக்க வேண்டும், உங்களுடைய கண்காணிப்பு கழுகைப்போல எச்சரிக்கையுடன் இருக்க வேண்டும். ஆரிய முனிவர்களது ஆசிரமத்தின் ஒவ்வொரு அசைவும் உங்களுக்குத் தெரிந்திருக்க வேண்டும். ஒவ்வொரு புதிய நபரின் தபோவன வருகையையும் முனிவர்களின் நகரப் பயணத்திற்கான காரணத்தையும் கண்டறிய முயற்சிக்க வேண்டும். இந்த நொடியிலிருந்தே நீங்கள் ஒவ்வொருவரும் தனித்தனியாகப் பிரிந்து உங்களை மறைத்துக் கொண்டு சத்ருகன் மற்றும் அவனது படையினர் மீது பார்வையைச் செலுத்துங்கள். அவர்களின் ஒவ்வொரு அசைவும் உங்கள் கண்காணிப்பில் இருக்கட்டும்.”

மித்ரா முன்னே வந்து பேசினாள். “உங்களுடைய திட்டத்தில் பெண்களுக்கு எந்த இடமும் இல்லையா சம்புகா, எனக்கு எந்தப் பொறுப்பும் தரமாட்டாயா?”

சம்புகன் மித்ராவின் முகத்தைப் பார்த்தான். நீண்டநேரம் பார்த்துக் கொண்டே இருந்தான். இந்த மித்ராவை அவன் ஓர் அழகிய பெண்ணாக அறிவான். குலத்தின் அனைத்து இளைஞர்களுக்கும் மித்ராவுடன் பேசுவதோ அல்லது கேலி பேசிச்சிரிப்பதோ பெருமைக்குரிய விசயங்களாக இருந்தன. அந்த மித்ரா மாறிவரும் சூழ்நிலையில் இன்று சம்புகனிடம் எதையோ வேண்டுகிறாள். தகிக்கும் நெருப்பின் நடுவில் நின்றிருக்கும் இந்த வேளையிலும் மித்ராவின் வேண்டுதல் மனதிற்கு ஓர் ஆறுதலாக இருக்கிறது. மித்ரா விரும்பவில்லை என்றாலும் சம்புகன் அவளுக்கு என்ன பொறுப்பை வழங்குவானோ அதைச் சொல்கிறான். “நீதான் திட்டங்கள் அனைத்தின் மையம், ஒவ்வொரு நபரும் அவர்களது வேலை பற்றிய தகவலை அல்லது அறிந்துகொண்ட செய்தியை உன்னிடம் வந்து தெரிவிப்பார்கள். நானோ அல்லது பிற இளைஞர்களோ எந்த நேரத்திலும் எந்தப் போராட்டத்திலும் அல்லது நெருக்கடியிலும் மாட்டிக் கொள்ளலாம், நாங்கள் தாக்குதலுக்கு உள்ளாகலாம். ஆனால், குலத்திற்குத் திரும்பி வரும்போது உன்னிடம தான் வருகிறோம் என்பதை அறிவோம், நீதான் நிலையான புள்ளி.”

சில இளைஞர்கள் ஒருமித்த குரலில் “அருமை, இது மிகவும் சிறப்பான ஏற்பாடு” என்றனர்.

மித்ரா சம்புகனின் கண்களைப் பார்த்தபடி கூறினாள். "நான் உறுதியாக இருப்பேன், மீண்டும் மீண்டும் நீங்கள் என்னிடம் வரும் போதெல்லாம் நான் சோர்வின்றிக் காத்திருப்பேன். இந்த வார்த்தைகளைக் கூறும்பொழுது சம்புகனின் விழிகளுக்கும் மித்ராவின் விழிகளுக்குமிடையில் ஒரு இரகசியமான பாலம் ஒன்று உருவானது."

கடைசியாக சதர்க்கன் பொறுமையாக நடந்து வந்து சம்புகனின் முன்னால் நின்றார். "நான் எதற்குமே தகுதியற்றவனா சம்புகா? எனக்கும் எதாவது பொறுப்பைக் கொடு, என் வாழ்நாள் முழுக்க எந்தக் குலத்தின் பொறுப்பைத் தலையில் சுமந்தேனோ அந்தக் குலத்திலிருந்து விலகி இருக்க நான் விரும்பவில்லை" என்றார். சம்புகன் நீண்டநேரம் முதியவர் சதர்க்கனைப் பார்த்தபடி இருந்தான். அதன்பின்னர், "நிச்சயமாக உங்களுக்கென்று பணி இருக்கிறது. நீங்கள் எங்களுடன் இருந்தால் நாங்கள் மனதளவில் வலிமையானவர்களாக உணர்வோம். உங்களுடைய கடமை மனசாட்சியாக விளங்குவது, நாங்கள் தவறு செய்கிறோமா இல்லையா என நீங்கள் அனைவரையும் கண்காணிக்க வேண்டும். தவறுகளைச் சுட்டிக்காட்ட வேண்டும், ஆனால் அதைச் சமமான பார்வையில் செய்ய வேண்டும். குலத்தில் ஒரு நபரிடம் மறைவாக இன்னொருவரின் குறைகளைக் கூறுவதோ அல்லது புறம் பேசுவதோ எல்லாவற்றையும்விட பெரிய குற்றமாக இருக்கும். அதைச் செய்பவர்கள் கடுமையாகத் தண்டிக்கப்படுவார்கள். சதர்க்கன்! நீங்கள் அதைச் செய்ய மாட்டீர்கள் என்ற நம்பிக்கை எனக்கு உண்டு. உங்களுக்குக் கொடுத்த பொறுப்புக்குத் தகுதியானவர்கள் வேறு யாருமில்லை. நீங்கள் இந்தப் பொறுப்பை ஏற்றுக்கொண்டு எங்களுக்கு மதிப்பளியுங்கள்" என்றான்.

இதற்கு நான்கு நாட்களுக்குப் பிறகு துந்துவியும் ஒரு கறுத்தச் சிறுவனும் குடியிலிருந்து வெகுதொலைவில் சத்ருகனது படையினரின் முகாமுக்கு அருகில் ஒரு மரத்தில் அமர்ந்துகொண்டு கவனித்தனர். இந்த ஆரியப் படையினர் தங்களது குலத்தைத் தாக்கமாட்டார்கள் என்பது முன்பே தெரிந்துவிட்டது, ஆனால் எந்த அனார்ய குலத்தை அழிப்பதற்காக இவர்கள் புறப்பட்டிருக்கிறார்கள் என்பதைச் சரியாக அறிந்துகொள்வது அவசியம். வழியில் இவர்களது துன்பத்திற்கு முடிவே இல்லை. ஆரியப்படையினரின் வாசனை மிகுந்த உணவின் நறுமணம் காற்றில் நிறையும்போது துந்துவியும் சிறுவன் சல்யனும் இரண்டொரு காட்டுப்பழங்களைத் தின்று பசியாறுகின்றனர். காட்டுப்பன்றி அல்லது மானை வேட்டையாடவும் வாய்ப்பில்லை. அவர்கள் எப்போதும் கடமையில்

சீதாயணம்

கண்ணாக இருக்கிறார்கள், மேலும் படையினர் அதிக எண்ணிக்கையில் இருப்பதால் அக்கம்பக்கத்தில் உள்ள அனைத்து விலங்குகளும் அவர்களின் உணவாகிவிட்டன. "சரி, நான் திடீரென சென்று கொல்லப்பட்ட பன்றியின் இறைச்சித் துண்டு ஒன்றை எடுத்துக் கொண்டு ஓடி வந்துவிடட்டுமா?" என்று கேட்டான் சல்யன். துந்துவி அவனைத் திட்டிவிட்டுக் கூறினான், "முட்டாள், நீ மீண்டும் உயிருடன் திரும்ப முடியும் என நினைக்கிறாயா?" சல்யன் சிறிது நேரம் மனதைச் செலுத்தி இங்குதி பழத்தைத்தின்றான், அதன்பிறகு சொன்னான். "சரி. நாம் வேட்டையாடலாமே, இவர்கள் தெற்கே செல்கின்றனர், நாம் பிந்திவிட்டாலும் அவர்களை மீண்டும் பிடித்து விட முடியும்."

"அவர்கள் வேட்டையாடும் பொழுது நாமும் வேட்டையாடினால் அகப்பட்டுக் கொள்வோம், மேலும் அவர்கள் இப்போது அனார்யர்களை அழிப்பதற்காகச் சபதமேற்றிருக்கின்றனர். அவர்கள் இந்த இடத்தைவிட்டுக் கிளம்பிய பிறகு இந்த வனத்தில் உயிருள்ள விலங்குகள் எதுவும் இருக்காது" என்றான் துந்துவி.

"நம்மைத் தவிர" என்று கூறிய சல்யன், "குரங்குகளைப் போல நாட்களைக் கழிக்கிறோம்!" என்றான்.

துந்துவிக்குச் சிறுவனின் முகத்தைப் பார்க்கும்பொழுது கழிவிரக்கம் தோன்றியது. கேளிக்கை இன்பங்களுக்கானது இந்த வயது, ஆனால், அவனது தோள்களில் பெரிய பொறுப்பின் சுமை ஏற்றிவைக்கப்பட்டுள்ளது. ஆனால், ஏற்றிவைக்கவோ அல்லது கவலைப்படவோ என்ன இருக்கிறது, இந்தப் பொறுப்பு அனைவரது தோள்களிலும்தானே மனதார அவரவரால் சுமத்திக் கொள்ளப்பட்டுள்ளது. துந்துவியும் சல்யனைப்போல தற்போது கவலையில் மூழ்கியுள்ளான்.

இதற்கிடையில் குடியிருப்பு வனத்தில் லோமஸ் இப்போது மிகவும் உற்சாகத்துடன் மூங்கில் கழிகளைத் தயார் செய்கிறான். குலத்தின் மற்ற இளைஞர்கள் பலரும் அவனுக்கு உதவியும் செய்கின்றனர்.

சதர்க்கனுடன் கலந்தாலோசித்த பிறகு முதலில் பெருவலிமைமிக்க லவனாசுரனிடம் தூது அனுப்புவதென்று சம்புகன் முடிவு செய்தான். லவன் வீரன் மட்டுமன்று, அவன் ஆரியர்களின் ஆக்கிரமிப்புக்கு எதிராகப் போராடுவதில் நம்பிக்கை கொண்டவன், போராடாமல் ஒரு துண்டு நிலத்தைக்கூட ஆரியருக்கு விட்டுத்தர மாட்டான். வீடணனைப் போலவோ அல்லது தனது தந்தையைப் போலவோ அவன் ஆரியர்களிடம் இசைந்து போகிறவனில்லை. லவன் இவர்களின் முயற்சிக்கு உறுதியாக இருப்பான் என்று நம்பலாம்.

இந்த ஆலோசனையைக் கேட்ட வாருணி கூறினாள். "லவனின் தாய் கும்பீனசியை அருகிலிருந்து உற்றுக் கவனித்திருக்கிறேன். அவள் மிகவும் பிரகாசமானவளாக இருந்தாள். அவளது திருமணமும் அந்த ராட்சசபுரியில் பெரிய அசைவை உருவாக்கியது. அரண்மனையில் வீரர்களே இல்லாதிருந்த சமயத்தில், இராவணனும் மற்ற பல வீர அரக்கர்கள் அனைவரும் போருக்காகவும் செல்வத்திற்காகவும் மூவுலகையும் சூறையாடிக் கொண்டிருந்தபோது மது கும்பீனசியைக் கடத்திக்கொண்டு போனான். கடத்திச் செல்வதற்கு முன்பாகவே அவர்கள் காந்தர்வ மணம் செய்துகொண்டதாக மக்கள் பேசிக் கொண்டனர். வீரன் மது மாறுவேடத்தில் இலங்கையின் எழிலையும் செல்வச் செழிப்பையும் சுற்றிப்பார்த்துக் கொண்டிருந்தான், அப்போதுதான் ஒருநாள் கோவிலிலோ அல்லது ஏதோவொரு தோட்டத்திலோ கும்பீனசியை அவன் சந்தித்தான். கும்பீனசியின் விருப்பமில்லாமல் மது அவளை லங்காபுரியிலிருந்து வெளியில் கொண்டு வந்திருக்க முடியாது. இராவணன் அளவில்லாத கோபமடைவான் என்பது தெரிந்திருந்தும் அவர்கள் ஓடிப்போய் விட்டனர். இருவரும் மிகவும் துணிச்சல் மிக்கவர்களாக இருந்தனர். இராவணனால் கொல்லப்படுவோம் என்ற பயத்தினை வாழ்நாள் முழுக்கவும் மதுவால் வெல்ல முடியவில்லை, அதனால் தான் அவன் ஆரிய மன்னர்களுடன் சமரசம் செய்துவந்தான்."

"அவர்களின் கதையைக் கேட்டு நாங்கள் என்ன செய்யப் போகிறோம், வாருணி உங்களுக்கு லவனைப் பற்றி தெரிந்தால் கூறுங்கள்" என்றான் கரன்.

லோமஸுடன் மூங்கில் கழிகளைத் தயாரிக்கும் பணியில் சரமாவும் பிருந்தாவும் உதவிக்கொண்டிருந்தனர். ஒரு கட்டத்தில் பிருந்தா சொன்னாள். "லோமஸ், உன்னிடம் அன்றொருநாள் நாங்கள் மோசமாக நடந்து கொண்டோம். இப்போது அதைப் பற்றி நினைத்தால் எனக்கு அவமானமாக இருக்கிறது." பிருந்தா சொன்னதைக் கேட்டதும் அந்த மறந்துபோன அவமானத்தின் நினைவு மீண்டும் பூதாகரமாக லோமஸின் மனதில் திரும்பி வந்தது. அவன் இறுக்கமாக அமர்ந்திருந்தான். பிருந்தாவின் கண்களும் சரமாவின் கண்களும் சந்தித்துக் கொண்டன.

சரமா லோமஸுக்கு மிக அருகில் வந்து அவனது ஒரு கையைப் பிடித்துக்கொண்டு, "அவை எல்லாவற்றையும் இனி மனதில் வைத்துக்கொள்ளாதே லோமஸ்" என்று மெல்லிய குரலில் கூறினாள்.

லோமஸுக்கு ஒன்றும் புரியவில்லை, திடீரென இந்தப் பெண்கள்

அனைவரும் அவனிடம் இனிமையாக நடந்து கொள்வது ஏன், அவன் நீண்ட நாட்களுக்கு வெளியில் போகப்போகிறான் என்பதாலா? அவன் மனதின் சொற்களை எதிரொலிப்பதைப் போல சரமா மீண்டும் கேட்டாள். "உனக்கு மிகவும் மனவருத்தமாக இருக்கிறதா?"

லோமஸ் வேலை செய்துகொண்டே பதிலளித்தான். "இல்லை, எனக்கு இங்கே சலிப்பாக இருக்கிறது, தூரதேசத்திற்குச் செல்ல வேண்டுமே என்பதை நினைத்து எனக்கு மயிர்க் கூச்செரிகிறது."

சரமா இவ்வளவு நேரம் மூங்கிலின் கணுவைத் தேய்த்து தேய்த்து மென்மையாக்கிக் கொண்டிருந்தாள். லோமஸின் பேச்சைக் கேட்டு அவள் சட்டென கைகளின் வேலையை நிறுத்தி விட்டுச் சற்று வருத்தமான குரலில் "எங்களுடன் வாழ்வதற்கு உனக்குப் பிடிக்காமல் இருக்கலாம், இவ்வளவு நாட்களாகப் பிறந்து வளர்ந்த இடமும் உனக்குச் சலிப்பூட்டுகிறதா!" என்று கேட்டாள்.

பிருந்தா கிண்டலான குரலில் கூறினாள். "அவனுக்கு நம்முடைய கறுப்பு நிறத்தைப் பார்த்துப் பார்த்துக் கண்கள் அவிந்து போய் விட்டன என்று அவன்தான் முன்பே சொல்லியிருக்கிறானே, அவன் இராமனின் மனைவியைப் பார்ப்பதற்காக நிர்வாணமாக ஓடியவனாயிற்றே."

இந்த வார்த்தைகளால் லோமஸ் கோபத்தில் சிவந்துபோய் அமர்ந்திருக்கிறான். பிருந்தா அருகிலேயே இருக்கிறாள், அவளைத் தள்ளிவிட்டு சத்தம் போட்டுச் சொன்னான். "விலகிப் போ, விலகிப் போய்விடுங்கள், என்றைக்கும் எனதருகில் வராதீர்கள் நீங்கள், பெண்கள் இவ்வளவு கொடூரமானவர்களாக இருப்பதை என்னால் தாங்கிக்கொள்ள இயலவில்லை. நான் இனிமேல் என்றைக்கும் இங்கே திரும்பி வரமாட்டேன்." வேகவேகமாக வெகு தொலைவிலுள்ள ஒரு மரத்தடிக்குச் சென்று அமர்ந்து கொண்டான் லோமஸ். அவன் காதுகள் அவமானத்தால் திகுதிகுவென எரிகின்றன.

சற்று நேரத்திற்குப் பிறகு ஒரு நிழல் வந்து முன்னால் விழுகிறது. லோமஸ் முகத்தை உயர்த்திப் பார்த்ததும் மித்ரா கேட்டாள். "என்ன ஆயிற்று, சோர்வாக இருக்கிறாய்! உன்னுடைய தயாரிப்புகள் முடிவடைந்து விட்டதல்லவா!"

இதோ இன்னொரு பெண் வந்துவிட்டாள் என்று லோமஸ் எரிச்சலுடன் நினைத்துக் கொண்டான். இந்தச் சம்புகன் இவளுக்கு எதற்கு இவ்வளவு பெரிய பொறுப்பைத் தந்து தொலைத்தான்.

"லோமஸ், நீ சோர்வாக இருக்கிறாயா?" என்று மித்ரா மீண்டும் கேட்டாள்.

"இல்லை" சுருக்கமாகப் பதிலளித்தான் லோமஸ்.

உனது மூங்கில்கள் தயாரா?

ஹ்ம்.

எப்போது பயணம் செல்வாய்?

ஐயோ, என்னைக் கொஞ்சம் தனியாக இருக்க விடுங்களேன்.

மித்ரா சிறிது நேரம் எடுத்துக் கொண்டாள், நின்றிருக்கிறாள், லோமஸ் மீண்டும் சொன்னான், வேறுபக்கம் போயேன், சொன்னேன் இல்லையா!

மித்ரா கடுமையான குரலில் கூறினாள். "லோமஸ், நாமிருவரும் முக்கியமான பொறுப்பை எல்லோர் முன்னிலையிலும் ஏற்றுக் கொண்டிருக்கிறோம். நான் அது தொடர்பாக உன்னிடம் பேசுகிறேன். இங்கே தனிப்பட்ட விருப்பங்களுக்கு எந்த இடமுமில்லை. நீ என்னிடம் இவ்வாறு பேசக்கூடாது."

"நான் என்ன பேச வேண்டுமோ அதைச் சம்புகனிடம் பேசிக் கொள்கிறேன்" என்றான் லோமஸ்.

"இப்படி எந்த வேலையும் நடக்காது லோமஸ். உன்னால் என்னுடன் பணி செய்வதற்கான உறவைத் தொடர முடியாவிட்டால் நான் குழுவினரிடம் உனக்கு இந்தப் பணியைச் செய்வதற்கான தகுதியில்லை என்பதைச் சொல்வேன். உன்னதமான பொறுப்புக்காகத் தனிப்பட்ட விரக்தி அல்லது விருப்புவெறுப்புகளைப் புறந்தள்ள முடியாதவர்கள் இந்தப் பணிக்குத் தகுதியானவர்கள் இல்லை." மித்ரா திரும்பி நடக்கத் தொடங்கினாள்.

லோமஸ் பின்னாலிருந்து மித்ராவின் தோள்கள் இரண்டையும் பிடித்துக்கொண்டு கூறினான். "கேள், நான் உறுதியளிக்கிறேன் இனிமேல் இப்படி நடக்காது. சரமாவின் செயலால் நான் கோபமாக இருந்தேன்.

மித்ரா உதறித்தள்ளி தோள்களை விலக்கிக்கொண்டு திரும்பி நின்றாள். "இனிமேல் எப்போதும் வேலைநேரத்தில் உணர்ச்சி வசப்பட்டு என்னிடம் பேச வேண்டாம், என்னுடைய தோள்களிலும் கை வைக்க வேண்டாம்."

மித்ராவின் லாவகமான உடலின் அசைவுகளைப் பார்க்கும்போது

லோமஸ் மனதில் இவள் வித்தியாசமானவள் என்று தோன்றியது. எவ்வளவு கம்பீரமாகவும் தீவிரமாகவும் தனிப்பட்ட உணர்ச்சியையும் வேலையையும் வேறுபடுத்திப் பார்க்கிறாள்.

மித்ரா எரிச்சலடைந்துவிட்டாள். இம்மாதிரியான நடவடிக்கைகள் வேலையில் மனதைச் செலுத்துவதைக் கெடுக்கின்றன. வேலை இல்லாவிட்டால் மறந்தும்கூட அவனுடன் மித்ராவைப் போன்ற பெண் பேசிக்கொண்டிருக்க மாட்டாள் என்பது இந்த முட்டாள் பயலுக்குத் தெரியாதா என்ன! மித்ரா சரமாவை அழைத்தாள். என்ன நடந்தது என்பதைத் தெரிந்து கொண்டாள். சரமாவை மென்மையாகக் கண்டித்தாள் அவள். ஆனால், அவளுக்குத் தனது விரக்தி இரட்டிப்பாகிவிட்டது. இந்தச் சிறுபிள்ளைத்தனமானவர்களை எல்லாம் வைத்துக்கொண்டு உண்மையிலேயே எந்தவொரு கடினமான போராட்டத்தையாவது செய்ய முடியுமா! குகைக்குப் பின்னால் உள்ள பாறைகளின் பாதை வழியே இறங்கி இறங்கி அவள் நீரோடைக்கு அருகில் வந்தடைந்தாள். நீரோடையில் தனது முகத்தின் பிம்பத்தைப் பார்த்தாள் அவள். முகத்தைப் பற்றிக் கொண்டாள். நினைத்துப் பார்த்தால் அவளுக்கே நகைச் சுவையாகத் தோன்றியது. இளைஞர்கள் அவளது அழகைப் புகழ்கின்றனர். ஆனால், கரும்பாறையைப் போன்ற இந்த முகத்தை நிலவென்று சொல்ல முடியுமா! கைகளைக் குவித்து நீரை அள்ளி அவள் முகத்தைக் கழுவ ஆரம்பித்தாள். தண்ணீரில் அவள் உடல் குளிர்ச்சியடைகிறது. மெதுவாகத் திரும்பி நிற்கும்போது சில படிக்கட்டுகளுக்கு மேலே ஒரு பாறையின் மீது சம்புகன் வந்து நின்றிருப்பதை அவள் பார்க்கிறாள். சம்புகன் அவளை எவ்வளவு கூர்மையாகப் பார்த்துக் கொண்டிருக்கிறான்!

மித்ரா சில பாறைகளைக் கடந்து சம்புகனுக்கு அருகில் வந்து நின்றாள். சம்புகனின் விழிகளைப் பார்ப்பதற்கு அவளுக்குச் சற்றே கூச்சமாக இருந்தது. தொலைவில் மறையும் சூரியனைப் பார்த்தபடி, "எப்போது வந்தாய், கூப்பிடவில்லை அல்லவா என்னை" என்று கேட்டாள் அவள். "நீ மிகவும் சோகமாகத் தெரிந்தாய். ஓடைநீரில் மெல்ல மெல்ல உனது முகத்தின் இருட்தடங்கள் அழிந்து பொலிவு பெற்றதை நான் பார்த்துக் கொண்டிருந்தேன்" என்றான் சம்புகன்.

மித்ராவின் விழிகளோடு சங்கமித்தன சம்புகனின் விழிகள். விழிகளை அசையாமல் வைத்தபடி அவன் கூறிச்சென்றான். "நீ உனது உடலை வளைக்கும் நளினத்தை, உனது கைகள் மேலும் கீழும் அசைவதைப் பார்த்துக்கொண்டிருந்தேன்."

மித்ரா மேலும் கூச்சமடைந்தாள். அவள் உணர்ச்சிகளுக்கு முன்னால் திகைத்து நின்றாள், வேலை செய்வதுதான் அவளுக்கு வசதியானதாக இருக்கிறது.

சம்புகன் பார்த்த விழி பார்த்தபடியே பேசிக்கொண்டிருந்தான். "உனது அழகிய கால்கள், அழகிய பின்புறம், இந்த நீரோடையைப் போன்று மெலிந்த இடை, அந்த மலைகளைப் போன்று உயர்ந்த ஸ்தனங்கள், அந்த குகையின் அந்தகாரத்தைப் போல கரிய கண்ணின் மணிகள்..."

"ஐயோ பேசாமல் இரு. என்ன பேசுகிறாய் இதெல்லாம்" என்று சொல்லி சம்புகனின் வாயைப் பொத்திக்கொண்டாள் மித்ரா. "வேலையைப் பற்றி பேசு."

தண்ணீரில் ஊறிய மித்ராவின் குளிர்ந்த கரங்களின்மேல் சம்புகனின் கைகள் வந்து விழுகின்றன. சூடான கைகள். சம்புகனின் உதடுகளைப் பொத்தி வைத்திருந்த மித்ராவின் விரல்களில் சட்டென்று ஒரு ஸ்பரிசம் உண்டானது, முத்தம், இவ்வளவு சூடாக இருக்குமா! மித்ரா அறிந்திருக்கவில்லை. அவள் அவசர அவசரமாகக் கைகளை விலக்கிக் கொண்டாள். "சம்புகா, வேலை நேரத்தில் இவையெல்லாம் சரியில்லை."

சம்புகன் பின்னாலிருந்து மித்ராவின் இடையை வளைத்து அணைத்துக்கொண்டு அடர்ந்த கற்றையான கூந்தலில் முகத்தைத் தேய்த்தபடி ஆ! ஆ! என முனகினான்.

மித்ரா இப்போது வலுக்கட்டாயமாகத் தன்னை விடுவித்துக் கொண்டு விலகித் தூரச் சென்றுவிட்டாள். அவள் உண்மையிலேயே கோபமடைந்துவிட்டாள். "ச்சீ! நீயா எங்களது தலைவன், இவ்வளவு பலவீனமான மனம். தன்னையே கட்டுப்படுத்திக் கொள்ள முடியவில்லை!"

சம்புகன் பார்வையைத் திருப்பாமல் மேலும் சிறிதுநேரம் பார்த்தபடி இருந்தான், மித்ராவின் கண்களில் இருந்த கனல் குறையவில்லை. நிராகரிப்பின் அவமானத்தில் சம்புகனின் முகம் மெல்ல மெல்ல இறுகிப்போனது. இந்தப் பெண் தன்னைப் பற்றி என்ன நினைக்கிறாள்! அவன் எவ்வளவு பெரிய போராட்டத்திற்காக நாள் முழுக்க வேலை செய்கிறான். புதிதாக வாழும் கனவுடன் ஒட்டுமொத்தக் குழுவையும் உற்சாகப் படுத்தினான்; அனைவரும் அவனது தலைமையை ஏற்றுக்கொண்டு விட்டனர், இவ்வளவு ஏன் சதர்க்கன்கூட ஏற்றுக்கொண்டார். ஆனாலும் அவன் மித்ராவால் ஏற்றுக்

கொள்ளப்படவில்லை. மேலும் அவன் முட்டாளைப்போல சிறுவயதிலிருந்தே மித்ராவின் மனதைக் கவர்வதற்காகக் கனவு காண்கிறான். சட்டென பின்னால் திரும்பி விருவிருவென நீரூற்றின் பக்கத்திலிருந்த ஆழமான பள்ளத்தை நோக்கி இறங்கத் தொடங்கினான். மலையின் சரிவில் அவன் உடல் மறைந்ததும் மித்ராவுக்குப் பயமாகிவிட்டது, எங்கே சென்றான் அவன்! எதுவும் சொல்லவுமில்லை, இவ்வளவு கோபப்படும் அளவுக்கு அவள் என்ன சொல்லிவிட்டாள்!

சம்புகா! சம்புகா! என்று அழைத்தபடி ஓடத் தொடங்கினாள் மித்ரா. ஒவ்வொரு கணமும் விழுந்து விடுவோமோ என்ற பயம். முன்னால் கடமுடவென ஏதோ வீழும் சத்தம் எழவே அலறியடித்துக் கொண்டு ஓடினாள்.

சம்புகனின் உடம்பை உரசிக்கொண்டு பெரிய கல் ஒன்று விழுந்துள்ளது. உயிர் பயத்தில் சம்புகன் ஒரு பள்ளத்தில் மூச்சுத்திணற நின்றிருந்தான். ஐயோ இன்னும் கொஞ்சம் அருகில் வந்திருந்தால்!

மித்ரா ஓடியோடி தேடியும் எங்கேயும் சம்புகனைப் பார்க்க முடியவில்லை, பயத்தில் அவள் பீதியடைந்தாள். முன்னால் ஒரு பெரிய பள்ளம். கீழிருந்து ஒரு பாறை விழுகின்ற ஒலியைக் கேட்க முடிந்தது. அந்தியின் நிழலில் கீழிருந்த அந்தகாரத்தைப் பார்த்து அவள் சம்புகா... சம்புகா... என்று அலறினாள்.

சம்புகன் பள்ளத்திலிருந்து வெளியே வருகிறான், அவனது காலடி ஓசையில் மித்ரா நிமிர்ந்து பார்க்கிறாள். அதன்பிறகு 'ஓ'வென்றபடி சம்புகனின் மார்பில் தாவிக்குதித்தாள். "எங்கே சென்றிருந்தாய் நீ, எங்கே?" என்றபடி முஷ்டியால் தாக்கிக்கொண்டே இருந்தாள். புத்துயிர் பெற்ற சம்புகன் தீவிர மோகத்தால் இறுக்கி அணைத்துப் பிடித்தபடி மித்ராவின் மெல்லிய உடலை நசுக்கத் தொடங்கினான்.

ஏழு

வைதீகத்தின் குருதியில் மலர்ந்தது வருணாசிரமம் என்னும் நச்சுமலர்

"மனிதர்களைப் பலியிட்டு தெய்வங்கள் தமது காணிக்கைகளைப் பெற்றுக்கொண்ட போது...

மனிதர்களுக்கு நடுவில் தெய்வங்கள் பிரிவினைகளை உண்டாக்கிய போது, எத்தனை விதமாக அவர்களைப் பாகுபடுத்தின?

அதன் முகம் எது, தோள் எது, தொடை எது, பாதம் எது?

பிராமணன் அதன் முகமாக இருந்தான், அதன் தோள்களிலிருந்து வந்தவன் அரசன்

அதன் தொடையிலிருந்து தோன்றியவன் வைசியன், அதன் பாதங்களிலிருந்து சூத்திரன் பிறந்தான்..."

தம்சாவின் நீரோசையைத் தாண்டி வால்மீகியின் குரல் உரக்கக் கேட்டது,

"ப்ராஹ்மணேஸ்யா முகம் ஆசித பாஹு ராஜன்ய க்ருத:

உரு தாத ஆஸ்ய இயாத வைஷ்ய பதப்யாம் ஷூத்ர அஜாயத" ||ரிக்||

பிராமணச் சிறுவர்களைத் தவிர நகரத்திலிருந்து பிரம்மச்சரிய ஆசிரமத்திற்கு வந்திருக்கின்ற சத்திரிய சிறுவர்களும் இருக்கின்றனர், அனைவரையும் சேர்த்து நூறு மாணவர்களுக்கு வேதப்பயிற்சி செய்து வந்தார் வால்மீகி. புருஷஸூக்தத்திலுள்ள இந்த சுலோகங்களில் தேர்ச்சி பெற நீண்ட நாட்கள் பயிற்சி தேவை. வால்மீகியின் குரல் வளையிலிருந்து வெளிப்படும் மந்திர உச்சாடனத்தின் ஓசை காற்றில் கலக்கும் முன்பாக அந்த இளம் மாணவர்கள் ஒருமித்த குரலில் மீண்டும் அந்தச் சுலோகத்தை உச்சாடனம் செய்கின்றனர். இந்தப் பாடத்தை மனனம் செய்து, நாள்தோறும் தொடர்ந்து பயிற்சி செய்து அதைக் கூறிவந்தால் கல்வி நிறைவுபெறும். அதுவரை மாணவர்கள்

ஆசிரமத்திலேயே தங்கி இருப்பர். இத்தனைபேரின் செலவுகளுக்கு அரசர்கள் அனுப்புகின்ற கோதுமையையும் தானியங்களையும் மட்டும் நம்பி இருக்க முடியாது. படிக்கவும் எழுதவும் செய்துவிட்டு ஓய்வு வேளையில் இந்தச் சிறுவர்கள் விறகு சேகரிக்கச் செல்வதைப் போலவே, வனத்தில் உள்ள இங்குதி, நெல்லி, வாழை, மா, ஜாதிக்காய் உள்ளிட்டவற்றையும் சேகரித்து வருகின்றனர். மண்ணின் ஆழத்திலிருந்து கிழங்குகளை அகழ்ந்தெடுப்பதும் அவர்களுக்கு ஓர் உற்சாகமான வேலை. முன்பு இந்த வேலை மிகவும் கடினமானதாக இருந்தது, செப்புக்கருவிகள் கொஞ்சமே இருந்தன. இப்போது இரும்புக் கோடரிகள் எளிதில் கிடைக்கின்றன. மண்ணைத் தோண்டுவதும் காட்டுப்புதர்களை அழித்துத் தங்குமிடங்களையும் சாலைகளையும் அமைப்பதும் இப்போது மிக எளிமையாகிவிட்டது.

"இந்த இரும்பு ஒரு அற்புதமான செல்வம். தெய்வங்களின் ஆசீர்வாதத்தைப் போன்ற இந்த உலோகத்தினாலான ஆயுதம், கத்தி மற்றும் கோடரி போன்றவற்றைக்கொண்டு அசாத்தியமான வேலைகளைச் செய்து முடிக்க இயலும். கடினமான பணிகளை எளிதில் செய்ய முடியும்போது அறிவுத்தேடலில் அதிக நேரம் செலுத்த முடியும்" என்று வால்மீகி கூறினார்.

மென்மையான ஒரு மழலைக்குரல் வினவியது. "அறிவுத் தேடல் என்றால் என்ன தாத்தா?"

குசனின் இந்தக் கேள்வியால் கூடியிருந்த மாணவர்கள் அனைவரும் ஒட்டுமொத்தமாக வெடித்துச் சிரித்தனர். "ஏய் துஷ்டனே, என்னடா அது தாத்தா! அந்தணரே என்று அழைப்பாய்" என்று குசனின் அருகில் அமர்ந்திருந்த ஒரு பிராமணச் சிறுவன் கூறினான்.

வால்மீகி உரத்தக் குரலில் கூறினார். "அனைவரும் அமைதியாக இருங்கள். குசன் மிக நல்ல கேள்வியைக் கேட்டுள்ளான். இந்தக் கேள்விதான் மனிதர்களை முன்னோக்கிக் கொண்டு செல்கிறது, புதுமைகளைப் படைக்கிறது, காவியங்களைப் படைக்கத் தூண்டுகிறது"

கொஞ்சம் நிறுத்தி சற்றே மென்மையான குரலில் கூறினார். "குழந்தை குசனே, நீ கேட்ட இந்தக் கேள்வி, மற்ற அனைத்து வழக்கமான பணிகளிலிருந்து வேறுபட்டது. உணவு, உறக்கம், கேளிக்கை, சண்டை இவையனைத்திலிருந்தும் விடுதலையளிப்பது இந்தச் செயல், உனது கேள்வி மூளையிலிருந்து பிறந்தது. இதுதான் அறிவுத்தேடல்."

இதற்குள் குசனின் பொறுமை தீர்ந்துவிட்டது. அவனுக்கு இரண்டரை வயதுதான் ஆகிறது. ஆசிரமத்தின் இளம்பெண்கள் தம்சாவின் கரைமேல் குடத்தில் நீர் கொண்டுவரச் செல்வதை இதற்கிடையே அவன் கவனித்தான். இப்போது அந்தத் தண்ணீர் எடுத்துவரும் வேலையே அவனுக்கு அதிக சுவாரஸ்யமானதாகத் தோன்றியது. அவன் மான்தோல் விரிப்பில் அமர்ந்துள்ள மாணவர்கள் சிலரைத் தள்ளியும், சிலரது முடியைப் பிடித்து இழுத்தும், சிலரது மடியில் ஏறி நின்றும் தம்சாவின் கரைக்குச் செல்லும் பாதைக்குச் சென்றான். திறந்த புல்வெளியை அடைந்த அவன் புதிதாக நடக்கக் கற்றுக்கொண்ட தனது கால்கள் இரண்டால் தம்சாவை நோக்கி ஓடத் தொடங்கினான், "அறிவுத்தேடல்... தே...டல்..." என்று வாய்க்குள் முனகியபடியே....

மாணவர்களுக்குக் கவனிக்கக் கடினமாக இருந்தது. ஆனால், அவர்கள் கவனிக்கவில்லை என்பதைப் பார்த்தால் வால்மீகி கோபமடைவார். அவர்கள் மிகவும் கஷ்டப்பட்டு சிரிப்பையும் துன்பத்தையும் அடக்கிக் கொள்கின்றனர். குசன் முடியைப் பிடித்து இழுத்தானே அவன்தான் இப்போது வந்திருக்கிறான், அவனது முகத்தில் கண்ணீர் வரும்படி முடியைக் கெட்டியாகப் பிடித்து இழுத்து விட்டான். அவனும் இதுவரை கவனித்து வந்திருக்கிறான், லவகுசர்களின் அளவற்ற அட்டூழியங்களை மாமுனிவர் பொறுத்துக் கொள்கிறார்; ஆசிரமத்தின் மற்ற பெரியவர்களும் அவர்களிடம் அளவற்றப் பரிவை வெளிப்படுத்துகின்றனர். நெடுந்தொலைவில் உள்ள அவந்தி நாட்டிலிருந்து வந்துள்ள இந்த அரசிளங்குமரன் மனதுக்குள் குசன் மற்றும் லவன் என்னும் இரண்டு குட்டிக் குரங்குகளை நினைத்துக்கொண்டே தனது படிப்பில் கவனம் செலுத்த முயற்சித்துக் கொண்டிருந்தான். அப்போது வால்மீகி கூறினார். "இந்த இரும்பு அறிமுகப்படுத்தப்பட்டதிலிருந்து தபோ வனங்களில் சுலோகங்களை இயற்றும் எண்ணிக்கை பெருகியுள்ளதை நான் கவனித்திருக்கிறேன். இன்னும் சொல்லப் போனால், நான் இப்போது இராமாயணக் காவியத்தை இயற்றிக் கொண்டிருக்கிறேனே இவ்வளவு ஓய்வுநேரம் முன்பு கிடைத்ததில்லை."

ஒரு மாணவன் வினவினான், "அந்தணரே! முற்காலத்தில் சுலோகங்களையும் சூக்தங்களையும் எழுதிய ஞானிகளைப் பற்றித் தாங்கள் கூறுவீர்களா?"

"குழந்தாய்! அறிவுத் தேடல் முன்பும் இருந்தது, சுலோகங்கள் முன்பும் இயற்றப்பட்டன. ஆனால், இப்போது ஓய்வுநேரம் அதிகரித்துள்ளதால் அதன் அளவு அதிகரித்துள்ளது. மேலும்

இராமாயணத்தைப் போன்ற நெடுங்காவியத்தை இதற்கு முன்பு எந்த முனிவரும் இயற்றவில்லை என்பதையும் நீங்கள் கவனிக்க வேண்டும். இந்தப்பணி மிகவும் கடினமானதும் மிகுந்த சவாலானதும் ஆகும்" என்றார் வால்மீகி.

ஒரு பிராமணச் சிறுவன் கூறினான். "ஆம் மகாத்மாவே, இவ்வளவு நீளமான கதையைக் கொண்ட இதுபோன்ற காவியத்தைப் பற்றி நான் இதற்கு முன்பு கேள்விப் பட்டதேயில்லை."

"இதன் சந்தமும் மற்ற சுலோகங்களிலிருந்து மாறுபட்டது" என்று அவந்தி இளவரசன் கூறினான்.

வால்மீகி கீழ் ஸ்தாயியில் உச்சாடனம் செய்தார், அனுஷ்டுப் சந்தம், அது எனது குழந்தை, அது எனது கண்டுபிடிப்பு, அது எனது கனவுகளை ஏந்திச் செல்வது.

"பஞ்சமம் லகு சர்வத்ர சப்தமம் த்விசதுர்த்தயோ:

குரு சஷ்டம் து பாதானாம் ஷேஸேஸ்பனியமோ மத:" ||

தொலைவிலிருந்து ஒரு சிறுவன் ஓடோடி வந்து வால்மீகியை வணங்கி மூச்சுவாங்கியபடி நின்றான். வால்மீகி அவனது தோளைப் பிடித்துத் தூக்கி நிறுத்திக் கேட்டார். "என் பிள்ளை வில்வா! என்ன நடந்தது, எது உன்னை இவ்வளவு அமைதியிழக்கச் செய்தது?"

வில்வா கைகளைக் குவித்து வணங்கியபடிக் கூறினான். "தவறு என்னுடையது இல்லை மகாத்மா, நான் பசுக்களை ஓட்டிக் கொண்டு போய் புல்வெளியில் சுற்றிக்கொண்டிருந்தேன். திடீரென சத்தம் வந்ததும் பார்த்தால் தூரத்தில் ஒரு புதருக்குப் பின்னாலிருந்து இரண்டு வெள்ளைப் பசுக்களை ஓட்டிக்கொண்டு ஓடுகின்றனர். அவர்களது கையில் ஆயுதங்கள் இருந்தன, கவசங்கள் இருந்தன." வால்மீகி அவனை உலுக்கிக் கொண்டே, "யார், அவர்கள் யார்?" என்று கேட்டார்.

"அவர்கள்... அவர்கள்... சம்புகனின் ஆட்கள்... முன்பும் அவர்களைப் பார்த்திருக்கிறேன். அவர்கள் ஆயுதங்களைக் கையில் ஏந்தியபடி வனத்தில் எனது மேய்ச்சல் நிலத்துக்குப் பக்கத்திலேயே சுற்றித் திரிந்தனர்."

"ஐயோ, சம்புகா, சம்புகா, அவனால் இவ்வளவு பெரிய அமைதி இன்மை ஏற்பட்டு விட்டதே!" வால்மீகி மிகுந்த வருத்தமும் விரக்தியும் அடைந்தார். அவர் அமைதியான மனதுடன் காவிய விவாதங்களில் ஈடுபடவும் சீடர்களுக்குக் கற்பிக்கவும் விரும்பினார். அவர்கள் அப்படி நடக்கவே விடமாட்டார்கள்.

அவந்தி இளவரசன் கூறினான். "குருதேவரே, நாங்கள் ஆயுதங்களை எடுத்துக்கொண்டு மேய்ச்சல் நிலத்துக்குச் சென்றால்..."

"ஆமாம், காவிஸ்தி! அப்படியென்றால் தபோவனமும் போர்க்களமாக ஆகிவிடும். நிரைகவர்தலும் அதன்பொருட்டு யுத்தமும்... இதனால்தான் யுத்தத்திற்குக் காவிஸ்தி என்பது மற்றொரு பெயர்." கவலைப்பட்டார் அவர். நடந்துகொண்டே அவர் சொன்னார். "இல்லை, இப்படி ஆகக் கூடாது, இவ்வாறு இல்லை. யுத்தம் நம்முடைய வேலையில்லை. என்னுடைய பிரம்மச்சர்ய ஆசிரமத்தின் மாணவர்களை நான் காவிஸ்திக்கு அனுப்ப முடியாது."

"குருதேவரே இந்த ஆசிரமத்தில்தான் நாங்கள் போர்க்கலை பயில்கின்றோம், ஆயுதப்பயிற்சியும் பெறுகின்றோம், அதனால் எந்தப் பயனும் இல்லையா, இந்தத் தபோவனத்தைக் காப்பதற்குக் கூட அது பயன்படாதா!" என்று அவந்தி இளவரசன் கேட்டான்.

"இல்லை, இல்லை. போர்க்கலையைப் பயன்படுத்துவதற்கான களம் தபோவனம் இல்லை, பிரம்மச்சர்ய ஆசிரமகாலமும் இல்லை, அதற்காக வாழ்நாள் முழுக்க இருக்கிறது இளவரசனே. தபோவனத்தைக் காக்க வேண்டிய பணி சத்திரிய அரசனுடையது. அரசன் போரிடுவான்."

ஒரு ஓரத்தில் நின்றபடி எல்லாவற்றையும் கேட்டுக் கொண்டிருந்த லவன் மழலைக்குரலில் கேட்டான். "ராமன் வதுவானா, இராமன் யுத்தம் செய்வானா தாத்தா! இராமாயணத்தின் இராமன்!"

மின்னல் வெட்டியதைப் போல வால்மீகி லவன் முகத்தைப் பார்த்தார். அவர் மனதில் ஏதோவொரு விசித்திரமான உணர்வு தோன்றியது. அவர் விரைந்து லவனிடம் சென்று குனிந்து அமர்ந்து அவனிடம் கேட்டார், "யார் சொன்னது உனக்கு!"

லவன் சொன்னான், "இராமன் வத மாத்தார்!"

வால்மீகி ஆழ்ந்த கவலையில் மூழ்கினார். லவன் மீண்டும் கூறினான், "இராமனால் யுத்தம் செய்ய முடியாது தாத்தா!"

வால்மீகி தயங்கியபடியே இல்லை என்று கூறினார்.

லவன் அதில் திருப்தி அடையவில்லை. "யாரால் முடியும்!" என்று வினவினான் அவன்.

வால்மீகி ஆழ்ந்த கருணையுடன் லவனை மார்பில் அணைத்துக் கொண்டு கேட்டார். "இராமனை உனக்குத் தெரியுமா!"

லவன் சொன்னான், "இராமன்தானே அரசன். போர் செய்கிறான். சீதை அழுகிறாள்."

வால்மீகிக்கு மிகுந்த அச்சமும் மனச்சோர்வும் தோன்றியது.

அவர் மாணவர்களை நோக்கித் திரும்பிச் சொன்னார். "அவந்திகுமாரன் சத்ரஜித் மற்றும் காஸ்யபேய சரண்யன் நீங்கள் இருவரும் புறப்படுங்கள், இங்கிருந்து பல கல் தொலைவில் உள்ள அகத்தியரின் ஆசிரமத்திற்குப் போக வேண்டும். சம்புகாசுரனை அடக்குவதற்கான திட்டத்தை வகுப்பதற்கு முன்பாக நான் அகத்திய முனிவருடன் ஆலோசிக்க விரும்புகிறேன். நீங்கள் தற்போதைய சூழலை விளக்கி அவரை அழையுங்கள், முடிந்தால் அவரை உடன் அழைத்துக்கொண்டு நீங்கள் இங்கே திரும்புங்கள். அசுரர்களையும் இராட்சசர்களையும் அழிக்கும் வழிகளைக் கண்டறிவதில் அவர் தொடர்ந்து தீவிரமாக இருக்கிறார், நான் அப்படி இல்லை. எனது தபோவனத்தில் மேற்கொள்ளும் பணிகளுக்கு எதிர்பாராதத் தடையை அவன் உருவாக்காமல் இருந்திருந்தால் எனக்குச் சம்புகன்மீது கோபம் வந்திருக்காது. ஆனாலும் கோசலை மன்னனுக்கு அசுரனை அடக்குவதற்கான செய்தியை அனுப்ப எனக்குத் தயக்கமாக உள்ளது. இந்த வனத்தை இரத்தக்களரி ஆக்குவதில் எனக்கு விருப்பமில்லை. குறிப்பாக ஜானகியைக் காரணமின்றிக் கவலைக்குள்ளாக்க விரும்பவில்லை. வேறு எந்த வழியில் சம்புகனையும் அவனது ஆட்களையும் கட்டுப்படுத்த முடியும் என்பதைப் பற்றி நான் தேர்ந்த அகத்தியரிடம் ஆலோசிக்க விரும்புகிறேன்."

ஒரு காய்ந்த சால்மர இலையின் மென்மையான பின்புறத்தில் பலவித மூலிகைகளைக் கொண்டு தயாரிக்கப்பட்ட மசியில் வாத்து இறகினைத் தோய்த்து எடுத்து வால்மீகி அகத்தியருக்குக் கடிதம் எழுதத் தொடங்கினார். ஓவியத்தைப் போன்று பார்ப்பதற்கு அழகான ஒவ்வொரு எழுத்தும் எழுதப்பட, மாணவர்கள் வாயடைத்துப்போய் புதிய பிராமி எழுத்து வடிவங்களைப் பார்த்துக் கொண்டிருக்கின்றனர். இந்தச் சிறுவர்களின் தந்தையரும் அவர்தம் முன்னோர்களும் பிரம்மச்சர்யாசிரமத்தில் இருந்த சமயத்தில் இந்த எழுத்துமுறை பயன்பாட்டில் இல்லை. குருதேவரிடம் இருந்து இந்த எழுத்து முறையைக் கற்றுக்கொண்டு தங்கள் கல்வியை முடித்து விட்டு அவர்கள் வீடு திரும்புகையில், இந்தப் பிராமி எழுத்துமுறையை அறிந்து வைத்திருப்பது அவர்களுக்குத் தனித்த மரியாதையை வழங்கும்.

காட்டுவாசி அனார்யர்கள் இந்த வாத்து இறகைப் பயன்படுத்துவதில்

தேர்ச்சி பெற இயலவில்லை, அவர்கள் இப்போதும் மயில் மற்றும் கொக்கின் இறகுகளைத் தலையிலும் இடையிலும் அணிகலன்களாகப் பயன்படுத்துகின்றனர். ஆனால், சம்புகன் முனிவர்கள் இந்த இறகுகளைக் கொண்டு படம் வரைகிறார்கள் என்பதைக் கவனித்திருக்கிறான், அந்தக் குறிப்பிட்ட படத்தை அவர்கள் எழுத்துகள் என்று அழைப்பதையும் அவன் கேட்டிருக்கிறான். அவனுக்கு இதில் மிகுந்த ஆர்வம். அடிக்கடி ஓய்வு கிடைக்கும் சமயங்களில் அவன் மண்ணின்மேல் இறகைக் கொண்டு படம் வரைவான். பல்வேறு விதமான கோடுகளை வரைந்துவிட்டு இவற்றிற்கு எதாவது பொருள் இருக்குமோ என்று புரிந்துகொள்ள முயல்வான். அவன் உட்கார்ந்து உட்கார்ந்து இப்படியே வரைந்து கொண்டிருந்தான். துந்துவி அவன் பின்னாலிருந்து வந்து அவன் முதுகில் கை வைத்து அருகில் அமர்ந்தான். "அப்படியென்றால் ஆயுதங்களைச் சேகரிப்பதற்கு என்ன செய்வது" என்று கேட்டான். "சல்யனை அடைத்து வைத்திருக்கின்றனர் சத்ருகனின் படையினர், அவன் சிறுவனாக இருப்பதால் என்னைப்போல தப்பியோடிவர முடியவில்லை, நாம் அவனைத் தேட வேண்டாமா?" சம்புகன் முகத்தைத் திருப்பாமல் அதைத்தான் யோசித்துக் கொண்டிருப்பதாகக் கூறினான்.

இதே நேரத்தில் மித்ரா பின்னால் வந்து நிற்பதை அவர்கள் கவனிக்கவில்லை. சம்புகனைத் தேடித்தான் அவள் இங்கே வந்திருக்கிறாள். "லவன் இறந்த செய்தியை நினைத்தால் இப்போதும் எனக்கு அதிர்ச்சியாக இருக்கிறது. அவன் உயிரோடிருந்திருந்தால் சிறந்த ஆயுதங்களைப் பெற்று நாம் தேர்ச்சியும் பெற்றிருக்கலாம்."

துந்துவி சோகமாகத் தலையை ஆட்டியபடி, "ஐயோ, அது எவ்வளவு பயங்கரமான மரணம்! எப்பேர்ப்பட்ட வீரன், அவனுக்குச் சண்டையிட வாய்ப்பே வழங்கப்படவில்லை." என்றான்.

சம்புகன் சீற்றத்துடன் கூறினான். "மாவலிமை கொண்ட வீரர்கள் யாரையேனும் அறவழியில் வெல்ல பயப்படும் போதெல்லாம் அரசர்கள் பெரும்பாலும் இவ்வாறுதான் சூழ்ச்சியால் நம்மைத் தோற்கடிக்கின்றனர். இராமன் இந்திரஜித்தை எப்படிக் கொன்றானோ அதைப்போலவே, அதே வழியில்தான் அவனது தம்பியும் லவனைக் கொன்றிருக்கிறான். எந்த வீரனாவது அப்படி நிராயுதபாணியாகச் சாவதை யோசித்துப் பார்க்கவாவது முடியுமா?"

"எனக்கு இப்போதும் அந்த வீரனின் அலறல் கேட்கிறது. சத்ருகா! எனக்கு ஆயுதங்களைக் கொண்டுவர கொஞ்சநேரம் அவகாசம் கொடு, அதன்பிறகு உன்னுடன் போரை முடித்து வைப்பேன். சத்ருகன்

எல்லாவற்றுக்கும் தயாராக இருந்தவன் போல, ஆயுதங்களைக் கொண்டுவர அனுமதிக்கவில்லை, தாமதிக்காமல் பெரிய குத்தீட்டிகளை வீசினான். அவன் ஒரு தனித்த சுற்றுலாப் பயணியைப் போல வேடமிட்டு வந்திருந்தான், படையினர் மறைந்திருந்தனர், ஆரம்பத்திலிருந்து முடியும்வரை திட்டமிட்ட சூழ்ச்சி" என்றான் துந்துவி.

"அதனால்தான் அவர்கள் வெற்றிபெறுகின்றனர். நான் முனிவர்கள் பேசிக்கொண்டதை இருட்டிலிருந்து கேட்டேன். இராமன் இவையனைத்தையும் கற்றுக்கொடுத்தே அனுப்பியுள்ளான், லவன் தனது உணவுவேளையில் பழம் பறிக்கச் செல்லும் போது ஆயுதங்களின்றிச் செல்வான் என்பது அவர்களுக்குத் தெரியும். இந்தச் சமயத்தில் அவனைக் கொலை செய்வது என்று அவர்கள் முன்னரே திட்டமிட்டிருந்தனர். லவனின் வலிமையான ஆயுதங்கள் பொருளற்றுப் போய்விட்டன. கோழைத்தனமான ஓர் ஆரிய இளவரசனின் கைகளால் அறமற்ற போரில் அவன் இறந்துவிட்டான்" என்றான் சம்புகன்.

மித்ரா கவலை தோய்ந்த முகத்துடன் சொன்னாள். "ஆனால், இந்த நியாயமற்ற யுத்தத்தில் அவர்கள் மீண்டும் மீண்டும் வெற்றி பெறுகின்றனர். அப்படியென்றால் போர்க்காலத்தில் சூழ்ச்சி தான் சிறந்தது, அதுவும் ஒரு வியூகம், ஏராளமான சிறந்த ஆயுதங்களை விட சூழ்ச்சிமதி வலிமைமிக்கது, இந்த ஆயுதத்தை நாமும் கற்க வேண்டியது அவசியம். நமக்கும் சூழ்ச்சிமதி இருந்திருந்தால் சிறுவன் சல்யனைக் கைவிட்டிருக்க மாட்டோம். சல்யனின் தாய் பைத்தியம் பிடித்தவளைப்போல எப்போதும் சுற்றித் திரிகிறாள். சூழ்ச்சியைக் கற்றுத் தேர்ச்சி பெறு சம்புகா"

அதிர்ச்சியடைந்த சம்புகன் தொலைவில் பார்த்தபடி, "இல்லை மித்ரா, இல்லை, நேர்மையைக் கைவிட வேண்டுமென்றால் அது முடியாது" என்றான்.

"ஆனால், போரின் அடிப்படை நோக்கம் வெற்றி, வெற்றியின் நோக்கம் சொந்த வாழ்க்கையைப் பாதுகாப்பது, சொந்த மண்ணைக் கட்டுப்பாட்டுக்குள் வைத்திருப்பது, அன்னியர்களான ஆரியர்களை எதிர்ப்பது. குறிக்கோளை அடைவதற்காக சூழ்ச்சிமதியைப் புதிய ஆயுதமாக ஏன் கைக்கொள்ளக் கூடாது!"

"மித்ரா நீ என்ன நினைக்கிறாய் அந்த வால்மீகியின் ஆசிரமத்தில் மாணவர்களுக்குப் போர்க்கலை பயிற்றுவிக்கும் போது சூழ்ச்சியும் கற்பிக்கப்படுகிறதா"

"நிச்சயமாக இருக்கும், நான் சத்ருகனுக்குப் பின்னாலேயே அலைந்திருக்கிறேன், ஆரியர்களின் தபோவனங்களை நோக்கி ஒரு பருந்தைப் போல பார்த்திருக்கிறேன், நானே கவனித்திருக்கிறேன் அவர்கள் மிகவும் தந்திரக்காரர்கள். போரில் மட்டுமல்ல, அவர்கள் எல்லாவற்றிலுமே தந்திரத்தையே கைக்கொள்கின்றனர். அவர்களின் இந்த வருணாசிரமம், இதுகூட ஓர் ஒழுங்கமைக்கப்பட்ட தந்திரமே அன்றி வேறென்ன! பிராமணர்கள் மற்ற எல்லாரையும் விட உயர்ந்தவர்களா! ஆனால், அவர்கள் உயர்ந்தவர்களாகப் பரப்புரை செய்கின்றனர். மிகுந்த தந்திரத்தின் மூலம் பிறர் பாடுபட்டு விளைவித்த தானியங்கள், உடைகள், உலோகப் பொருட்கள் அனைத்தையும் அனுபவிக்கின்றனர். இந்தப் பிராமணர்களைப் பாதுகாப்பதற்கென்றே அரசர்கள் இருக்கின்றனர், நாங்கள் அச்சுறுத்தப்படுகிறோம், அசுரர்களைக் கொன்றொழியுங்கள் என்று அவர்கள் சொன்ன உடனேயே அரசர்கள் பெரும்படையுடன் ஓடி வருகின்றனர் நம்மைக் கொல்வதற்கு. நான் என் காதுகளால் கேட்டேன். லவனைக் கொல்ல இராமனைத் தூண்டிவிடுவதற்காக, மக்களின் உழைப்பிலும் பிராமணர்களின் தவத்திலும் ஆறுபங்கை அனுபவித்துவிட்டு அவர்களைக் காக்கத் தவறும் மன்னன் கொடுமையான நரகத்திற்குப் போவான் என்று முனிவர்கள் கூறினார்கள். இந்த நரகம் எல்லாம் இவர்களின் நன்மைக்காக, இதற்கு ஏதேனும் ஆதாரம் உண்டா! இவையெல்லாம் அவர்களின் தீய சூழ்ச்சியால் உருவாக்கப்பட்ட பகடைக்காய்கள்" என்றான் துந்துவி.

"மற்ற ஆரியர்கள் முட்டாள்களா என்ன, அவர்கள் இவற்றை எல்லாம் ஏன் ஏற்றுக்கொண்டிருக்கிறார்கள்?" என வினவினாள் மித்ரா.

"ஏற்க மாட்டார்களா பின்னே! அதைத்தான் பார்க்கிறாயே, சிறுவயதில் இருந்தே பிராமணர்கள் அவர்களது தலையில் இவையனைத்தையும் திணித்து விடுகின்றனர்; பிராமணர்களின் மூளைச்சலவை செய்யும் தந்திரத்தால் அவர்கள் இவ்வாறு ஒன்றுபட்டிருக்கின்றனர், ஆரியவர்த்தம் முழுவதையும் விரிவுபடுத்தி இப்போது தெற்கு நோக்கி இறங்கி வருகின்றனர்."

சம்புகன் இன்னும் இறகைக் கொண்டு வரைந்தபடி இருக்கிறான். "ஆமாம், துந்துவியின் அனுமானம் சரியென்று இப்போது தோன்றுகிறது, அவர்கள் சூழ்ச்சியின் வழியாகவே முன்னேறிச் செல்கின்றனர். அவர்களின் இந்த எழுத்துமுறையும்கூட ஓர் இணையில்லாத நுட்பமாகும், அதன்மூலம் மனதில் தோன்றுவதை எழுதிவைக்க முடியும். இந்த எழுத்துமுறையைப் பயன்படுத்துவதற்குப்

பிராமணர்களுக்கும் அரசர்களுக்கும் மட்டுமே தெரியும், வைசியர்களுக்குத் தெரியாது, சூத்திரர்களுக்குத் தெரியாது, இல்லையா துந்துவி! நீதான் அவர்களைப் பார்த்திருக்கிறாயே!"

"இல்லை, சத்ருகனின் படையில் இருந்த வணிகர்களோ அல்லது சூத்திர அடிமைகளோ எழுத்துகளைப் பயன்படுத்துவதை நான் பார்க்கவில்லை. யாரையுமே பார்க்கவில்லை. சத்ருகனுடன் ஆலோசகராக இருந்த பிராமணருக்கு மட்டுமே எழுதத் தெரியும். சியவனரின் ஆசிரமத்தை அடைந்து ஓய்வெடுக்கும்போது அவர் எழுத்துப் பயிற்சி செய்வதைப் பார்த்தேன்."

சூத்திரர்கள் யார் என்று மித்ரா வினவினாள். "அவர்களின் உடல் நிறம் கறுப்பாக இருக்குமா? அப்படியென்றால் ஆரியர்களிடையே கறுத்த உடல் உள்ளவர்களும் இருக்கின்றனரா? ஒரு கறுத்த குழந்தை பிறந்தால் அதனைச் சூத்திரன் என்று அடையாளப்படுத்தி விடுவார்களா?"

"சூத்திராயணம், சூத்திராயணத்தை நடத்துங்கள் வால்மீகி" என்று இரண்டு நாட்களுக்குப் பிறகு வந்த அகத்தியர் கூறினார். "இரத்தம் சிந்தாமல் அசுரர்களைக் கட்டுப்படுத்த விரும்பினால் அவர்களின் தலைவனை அழையுங்கள். வருணாசிரமத்திற்குள் நுழைவதன் முக்கியத்துவத்தை அவனுக்குப் புரியவையுங்கள். இந்தப் பெரும்பேற்றினைப் பெற்று அவர்கள் வாழ்நாள் முழுக்க நன்றிக் கடன்பட்டவர்களாக, உமது காலடியில் விழுந்து கிடக்கட்டும்."

வால்மீகிக்கு இது நடக்குமாவென உறுதியாகத் தெரியவில்லை. "அவர்கள் சம்மதிக்காவிட்டால்! சம்புகன் மிகுந்த பிடிவாதக்காரனாகத் தோன்றுகிறான்."

அகத்தியர் கூறினார், "இரண்யகர்ப்பத்தின் ஈர்ப்பு மிகவும் தீவிரமானது முனிவரே. அசுரர்கள், இராட்சசர்கள், வானரர்கள், கறுப்பர்கள் அனைவருக்கும் அந்தப் பேராசை உண்டு. அவர்களின் பகை ஆரியர்களுடன்தான், காரணம் நாம் அவர்களைவிட உயர்ந்தவர்கள், நிறைவுபெற்றவர்கள், வலிமையானவர்கள், நம்மால் அவர்களை எந்த நேரத்திலும் அழித்தொழிக்க முடியும். அவர்களது பயம் மரணத்தின் பயம், உணவு கிடைக்காமல் போகிற பயம், அவர்களுக்குப் பயிர் விளைவிக்கத் தெரியாது, போர்த் தந்திரம் தெரியாது. உன்னதமான இந்த வாழ்க்கைக்குள் நுழைவதற்கான அழைப்பை அவர்களால் புறக்கணிக்க முடியுமா?"

"ஆனால், பகவானே!" வால்மீகி சிந்தனையில் மூழ்கியபடி நதிநீரைப் பார்த்தபடிப் பேசினார். "சூத்திரர்கள் சூரியன் உதித்ததில்

இருந்து மறையும்வரை எவ்வளவு மனிதாபிமானமற்ற உழைப்பைச் செலுத்த வேண்டும் என்பது அவர்களுக்குத் தெரியாதா! அதன் பிறகும் பாடுபட்டு விளைவித்த விளைபொருட்கள், உடைகள், ஆயுதங்கள், உலோகப் பொருட்களில் பெரும்பான்மை நமது கைகளுக்கு வந்து சேர்ந்து விடுகின்றன. ஆறில் ஒரு பங்கு அரச குடும்பத்திற்கு, அவர்களுக்கு ஆண்டுக்கு எவ்வளவு மிச்சம் இருக்கும்!"

அகத்தியர் கோபமும் அதிர்ச்சியுமாகத் தோன்றினார். "இந்தப் பேச்சுக்கெல்லாம் பொருள் என்ன வால்மீகி! காவியம் எழுதி எழுதி உமது மூளை மழுங்கிப் போய்விட்டது. இந்தளவு மிக கவனமாய் நீண்ட காலமாகச் சொந்த நலன்களுக்கு ஆதரவாக நாம் கட்டமைத்து வைத்துள்ள அமைப்பு உங்களைப் போன்ற பிராமண நாமதாரிகள் சிலரிடம் சிக்கிக்கொண்டால் அழிந்துபோய்விடும்."

வால்மீகி கடுமையான அவமானத்தை விழுங்கிக் கொள்வதற்குச் சிறிதுநேரம் எடுத்துக்கொண்டார். இந்தக் கடுமையான பிராமணிய வாதத்தினால்தான் அகத்தியரை அவர் மனதளவில் மிகவும் வெறுக்கிறார். எந்த சூட்சமமும் இல்லை, அழகுணர்ச்சியும் கிடையாது. நடத்தையினால் அல்ல, சிந்தனையினால் அல்ல, செயல்களாலும் அல்ல, இந்த மூர்க்கத்திற்காகவே. இவர் ஆரியவர்த்தத்தின் பிராமணர்கள் அனைவருக்கும் குலபதி. சாதியபிமானத்தால் பெருமிதம் கொண்ட இந்தப் பிராமணர் இன்று அவரால் அழைக்கப்பட்ட விருந்தினர். குறிப்பாக சம்புகனின் விசயத்தில் அகத்தியரின் உதவியைப் பெற்றுத்தான் ஆகவேண்டும். அவரோ மெதுவாக ஆனால் ஆணித்தரமாகக் கூறினார். "நான் மனிதர்களை வேறுபடுத்திப் பார்க்கவே விரும்புகிறேன்."

அகத்தியர் இன்னும் கடுமையான தொனியில் பேசினார். "இந்தக் கவலையற்ற வாழ்க்கையை வாழ்கிறீர்கள், காவியம் இயற்றுகிறீர்கள், இந்த வருணாசிரமமுறை மட்டும் இல்லை யென்றால் இப்போது நீங்கள் விளைநிலத்தில் உழவுசெய்து உணவு சேகரித்துக் கொண்டிருக்க வேண்டும்! பிராமணர்கள் மேதைமையைப் பயன்படுத்தி இந்த இடத்திற்கு வந்துள்ளனர், முட்டாள்கள் அரசர்களாகிப் போரிடச் செல்வார்கள், நாட்டின் உலகாயதச் சிக்கல்களுக்குத் தங்கள் மூளையைப் பயன்படுத்துவார்கள், அதி முட்டாள்களான வைசியர்களும் சூத்திரர்களும் பிராமணர்களுக்கு அனைத்துவித சேவைகளையும் செய்வார்கள் - இதைப் பற்றி உங்களுக்கு ஏன் இவ்வளவு குற்ற உணர்வு? மேதைமை இல்லாதவன் உடலுழைப்பு செய்வான், சம்புகனால் இராமாயணம் இயற்ற

முடியுமா? மேலும், வால்மீகி காட்டிலும் மேட்டிலும் பழங்களைச் சேகரித்துக்கொண்டு திரிவாரா!"

"பகவானே, இந்த ஏற்பாடு பரம்பரை பரம்பரையாக இருப்பதால் அதில் அநீதி தொடர்கிறது. எந்தச் சூத்திரனுக்கும் காவியம் இயற்றுகின்ற ஆற்றல் இல்லையென யாரால் சொல்ல முடியும்! சம்புகனுக்கு நாம் சூத்திரப்பட்டத்தை அருளுவதற்காகச் சிந்தித்துக் கொண்டிருக்கிறோம், வாய்ப்பு கிடைத்தால் அவன் இராமச்சந்திரனை விட சிறந்த ஆட்சியாளனாக வரமுடியாது என்று யாரால் சொல்ல முடியும்! பிறப்பின் மீது மனிதர்களுக்கு எந்தக் கட்டுப்பாடும் இல்லை!" என்றார் வால்மீகி.

"என்ன வேண்டும் வால்மீகி உங்களுக்கு! உங்களது அர்த்தமற்றப் பேச்சுகளின் உரையாடலை நிறுத்துங்கள். ஒன்று இராமனுக்குத் தகவல் கொடுங்கள், அவனது படை வந்து இவர்களது கூட்டத்தை அழித்தொழிக்கட்டும். அல்லது சம்புகனுக்குக் கூட்டத்துடன் சூத்திரப்பிறப்பைக் கொடுங்கள். தோள்களால் சுவாசித்து வாழுகின்ற இந்தக் காட்டுமிராண்டிகளுக்காக இதற்குமேலும் நேரத்தை வீணாக்க விரும்பவில்லை.

"சூத்திரப்பட்டம் வழங்குவதைத் தவிர வேறு வழியே இல்லையா என்று வால்மீகி வினவினார். இவ்வளவு சூத்திரர்களைக் கொண்டு நாம் என்ன செய்வது என்றும் கேட்டார்.

"கேளுங்கள் வால்மீகி, சம்புகன் ஒரு பிராமணச் சிறுவனைக் கொன்று பசுக்களைக் கவர்ந்து சென்றபோது உங்களால் அவனை ஒன்றும் செய்ய இயலவில்லை. வன்முறைவழியில் நீங்கள் செல்லமாட்டீர்கள்; மேலும் அவனும் உங்கள் கட்டுப்பாட்டுக்குள் வரமாட்டான். சூத்திரன் ஒருவனை அரசின் மூலமே உங்களால் தண்டிக்க முடியும்."

"எப்படிப்பட்ட தண்டனை?" என்று வினவினார் வால்மீகி.

இந்த நாட்டில் வரையறுக்கப்பட்ட சட்டங்கள் இருக்கின்றன. கொலைகாரன் நூறு பசுக்களைத் தானமாக வழங்கினால் அவனது குற்றம் மன்னிக்கப்படும் என்று அகத்தியர் கூறினார்.

"மேலும் அந்தப் பசுக்கள் பிராமணர்கள் மற்றும் அரசனின் வீட்டிற்குச் செல்லும்!" வால்மீகியின் சிரிப்பில் எள்ளல் மறைமுகமாகவெல்லாம் இருக்காது. "நூறு பசுமாடுகளைக் கொடுத்து விட்டால் மனிதக்கொலை போன்ற கொடூரமான குற்றங்களைக் கூட நாம் மறந்துவிடுவோம். செல்வத்தின் மீதான இந்த மோகம்

மல்லிகா சென்குப்தா 121

பிரம்மனின் முகத்திலிருந்து தோன்றிய பிராமணர்களுக்கு அழகு சேர்க்குமா!"

"ஓ! இந்த கட்டுக்கதைகள் அனைத்தையும் நீங்களும் நம்ப ஆரம்பித்துவிட்டீர்களா வால்மீகி! அது மற்றவர்களின் கண்களைப் பொத்தி வைப்பதற்காகப் பரப்பப்பட்ட சூழ்ச்சி, அவை பிராமணர்களால் எழுதப்பட்டவை, பிராமணர்களின் வழியாகவே பரப்பப்பட்டவை."

"பிராமணர்கள் சாதிகள் அனைத்திலும் உயர்ந்தவர்கள் என்பதாகப் பரப்புரை மட்டுமே செய்யப்படுகிறது, இந்த வார்த்தைகளை நிரூபிக்கும் எந்தப் பொறுப்பும் நமக்கு இல்லையா!" என்று வால்மீகி கேட்டார்.

"அரசர்களதும் மற்றவர்களதும் மூளைகளில் நிறைந்திருக்கும் கட்டுக்கதைகள் பிராமணர்களின் மேன்மையை ஒவ்வொரு கணமும் நிரூபித்துக்கொண்டுதான் இருக்கின்றன. பிராமணன் மூளையில் அதற்கு எந்த மதிப்பும் இல்லை. அதுமட்டுமன்றி உண்மையான சூழ்நிலைகளுக்கு ஏற்ப பிராமணன் அந்தக் கட்டுக்கதைகளை மாற்றியமைக்கிறான். மற்றவர்கள் இயந்திரங்கள், பிராமணன் இயந்திரங்களை இயக்குபவன்."

வால்மீகியின் தொண்டையிலிருந்து முணுமுணுக்கும் சத்தம் கேட்கிறது. "அப்படியென்றால் நாம் படிப்படியாக மனிதர்களை நேசிக்கும் நிலையிலிருந்து தொலைவில் நகர்ந்து சூழ்ச்சி செய்து வாழும் சாதி ஆகிறோமா?"

சற்றுத் தொலைவில் லோபமுத்ரா தெளிந்த நீரில் உடலை நனைத்துக் கொண்டிருக்கும் சீதையைப் பார்த்தபடி கூறினாள். "நம்முடைய செயல்வீரர்களான ஆரிய ஆண்களுக்கு பெண்களின் மீது காதலை வெளிப்படுத்த நேரம் கிடைப்பதில்லை. ஜானகி, ஆத்ரேயி இந்த விதியை நாம் ஏற்றுக்கொள்ளத்தான் வேண்டும்." மூன்று பெண்கள் குளிப்பதற்காகத் தம்சாவின் கரைக்கு வந்தனர். லோபமுத்ராவுக்கு முன்பிருந்தே சீதையின்மீது மிகுந்த அன்பிருந்தது. கோசல மன்னன் இராமனுடன் பிராமணக்குலபதி அகத்தியரின் கர்மசம்பந்தம் மிகவும் வலுவானது, அதனால் கடந்தகாலத்தில் லோபமுத்ரா பலமுறை அகத்தியருடன் அயோத்திக்குச் சென்றிருக்கிறாள், அரசகுலப் பெண்களில் அவள் நினைத்துப் பார்க்க முடியாத அளவுக்குப் பேரழகியான சீதையை அவள் தனது மகளாகவே பார்த்தாள்.

சீதைக்குத் தண்ணீர் மிகவும் பிடிக்கும். தம்சாவின் குளிர்ந்த நீரோட்டம் கட்டுக்கடங்காத ஆண்களின் கைகளைப்போல எங்கும் பாய்ந்து அழுத்துகிறது. உடலை ஸ்பரிசிக்கும் மொழி ஓர் மனிதனை இன்னொரு மனிதனுக்கு நெருக்கமாக ஆக்குகிறது, நீரும் அப்படித்தான், ஜானகி தானே தனது உடலினால் பெற்று இந்த உண்மையை அனுபவித்துக் கொண்டிருக்கிறாள். அவளுக்கு ஆசுவாசமாக இருக்கிறது, முப்பத்து நான்கு வயதான அவளின் குற்றமற்ற அழகுடைய தேகத்தின் ஒவ்வொரு நரம்பும் துவாரங்களும் நீரின் ஓட்டத்தில் இதமான தீண்டலில் சிலிர்க்கின்றன.

இப்போது ஆத்ரேயி கூறினாள். "எனக்கு வயதாகிவிட்டது. என்னைப் பற்றி நினைக்கவில்லை. எவரை இளமை முழுக்க அவ்வளவு காதலித்தேனோ அந்த மேதைமைமிக்க ஆணின் இதயத்தில் பெண்ணுக்கென எந்த இடமும் இல்லை. நான் அவரைப் பார்த்துக்கொண்டிருப்பது மட்டுமே சற்று ஆறுதல். இந்தச் சின்ன வயதில் ஜானகியைப் பார்த்து எனக்கு வருத்தமாக இருக்கிறது. இந்த இளம்பெண் எப்படி தன் மீதி வாழ்நாளைக் கழிப்பாள். எனக்கு எப்போதும் யாருமே இருந்ததில்லை. ஆனால், ஜானகிக்கு எல்லோருமிருந்தும் எதுவுமில்லாமல் போய்விட்டது."

ஜானகி அப்போது வாழ்நாள் முழுக்கக் கேட்கும் சக்தியை இழந்து போகும்படி வேண்டுகிறாள். தம்சா நதியிடம் மனதுக்குள்ளேயே வேண்டிக்கொண்டாள். "எனக்கு எல்லாவற்றையும் மறக்கச் செய், அன்பே, அன்பிற்குரிய நீரே, யார் உன்னை வருணதேவன் என்று சொன்னது, அது பெண்கள்தான்! பெண்களுடனான உனது இந்த காதல் விளையாட்டு, நீ வருணதேவனா! இல்லை, வாருணி! வாருணி அசுரர்களின் தெய்வம்." சீதையின் மனம் கடைசியாக மகிழ்ச்சியாக இருந்த மகேந்திரப் பருவத்திற்குச் சென்றது. மார்கழி, தை மாதங்கள். அயோத்தி. அரசாட்சியை ஏற்றுக்கொண்டு முழுமையான அதிகாரத்தை நிறுவிய பிறகு இராமன் அந்தச் சமயத்தில் புதிதாகச் சீதையுடன் காதல் விளையாட்டுகளில் திளைத்திருந்தான். நீண்ட பதிமூன்று ஆண்டுகள் காட்டிலும் வனாந்திரத்திலும், பர்ணசாலையிலும் நதிநீரிலும் அன்னப்பறவைகளைப் போல ஒருவரையொருவர் தழுவிக்கொண்டு ஒவ்வொரு நொடியையும் கழித்தவர்கள், அரண்மனையின் பலவித கட்டுப்பாடுகள், கடமைகள், பெரியவர்கள், செல்வங்களுக்கு இடையில் ஒருவரையொருவர் ஏற்றுக் கொண்டுள்ளனர். காட்டு மூலிகைகளுக்குப் பதிலாக அவர்கள் நாள்தோறும் நண்பகலில் அலங்கரிக்கப்பட்ட அரண்மனைத்தோட்டத்து ஊஞ்சலில்

அமர்ந்திருக்கிறார்கள், பணிப்பெண்கள் பழங்களையும் இறைச்சியையும் பலவித தட்டுகளில் ஏந்தியபடி நிற்கின்றனர். இராமன் வலதுகையால் சீதையின் இடையை அணைத்துக் கொண்டு இடதுகையால் ஒரு பணிப்பெண்ணை அழைத்தான். குடுவையிலிருந்து சிறந்த மைரேயத்தைப் பொற்பாத்திரத்தில் அவள் ஊற்றிக் கொடுத்தாள். அந்தச் சுராபாத்திரத்தைப் பிடித்து இராமன் தனது கைகளாலேயே சீதையைப் பருக வைத்தான். அதன்பிறகு அதே பாத்திரத்தில் அவனும் குடித்தான். சீதை தலைவைத்துக் கொள்வதற்குத் தலையணை கொண்டு வருமாறு அவளது பணிப்பெண்ணைப் பணித்தாள். அப்போது இராமன் இடம் பொருள் மறந்து, பணிப்பெண்களின் முன்னிலையிலேயே சீதையிடம் கூறினான், "அன்பே நீ எப்போதும் எனது தோளைத் தானே உனது சிறந்த தலையணையாகக் கருதுவாய், இன்று இந்த அரண்மனையின் பஞ்சுமூட்டை உன்னிடத்தில் உயர்ந்ததாகிவிட்டது." சீதை வெட்கப்பட்டு இராமனின் தோள்களில் தலைவைத்து கண்களைப் புதைத்துக் கொண்டாள்.

ஆத்ரேயி சீதையை அணைத்துப் பிடித்துக்கொண்டாள், இல்லாவிட்டால் அவள் நீரில் விழுந்திருப்பாள். ஜானகி இடைக்கிடை இப்படி நிலைகுலைந்து விடுகிறாள், என்றாள் அவள். காட்சிகளுக்குள்ளே மறைந்திருக்கும் கொடூரத்தை, இந்த மென்மையான பெண் எவ்வளவு நாட்களுக்குத்தான் தாங்கிக் கொள்வாள்!

லோபமுத்ராவின் விழிகள் இரண்டிலும் வேதனையின் கண்ணீர் வழிந்தது.

ஆத்ரேயி சீதையின் கண்ணிலும் முகத்திலும் நீர் தெளித்து, "ஓ மகளே, என்ன ஆயிற்று உனக்கு, எழுந்திரு" என்று சொல்லிக் கொண்டே இருந்தாள். உனது பிள்ளைகள் இருவரும் ஆசிரமம் முழுக்க உன்னைத் தேடிக்கொண்டிருக்கின்றனர்.

லோபமுத்ராவும் அழைக்கத் தொடங்கினாள். "ஜானகி, எனது தாயே, எழுந்திரு."

தண்ணீர் பட்டதும் சீதைக்கு நினைவு திரும்பியது, விழிகளைத் திறந்த அவள் வெட்கமடைந்தாள். அவள் முகத்தில் அலைகளைப் போல வெட்கம் பரவிக் கிடந்தது.

அவள் ஆத்ரேயியின் மார்பில் முகம் புதைத்துக்கொண்டு கூறினாள், "அம்மா, மீண்டும் நான் கனவு கண்டேன், ச்சீ ச்சீ."

"அப்படியென்றால் சூத்திராயணம்தான் ஒரே வழியா! காட்டுச்

சிறுத்தையைப் போன்று துணிச்சல்மிக்க அந்தக் கட்டுடல் இளைஞன் இந்த வனத்தின் சொந்தப் பிள்ளையைப் போன்றவன், அவனுக்கு விலங்கு மாட்டுகின்ற கொடூரமான செயலை என்னால் செய்ய இயலுமா!" என்று கேட்டார் வால்மீகி.

"சூத்திராயணம் உங்களது ஆசிரமத்தைப் பாதுகாக்கவே. நீங்கள் எந்த இடையூறுமின்றிக் காவியம் இயற்றுவதற்கான ஓய்வைப் பெறுவீர்கள், மேலும் கடமையைச் செய்வதற்கு ஏன் இவ்வளவு தயக்கம்!" அகத்தியரின் முகம் வெறுப்பும் கோபமும் கலந்து இயற்கைக்கு அப்பாற்பட்ட பேயணங்கினைப் போல தோன்றியது. சம்புகனின் குலத்தினர் இதைப் போன்றதொரு தெய்வத்தை வழிபடுவதுண்டு. வால்மீகி ஒருமுறை அவர்களின் குடியிருப்பின் பக்கமாகச் சென்றிருந்தார், ஒரு மண் பீடத்தின்மேல் வைக்கப்பட்ட கல்லின் முன்பாக சம்புகன் கண்களை மூடி பிரார்த்தனை செய்வதைப் போல அமர்ந்திருப்பதைப் பார்த்து அவர் ஆர்வத்துடன் நின்று விட்டார். மறைவிலிருந்து பார்த்து அவரது ஆர்வம் தணியவில்லை. அந்தக் கல்லின் வடிவத்தைப் பார்ப்பதற்கான ஆவலுற்று அவர் மரங்களின் மறைவிலிருந்து பீடத்தை நோக்கி அடியெடுத்து வைக்கவும் அவருடன் இருந்த இளைய மாணவன் கையைப் பின்னோக்கி இழுத்தான் பயத்தில். ஆனால், அவனது கையை விலக்கிவிட்டு வால்மீகி முன்னேறி வந்து சம்புகனின் முன்னே நின்றார். அவரது வருகையை உணர்ந்த உடனேயே சம்புகன் தனது கண்களைத் திறந்து பார்த்தான். மேலும் அவர்களைச் சுற்றிக் கணநேரத்தில் பாதுகாப்பு வளையமிட்டு நின்றனர் அவனுடைய குலத்தினர். சிலநொடிகள் வால்மீகியும் சம்புகனும் ஒருவரையொருவர் உற்றுப்பார்த்தபடி இருந்தனர், அப்போதுதான் அந்த அனார்ய இளைஞனது மனவுறுதியின் வலிமையை உணர்ந்துகொண்டார் அவர். வால்மீகியே முதலில் உரத்தக் குரலில் சத்தமாகச் சொன்னார் "நலம் உண்டாகட்டும்", அதன்பிறகு சம்புகன் அவரை வணங்கி இருக்கையில் அமரும்படி வேண்டினான். ஆர்வம் குறையாத வால்மீகி அன்றைக்குக் கொஞ்சநேரம் அங்கே அமர்ந்துமிருந்தார், ஆனால் அவர்கள் மிகவும் எச்சரிக்கையுடன் இருந்தனர், அச்சத்துடனும். ஒருவருக்கொருவர் பகைமை அப்போது இவ்வளவு வளர்ந்திருக்கவில்லை, ஆனாலும் அவரது வருகையை அவர்களால் இயல்பாக எடுத்துக்கொள்ள முடியவில்லை என்பதை வால்மீகியால் புரிந்துகொள்ள முடிந்தது. ஆசிரமத்திற்கு வருமாறு அழைப்பு விடுத்துவிட்டு அவர் கிளம்பி வந்துவிட்டார். சூழல் அமைந்தால் தான் வால்மீகியின் ஆசிரமத்திற்கு வருவதாகச் சம்புகன் அவரிடம்

கூறினான். அந்தக் குலத்தினரை, அந்தச் சம்புகனை, ஆரியரதத்தின் சக்கரங்களுக்குக் கீழே வைத்து நசுக்கும் கொடுமையின் அக்னி ஹோத்திரியாக அவரே இருக்க முடியுமா!

வால்மீகி வினவினார், "விழா எப்படி நடக்கும்!" அவர் முகத்திலும் விழிகளிலும் சோகம் கவிழ்ந்திருந்தது.

அகத்தியர் அந்தச் சோகத்தைக் கவனித்து மனதிற்குள்ளே மிகவும் உற்சாகம் அடைந்தார், இவ்வளவு நாட்களாகக் காவியம் இயற்றுகின்ற கனவுகளில் மிதந்துகொண்டிருந்த இந்தப் பிராமணரை அன்றாட பிராமணப் பணிகளுக்குக் கொண்டு வந்தாயிற்று.

"தயாராகுங்கள் வால்மீகி, ஹிரண்யகர்ப்ப விழாவுக்கு ஏற்பாடு செய்யுங்கள். அந்தக் காட்டுமிராண்டி கறுப்பர்களுக்குச் செய்தி அனுப்புங்கள். எனது முன்னிலையிலேயே அந்தச் சம்புகன் என்னும் பெயருடைய மடையனை இங்கே சந்திக்க ஏற்பாடு செய்யுங்கள்." அகத்தியர் கூறியதைக் கேட்டதும் வால்மீகி தனக்குத்தானே சொல்லிக் கொண்டார், "ஹிரண்யகர்ப்ப ஆத்மாவின் மானிடனே, தாயின் கர்ப்பத்திலிருந்து பிறந்த குழந்தையைவிட தூய்மையானவனா நீ!"

சீதையைக் கொண்டுவந்து பர்ணசாலையின் மான்தோல் படுக்கையில் படுக்கவைத்தனர். சீதையின் உறங்கும் விழிகளில் மனஅழுத்தத்தின் சுவடுகள் படிந்திருந்தன. பொன்னால் செய்யப்பட்ட ஒரு பெரிய டோலக் அவளை நோக்கி வருகிறது, அதன்மீது வெயில் பட்டாலே கண்கள் கூசுகின்றன. டோலக்கின் அடியில் இரண்டு வலிமையான கால்கள், ரோமங்கள் அடர்ந்த நிர்வாணமான தொடைகள், கறுத்த அந்தக் கால்கள் அவளுக்கு அறிமுகமானவை, இனம்புரியாத ஓர் அச்சத்தின் நினைவு, சீதையால் எதையுமே முழுவதுமாகப் புரிந்துகொள்ள இயலவில்லை; டோலக்கின் மேல்நோக்கி மீண்டும் மீண்டும் கண்கள் செல்கின்றன, தலை யாருடையது! தலை எங்கே! வலதுபுறம் ஒருமுறை, இடதுபுறம் ஒருமுறை, வடகிழக்கில், தென்மேற்கில், கிழக்கில், மேற்கில், சில சமயங்களில் மேலேயும் சிலசமயங்களில் கீழேயும் அந்த ஆணின் தலை தென்படுகிறது. பத்து தலைகள்... பொன் டோலக் முன்னே முன்னே வந்துகொண்டிருக்கிறது, அதன் பின்னாலேயே வேதமந்திரங்கள். ஓ! அனார்யர்களை ஆரியர்களாக்குதல், அந்த ஆண்களுக்கு ஹிரண்யகர்ப்பம்... புதிய ஆரியப்பிறப்பு... ஐயோ அவர்களின் அனார்யத் தாய்... கருப்பையின் இரத்தம் தெறித்து நரம்பு கிழிந்து, யோனி வழியே உடல் நோகப் பூமியில் வந்துதித்த குழந்தை இன்று அந்தப் பிறப்பை மறுக்கிறது. ஹிரண்யடோலக்

இன்று அதன் தாய்... ஒரு கை வெளியில் வந்தது, மற்றொன்று, சீதையைத் தொட விரும்புகிறது. சீதை ஓடி விடுகிறாள், எங்கே ஓடுவாள்! பின்னால் தாழ்வாரத்தின் சுவற்றில் அவளது பின்புறம் தடுக்கப்படுகிறது, அவள் பயத்தில் அலறுகிறாள். மேலும் அந்த மனிதனின் வாய்கள் பேசத் தொடங்குகின்றன...

"ஹே ரூபகாஞ்சனவர்ணா, நீ என்ன பெரிய ரதி என்று நினைத்தாயா?" என்றது வலதுமுகம்.

"உனது பல்வரிசையின் வெண்மை பளிச்சிடுகிறது, எனது ஒவ்வொரு அங்கமும் உன்னைத் துய்ப்பதற்காகத் தவிக்கின்றன" என்றது தெற்குமுகம்.

"அகன்று கொழுத்த உனது பின்புறத்தை எனது மடியில் வையடி பேரழகே" என்றது கிழக்குமுகம்.

"அடடா, சிறந்த மணிகளாலான அணிகலன்களால் அலங்கரிக்கப்பட்ட உனது மார்பகங்கள் இரண்டும் உயர்ந்தவை, உருண்டுதிரண்டவை மேலும் கவர்ச்சிகரமானவை. முலைக்காம்புகள் உயர்ந்து நிற்பவை, அதன் அமைப்பு இனிமையான பனம்பழங்களை ஒத்த அழகு நிறைந்தது" என்றது மேற்குமுகம்.

வடகிழக்கு முகம் கேட்டது, "நீ யாரடி பெண்ணே, ஏன் இந்த அடர்ந்த வனாந்தரத்தில் தன்னந்தனியே இருக்கிறாய்? நீ எனக்காகத்தான் காத்திருக்கிறாயா?"

தென்மேற்கு முகம் கேட்டது, "ஏ, கவர்ச்சிக்கன்னியே, இந்த அடர்ந்த வனத்தில் உன்னைத் தன்னந்தனியே விட்டுச்சென்ற அந்தக் கொடிய ஆண்மகன் யார்!"

மேல்நோக்கிய முகம் சொன்னது, "எனது மடிமீது வா பெண்ணே, உன்னை எனது வாழ்நாள் முழுக்க அந்தப்புரத்தின் முதன்மை அழகியாகக் கொண்டு கொண்டாடித் தீர்ப்பேன்."

கீழ்நோக்கிய முகம் மேலுதட்டையும் கீழுதட்டையும் குவித்தபடி முத்தமிட வருகிறது, ஜானகி பயந்து விலகிக்கொள்கிறாள். ஹிரண்யடோலக் நெருங்கி வருகிறது, இரண்டு கைகளை நீட்டி ஜானகியைப் பிடிக்கப் பார்க்கிறது, ஜானகி விலகிக் கொள்கிறாள், ஹிரண்யடோலக் ஜானகியின் மார்பின் மீது விழுந்துவிடுகிறது. அதன் முகம் சரியாக ஜானகியின் முகத்தின்மேல்... என்ன இது இவன் தசானன், இராவணனின் முகம்... ஜானகி அலறியபடி கண்களைத் திறந்தாள். அவள் உறக்கம் கலைந்தது... அவளது மார்பின் மீது ஏறி

மல்லிகா செங்குப்தா

அமர்ந்துகொண்டு அவளது குறும்புத்தனமான பிள்ளைகள் இருவரும் அவளது மார்பகங்களுக்காகச் சண்டையிட்டுக் கொள்வதைப் பார்க்கிறாள். சீதையின் இதயத்திலிருந்து அச்சத்தின் மலை இறங்கிப் போய்விட்டது, அவள் மிகுந்த ஆசுவாசத்துடன் லவனை வலது கையிலும் குசனை இடதுகையிலும் அணைத்துக் கொண்டாள்.

குழந்தைகள் பால் குடிக்க விரும்பி சீதையின் மார்பை நோக்கி முகத்தைக் கொண்டுவந்தனர்.

சீதை தடுத்தாள். "இல்லை, நீங்கள் பெரியவர்களாகிவிட்டீர்கள். இனிமேல் கிடையாது."

குழந்தைகள் லவன் மற்றும் குசனுடன் சீதைக்கு முதன்முதலில் ஸ்தனங்களின் வழியாகவே மனம் ஒன்றுபட்டது, பால் குடிக்கின்ற குழந்தை நடுநடுவே கண்களைத் திறந்து பார்க்கும் மேலும் தாய் அதனைப் பார்த்தபடியேதான் இருப்பாள், அதுதான் புதிதாகப் பிறந்த குழந்தையின் முதல் பார்வைச் சந்திப்பு, முதல் மனிதத் தொடர்பு, முதல் சமூகஅறிதல். அந்தஉறவு உலகின் அனைத்துக் குழந்தைகளிடமும் அனைத்துத் தாய்மார்களுக்கும் ஏற்படுவது. அதைப் பற்றி நினைத்தால் சீதைக்கு மிதமீறிய இன்பத்தில் மயிர்க்கூச்செரிய உடல் சிலிர்க்கும். ஆனாலும் அவள் கண்டிப்பாள். லவனையும் குசனையும் தடுப்பாள். அவர்கள் தாய்ப்பாலை மிகவும் விரும்புகின்றனர். வெறுமனே குடிப்பதால் மட்டும் அவர்கள் நிறைவடைவதில்லை, தாயின் ஸ்தனங்களை வைத்து விளையாடுவது, பிடித்துக்கொண்டே தூங்குவது, திரும்பத் திரும்ப வந்து பாலை உறிஞ்சுவது - இவற்றையெல்லாம் பார்த்து இதற்குமேல் இனியும் பால் குடிப்பதை நிறுத்த முடியாது என்று ஆசிரமத்துப் பெண்கள் சீதையை எச்சரிக்கின்றனர். சீதை அவர்களின் மனதை மாற்ற விரும்பி, "என்ன நடந்தது தெரியுமா!" என்றாள்.

"என்ன நடந்தது. ஆமாம், என்ன நடந்தது?" என்று லவன் கேட்டான்.

நம்முடைய வெள்ளைப்பசு அடர்ந்த வனத்திற்குள் போய் விட்டது, அவற்றை வில் அம்புடன் சம்புகன் துரத்தினான். சீதை கதை சொல்லத் தொடங்கினாள்.

"அதன்பிறகு" லவன் கேட்டான்.

"அம்மா, அம்மா சம்புகனுக்கு ஹிர்ர்-ரன்ன-கப்ப்ப நடக்கும், அப்படி என்றால் என்ன அம்மா?" என்று கேட்டான் குசன்

"ஒரு பொற்கலயத்தின் உள்ளிருந்து வெளியில் வருவான் சம்புகன்,

வேதமந்திரங்கள் ஓதப்படும், அவன் இனிமேல் நம்முடைய பகைவனாக இருக்கமாட்டான்.''

"பகைவன் என்றால் என்னம்மா?''

"அவன் இனிமேல் நம்முடைய பசுக்களைத் திருட மாட்டான், நமக்கு இடையூறு செய்ய மாட்டான்'' என்றாள் சீதை.

"அப்படியென்றால் என்ன செய்வான்?'' குசன் உற்சாகமடைந்தான்.

என்ன செய்வான்? சீதை சிக்கலில் மாட்டிக்கொண்டாள். நிறைய சிந்தித்து அவன் உங்களுடன் கதை பேசுவான், விளையாடுவான் என்று அவள் கூறினாள்.

என்ன விளையாடுவான், யுத்த விளையாட்டா? என்று லவன் கேட்டான்.

லவனின் கன்னத்தில் கன்னத்தை வைத்து சீதை சொன்னாள். "இல்லை, அவன் உங்களுடன் அமைதியின் விளையாட்டு விளையாடுவான். யுத்தம் முடிவதற்கான விளையாட்டு.''

கொண்டாட்டம்! கொண்டாட்டம்! என்றபடி கைதட்டி ஆட்டமாடத் தொடங்கினர் லவனும் குசனும். "நாங்களும் ஹிர்ர்-அன்ன-கப்ப்ப ஆவோம்.''

சீதை கூறினாள். "இல்லை தங்கங்களே, நீங்கள் துக்க கர்ப்பஜாதி. நீங்கள் விஷகர்ப்பஜாதி.''

எட்டு

ஏதுமற்ற இவர்கள் இருவரும் எங்கே போவார்கள்!

அழுகை ஓலத்தில் சம்புகன் உறக்கம் கலைந்தான். குகைக்கு வெளியில் ஓடிவந்தான். குலத்தின் பெரும்பான்மையோர் இந்த அதிகாலையிலேயே எழுந்துவிட்டனர். சிலர் அச்சத்தில் திக்குத்திக்காகப் புத்திகெட்டு ஓடுகின்றனர். ஏன், என்ன ஆயிற்று, நடக்கக் கூடாதது என்ன நடந்தது! யாரைக் கேட்பான் சம்புகன். யாரும் நன்றாக இருப்பதைப்போல தோன்றவில்லை. திடீரென சதர்க்கன் ஓடிவந்து மிகவும் ஆக்ரோசத்துடன் சம்புகனின் கைகளைப் பிடித்தார். அவர் தரதரவென சம்புகனை நீரோடையின் பக்கம் இழுத்துக்கொண்டு போனார். அலறியபடி சதர்க்கன் ஒரு மரத்தின் அடியில் சம்புகனை உதறிவிட்டுச் சொன்னார். "பார், பார் உனது தவறான வழிகாட்டுதலின் விளைவு. எனது குலத்தின் மக்களைப் பீதியில் தள்ளிவிட்டுவிட்டு நீ சுகமாகத் தூங்கிக் கொண்டிருக்கிறாயா! பார் இந்தப் பயங்கரத்தை அந்த ஆரியர்கள் உனக்காக என்ன பரிசை அனுப்பியிருக்கிறார்கள் என்று! உனது புரட்சிகர வீரர்கள் சல்யனும் லோமஸனும் திரும்பி வந்திருக்கின்றனர்."

சம்புகனின் மண்டியிட்ட முழங்காலில் ஒரு சொட்டு இரத்தம் மேலிருந்து வந்துவிழுந்தது. சம்புகன் நிமிர்ந்து பார்த்தான் காயம்பட்டு இரத்தம் தோய்ந்த இரண்டு பிணங்கள் மரத்தில் தொங்கிக் கொண்டிருக்கின்றன, உடலில் இப்போதும் ஈட்டிகள் துளைத்தவாறே உள்ளன.

"யார், யார் இவர்கள்? யார் கொண்டு வந்தது இங்கே?" சம்புகன் கூச்சலிட்டான்.

சதர்க்கன் தேம்பியபடி கூறினார், "சல்யனும் லோமஸனும்தான் இவர்கள்."

"இல்லை.." என்று கத்தி ஓலமிட்டபடி சம்புகன் பிணங்களுக்கு அருகில் நெருங்கிச் சென்று, வெறிபிடித்தவனைப் போல இரண்டு உடல்களையும் மாறிமாறிப் பிடித்துக்கொண்டு அவற்றின் முகத்தையே பார்த்துக் கொண்டிருந்தான்.

குலத்தின் மக்கள் அனைவரும் மரத்தின் நாலாபக்கமும் வந்து நிற்கின்றனர். அனைவரும் பேய்களைப் போல ஓலமிட்டு அழுகின்றனர்.

சல்யனின் தாய் வில்லிலிருந்து புறப்பட்ட அம்பைப்போல ஓடிவந்து சம்புகனை நோக்கி விரல்களை நீட்டிச் சொன்னாள். "நீ, எனது மகனைக் கொன்றுவிட்டாய் நீ!" சதுர்க்கன் ஒரு நொடியைக் கூட தவறவிடாமல் பயன்படுத்திக்கொள்ள விரும்புகிறார். தலைமைப் பொறுப்பை இழந்ததனால் சம்புகனின் மீது அவர் தனக்குள் அடக்கிவைத்திருந்த கோபத்தை இன்று நெருப்பாகக் கக்குகிறார். குலத்தின் மக்களை நோக்கி சதர்க்கன் கேட்டார், "இப்போது நீங்களே சிந்தித்துப் பாருங்கள், சம்புகனது வழியைப் பின்பற்றுவீர்களா அல்லது எனது அமைதி வழியையா? சம்புகன் பேராசைக்காரன், தனது நோக்கத்தை நிறைவேற்றுவதற்காக அவன் இந்தச் சிறுவன் சல்யனையும் கொடூரமான மரணத்தை நோக்கித் தள்ளி விட்டுவிட்டான்."

இரத்தக்கறை படிந்த இந்தத் தருணத்தில் நின்றிருக்கும் மக்கள் இன்னும் சுயநினைவுக்குத் திரும்பவில்லை. அவர்களில் சிலர் சதர்க்கனை முழுமையாக நம்பத் தயங்கினர். "சம்புகன் என்ன செய்வான்? நீங்கள் எதற்காகச் சம்புகனை நோக்கி விரலை நீட்டுகிறீர்கள்?" என்று துந்துவி கேட்டான்.

"அவன்தானே வன்முறையின் பாதைக்குக் கொண்டுவந்தான். அதற்கு முன்பு நாம் நன்றாகத்தானே இருந்தோம்" என்றாள் வாருணி.

"இப்போதும் நன்றாகத்தானே இருக்கிறான்." சதர்க்கன் மிகுந்த எள்ளலுடன் சொன்னார். "இப்போதும் சம்புகனைப் பாருங்கள் மகிழ்ச்சியாகச் சுற்றித்திரிகிறான். ஆனால், மற்ற இளைஞர்கள் அவனது பேச்சைக்கேட்டு உயிரைப் பணயம்வைத்துச் சொந்த இடத்தை விட்டு வெளியில் புரட்சிப் பணிகளுக்காகச் செல்கின்றனர்."

"அவர்களின் இறந்த உடல்களே திரும்பி வருகின்றன." இன்னொருவர் யாரோ பின்னாலிருந்து கூறினார்.

மித்ரா சதர்க்கனுக்கு முன்னே வந்து பேசினாள். "நீங்கள் எதற்காக எங்களைக் குழப்புகிறீர்கள்? இந்த மரணத்திற்குப் பொறுப்பு

ஆரியர்கள், அவர்கள்தான் நமது எதிரிகள், அவர்களுக்கு எதிராகத் தான் நமது போராட்டம். சம்புகன் குற்றவாளி அல்ல, நமது தலைவன்."

மித்ராவின் பேச்சால் சதர்க்கன் எரிச்சலடைந்தார். அவர் சம்புகனுக்கும் மித்ராவுக்கும் இடையில் நெருக்கமான உறவு இருப்பதைக் கவனித்து வந்தார். இது அவரை மிகவும் எரிச்சலூட்டியது. மித்ரா அவரது மனைவியின் சகோதரி, மித்ராவைப் போன்ற பேரழகியை அவர் வேறொரு ஆணுடன் நெருக்கமாகப் பார்க்க விரும்பவில்லை. ஒருநாள் அவர் மித்ராவை உரிமை கொள்வார். சதர்க்கன் மித்ராவின் கைகளைத் தூக்கிப் பிடித்துக் கொண்டு கூறினார். "இப்போது பெட்டியிலிருந்து பூனை வெளியே வந்திருக்கிறது பாருங்கள். இந்த மித்ராவுடன் காதலின்பம் புரிவதற்காகத்தான் புரட்சியின் நாயகன் மற்ற இளைஞர்களை வெளியில் அனுப்பி வைத்துவிட்டு தான் வசிப்பிடத்தைவிட்டு அசைவதில்லை. புரட்சியின் பெயரால் இந்த இன்பக் களியாட்டங்களை எங்களால் சகித்துக்கொள்ள முடியாது."

இளைஞர்கள் பலரும் இந்த வார்த்தைகளை ஏற்றுக் கொண்டனர். சம்புகன் இந்தக் காரணத்தால்தான் இங்கேயே உட்கார்ந்துகொண்டு இருந்தான் என்றால் அது அநியாயம். மித்ராவுடன் அவனது நெருக்கத்தை அனைவரும் கவனித்திருக்கின்றனர். மித்ரா இவ்வளவு நாள் அடையமுடியாதவளாக இருந்தாள். இப்போது சம்புகன் மித்ராவை வென்றெடுப்பதற்காகத் தான் தன்னை வீரனாகக் காட்டிக்கொள்கிறானா! மித்ராவின் அக்காவின் கணவர் எதற்காகக் காரணமின்றி அவதூறு செய்யப்போகிறார்!

குழம்பிப்போன சம்புகன் கூச்சலிட்டுக் கூறினான். "சதர்க்கா! நீ முழுக்கப் பொய் சொல்கிறாய். புரட்சிதான் என்னுடைய முதலும் முதன்மையுமான காதல்."

"எது பொய்" சதர்க்கன் வெறுப்பு நிறைந்த குரலில் கேட்டான். "மித்ராவை நீ காதலிக்கவில்லையா!"

"இருந்தாலும் அதற்கும் புரட்சிக்கும் எந்தத் தொடர்பும் இல்லை" என்றான் துந்துவி. ஆனால், அதற்குள் மக்களுக்குள் புரட்சியைப் பற்றிய பீதி பரவத் தொடங்கிவிட்டது. வாருணி சம்புகனின் கைகளைப் பிடித்துக்கொண்டு இறைஞ்சும் குரலில் வேண்டினாள். "இப்போது எங்களது வாழ்க்கையைப் பற்றி நினைத்துப் பார், சம்புகா. புரட்சியின் போதை பேரழிவைக் கொண்டு வரும். சொந்த மக்களை மரணத்தை நோக்கித் தள்ளிவிடாதே என் அப்பனே."

சீதாயணம்

மக்கள் கூட்டத்தில் பெரும்பான்மையினர் வாருணியைப் பின்பற்றி மண்டியிட்டும், நின்றுகொண்டும், சிலர் அழுதபடியும், சிலர் அரற்றியும், சிலர் இறைஞ்சும் குரலிலும் “எங்களைப் புரட்சிக்கான சபதத்திலிருந்து விடுதலை செய். எங்களுக்கு அமைதி வேண்டும்” என்றனர்.

சம்புகன் வார்த்தைகளற்று அமர்ந்திருக்கிறான்.

துந்துவி அனைவரையும் நோக்கிக் கேட்டான், “என்ன வேண்டும் உங்களுக்கு?”

குலத்தின் மக்கள் எவருக்கும் முடிவெடுக்க முடியவில்லை. அனைவரும் மற்றவர் வாயிலிருந்து பதிலை எதிர்பார்க்கின்றனர்.

“ஆரியர்களிடம் சரணடைய விரும்புகிறோம், அமைதியை விரும்புகிறோம்” என்றான் சதர்க்கன்.

சம்புகன் மிகுந்த வெறுப்புடன் சதர்க்கனைப் பார்த்தான், பிறகு தரையில் உதைத்துவிட்டுக் காறி உமிழ்ந்தான்.

“ச்சீ, உங்களது உடம்பில் மனித இரத்தம் இல்லை. சல்யனையும் லோமஸையும் இப்படிக் கொடூரமாகக் கொலை செய்த அந்த ஆரியர்களிடம் சரணாகதி அடையப் போகிறீர்களா?” என்று கேட்டாள் மித்ரா.

“நாங்கள் வாழ விரும்புகிறோம்.” சதர்க்கன் உறுதியான குரலில் சொன்னார். இரத்தம் உள்ளது என்பதற்காக இப்படி இரத்தம் சிந்தும் காட்சியைத் திரும்பத் திரும்பப் பார்க்க விரும்பவில்லை என்றார் அவர். இதற்கு மக்கள் கூட்டத்திடம் மிகுந்த ஆதரவு எழுந்தது. அனைவரும் வாழ விரும்புகின்றனர்.

வாழத்தான் நாங்களும் விரும்புகிறோம் என்ற துந்துவியின் குரல் அனைவரது சலசலப்புக்கு நடுவில் சரியாகக் கேட்கவில்லை. ஆனாலும் அவன் பேசினான். “வாழ்வதற்காகத்தான் போராட விரும்புகிறோம்.”

“இல்லை, இல்லை, நாங்கள் இனி யுத்தத்தை விரும்பவில்லை.” ஒட்டுமொத்த வனமும் சொல்லியது போல இருந்தது.

இரத்த பீதியில் மூழ்கியுள்ள மக்களின் வாழ்தலுக்கான ஆசைக்குமுன் சில போராடும் சுயமரியாதைமிக்க இளைஞர்களின் குரல்கள் புறந்தள்ளப்பட்டன. ஒட்டுமொத்த அச்சுறுத்தல் செயல்பாடுகளைப் பயன்படுத்தி சதர்க்கன் சரணாகதி அடையும் நோக்கில் முன்னேறினார்.

இத்தனை நாட்களாக அவர்கள் செய்த அத்தனை வேலைகளும் பயனற்றுப் போய்விட்டதாகச் சம்புகன் உணர்ந்தான். இரத்தம் சிந்தத்தான் வேண்டியிருக்கும். ஆரியர்கள் கொடூரமான வழிகளில் தான் எதிர்ப்பை அடக்குவார்கள். அதற்காகப் புரட்சி நின்று போய்விடுமா! இவன் யாரைக்கொண்டு அமைப்பு கட்டினானோ, அவர்களின் நலனுக்காகத்தான் பாடுபட்டான்! குலத்தின் மக்களே அவனை நம்பவில்லை என்றால், குலத்தின் மக்களே நம்பிக்கை இழக்கச் செய்தால், பகைமைதான் வளரும். இவர்களுடன் ஏன் இருக்க வேண்டும் அவன்!

அன்று இரவே சம்புகன் குடியைவிட்டு வெளியேறி இலக்கற்றுப் பயணிக்கத் தொடங்கினான். துந்துவிக்கும் மித்ராவுக்கும்கூடத் தெரிவிக்கவில்லை, தெரிந்தால் போக முடியாது. ஒரு புதிய வழியைக் கண்டறிய வேண்டுமென்றால் முதலில் தேவை அனைவரிடமிருந்தும் வெளியேறுதல், தனித்திருத்தல் மற்றும் தன்னை உணர்தல்.

சீதை நடந்து நடந்து தபோவனத்திலிருந்து சற்றுத் தொலைவில் ஓர் அழகிய வனத்தினைக் கண்டறிந்தாள். அங்கே அவ்வளவு இயற்கையான காட்டுப்பூக்கள், அத்தனை இயல்பாகப் பறவைகள், பக்கத்திலேயே தம்சாவின் பிரவாகம், சீதை அடிக்கடி அங்கே வந்து இங்கும் அங்கும் நடந்துகொண்டிருப்பாள்.

இன்றைக்கும் தம்சாவின் நீரில் கால்களை நனைத்தபடி அமர்ந்துகொண்டே, மனதில் வேறு எதையோ யோசித்துக் கொண்டிருக்கிறாள். திடீரென்று மிக விரைவாக நெருங்கி வருகின்ற ஒரு தேர்ச்சத்தம் அவளைத் திடுக்கிட வைத்தது. எழுந்து நீரிலிருந்து வெளியே வந்து அவள் மரத்தின் மறைவில் இருந்து கவனிக்க விரும்பினாள். தேர்ச்சத்தம் அவளது அமைதியைச் சிதைத்துவிட்டது.

சிறிது தொலைவில் தேர் நின்றது. என்ன ஓர் ஆச்சர்யம், தேரோட்டி ஒரு பெண். தேரில் வேறு யாருமில்லை. தீவிர வியப்பும் ஆர்வமும் சீதையை மறைவிலிருந்து மெல்ல மெல்ல தேரை ஓட்டிவந்தப் பெண்ணை நோக்கி இழுத்து வந்தது. அந்த ஆச்சர்யத்திற்குரிய பெண்ணும் சீதையைப் பார்த்துவிட்டாள். தீவிரமான கண்களுடன் சீதையைப் பார்த்தபடியே அந்தப் பெண் எழுந்து நின்றாள். சீதை மேலும் வியப்படைந்து கவனித்தாள். எரியும் நெருப்பைப் போன்ற அந்தப் பெண் இலைகளையும் விலங்குத்தோலையும் உடுத்தியிருக்கிறாள், உடலின் அழகு தளராமல் இருக்கிறது. ஐம்பது வயதைப்போல தோன்றுகிறது.

சீதை தேரின் முன்பாக நின்று மரியாதை செலுத்தும் விதமாக வணக்கம் தெரிவித்தாள். அதன்பிறகு பேசினாள். "தாயே, தங்களைப் பார்த்தால் துறவியைப்போல தெரிகிறது; அதுமட்டுமன்றி இந்த மணிகளாலான தேரின் தேரோட்டியும் நீங்கள், இந்த இரண்டும் சேர்ந்து என்னைக் குழப்பமடையச் செய்கின்றன. நான் இதற்கு முன்பாக எந்தப் பெண்ணின் கைகளிலும் தேரின் கடிவாளத்தைப் பார்த்ததில்லை. நீங்கள் தேரோட்டி வந்த தோற்றம் எனது மனதில் மிகுந்த மரியாதையையும் வியப்பையும் ஏற்படுத்திவிட்டது. தாயே, எனது இந்த ஆர்வத்தைத் தணியுங்கள்."

துறவி இப்போதும் சீதையை தீட்சண்யமான பார்வையால் பார்த்துக்கொண்டே குழப்பமடைந்து வினவினாள். "நீ யார்? உன்னைப் போன்றதொரு பெண் இந்த வனத்தில் அலைந்து திரிவதை இதற்கு முன்பாக நான் பார்த்ததில்லையே."

"நான்!" சீதையின் இதழ்களில் மெல்லிய புன்னகை பிறந்தது. "நான் இப்போது மாமுனிவர் வால்மீகியின் தபோவனத்தில் வாழும் ஒரு பெண்."

சீதையின் இந்தப் பதிலில் துறவி நிறைவடையவில்லை, அவள் கேள்வி கேட்பது போலவே பார்த்துக் கொண்டிருந்தாள்.

சீதை அந்த ஊடுருவும் பார்வைக்கு முன்னால் அசௌகரியமாக உணர்ந்தாள். தன்னை மறைக்க விரும்பினாலும் இந்தப் பெண்ணிடம் அது முடியவில்லை. "நான் ஒரு நாடுகடத்தப்பட்ட அரசகுலப் பெண்." சீதை இதைச் சொல்லும்போது துறவியின் கண்களிருந்து பார்வை விலகி தம்சாவின் நீரோட்டத்தைப் பார்த்துக் கொண்டிருந்தது.

"நீ சீதையா?" இம்முறை துறவியின் கேள்வி கூர்மையான ஈட்டியைப் போல ஓடி வருகிறது.

அதிர்ச்சியில் சீதையின் கண்கள் விரிந்தன. யார் இந்தப் பெண், எப்படி சீதையை அடையாளம் கண்டுகொண்டாள் இவள்! சீதை பெருமூச்சுடன் அந்தப் பெண்ணையே பார்த்துக் கொண்டிருக்கிறாள், அந்தத் துறவியும் அமைதியாக சீதையைப் பார்த்தபடியே நின்றிருக்கிறாள். இப்படியே சில நிமிடங்கள் கடந்ததும் துறவி மெதுவாகத் தேரிலிருந்து இறங்கித் தரைக்கு வந்து சீதைக்கு எதிரில் நின்றாள்.

"தாங்கள் யாரென்று இன்னும் எனக்குத் தெரியவில்லையே தாயே" என்று கேட்டாள் சீதை.

மல்லிகா சென்குப்தா

“நான் மேரு சாவர்ணியின் மகள் ஸ்வயம்பிரபா. வசுந்தரா எனது மற்றொரு பெயர். இங்கிருந்து தொலைவில் வனத்தில் ஆள் நுழைய முடியாத பகுதியில் தவம் செய்துகொண்டிருக்கிறேன்.”

“தங்களுக்கு எந்த ஆபத்தைக் குறித்தும் அச்சம் ஏற்படாதா?” சீதை ஆர்வமடைந்தாள். “தன்னந்தனியாக எவ்வளவு நாட்களாக ஆள் நுழைய முடியாத வனத்திற்குள் வசிக்கிறீர்கள் நீங்கள்? அல்லது எதற்காக நீங்கள் தவம் செய்கிறீர்கள்? எனது ஆர்வம் படிப்படியாக அதிகரித்துக்கொண்டே போகிறது. காரணம் நீங்கள் வாழ்வதைப் போல, நீங்கள் செய்துகொண்டிருக்கும் பணிகளைப் போல, வழக்கமாகப் பெண்களால் செய்ய முடிவதில்லை. ஒரு துறவியாக இருந்தும் எப்படி நீங்கள் இந்த மணிகளாலான தேரின் உரிமையாளராகவும் தேரோட்டியாகவும் ஆனீர்கள் என்பதும் வியப்பிற்குரியது.”

துறவி சீதையின் கைகளைப் பிடித்தபடி நல்ல புற்கள் படர்ந்த ஒரு இடத்திற்கு அழைத்துவந்து அமரவைத்தாள். அவளும் அமர்ந்துகொண்டு கூறினாள். “நான் முக்கியமாக உன்னைப் பார்க்கவே இந்த இடத்திற்கு வந்தேன். துறவியாக இருந்தாலும் பல விசயங்களில் எனக்கு ஆர்வம் உண்டு. உன்னைச் சந்திப்பதற்கான விருப்பம் எனக்குப் பல நாட்களாக இருந்தது. எந்தப் பெண்ணை மையமிட்டு ஆரிய அனார்யர்களிடையே இவ்வளவு இரத்தக் களரியான மோதல் உண்டாயிற்றோ அந்தப் பெண் நீ, இராவணன் உன்னைக் கடத்திச்சென்ற பிறகு அனுமன் தனது கூட்டத்துடன் உன்னைத்தேடிக்கொண்டு எனது இருப்பிடத்திற்கு எப்போது வந்தானோ, அப்போதிருந்தே எனக்கு உன்மீது ஆர்வம். அது மட்டுமின்றி, உனது கணவன் உன்னைக் கைவிட்டபோதும் நீ இரண்டு குழந்தைகளைக் கொண்டு சுயமாக வாழத் தொடங்கிய போதும் உன்மீது எனக்கு ஒரு தனி ஈர்ப்பு உண்டாயிற்று.”

துறவி கொஞ்சம் நிறுத்தினாள். சீதை இமைக்காமல் அவளையே பார்த்துக்கொண்டிருந்தாள்.

ஸ்வயம்பிரபா மீண்டும் பேச்சைத் தொடர்ந்தாள். “நான் வசிக்கும் இடம் மிக அழகானது. இரத்தநிறத்தில் பொன்மயமான பழங்களின் சுமையால் தாழ்ந்த மரங்கள். மணமிக்க மலர்களாலும் பொன்னாலும் வெள்ளியாலும் அலங்கரிக்கப்பட்ட வீட்டில் முத்துக்களால் திரையிடப்பட்ட சாளரங்கள், பொன்விமானம், தூய்மையான ஏரியில் தங்கமீன்கள், தாமரை மற்றும் ஆமை.”

“ஆனால், தாங்கள் ஆசைகளைத் துறந்த ஒரு துறவி!” சீதை தனது

வியப்பினை வெளிப்படுத்தினாள். "ஆம் குழந்தாய்" ஸ்வயம்பிரபா மெலிதாகப் புன்னகைத்தாள். "அந்தத் தோட்டமும் வீடும் பிரம்மனின் வரத்தால் மயன் உருவாக்கியவை. ஹேமா என்னும் ஆடல்பாடலில் வல்லமைமிக்க கலைமகளுடன் அவனுக்குக் காதல் ஏற்பட்டது. அவர்கள் இருவரும் அந்த வனமாளிகையில் ஒன்றாக வசிக்கத் தொடங்கினர். எல்லாச் செல்வங்களும் மயனுக்குச் சொந்தமாக இருந்தன. ஆனால், தேவர்களின் தலைவன் இந்திரன் ஹேமாவால் ஈர்க்கப்பட்டான். பொறாமையால் அவன் மயனாசுரனை வஜ்ராயுதத்தால் கொலை செய்தான். சோகமே வடிவான ஹேமாவைத் தேற்றுவதற்காக பிரம்மன் அந்த செல்வங்கள் அனைத்தையும் ஹேமாவுக்குப் பரிசளித்தான். ஆனால், மயனின் பிரிவால் அந்த இடம் ஹேமாவுக்குத் தாங்கிக்கொள்ள முடியாததாகிவிட்டது. ஹேமா எனது அன்புத்தோழி. அவளது வேண்டுகோளுக்கிணங்கியே நான் நீண்டநாட்களாக இந்த இடத்தில் தங்கிப் பராமரித்து வருகிறேன். சீதையின் முகத்தைப் பார்த்து மெல்லிய புன்னகை செய்கிறாள் ஸ்வயம்பிரபா வசுந்தரா. தேரும் குதிரைகளும் பயன்படுத்தப்படாமல் இருந்தால் அவற்றின் செயல் திறன் குறைந்துவிடும், அதனால்தான் துறவியாக இருந்தாலும் ஓய்வுநேரத்தில் தேரை ஓட்டுகிறேன்."

சீதையின் கண்களுக்கு எதிரே வியப்பின் அடையாளமாக ஸ்வயம்பிரபா வசுந்தரா அமர்ந்திருக்கிறாள். மேலும், பெண்களால் சாத்தியமல்லாத செயலையும் சாத்தியமாக்க முடியும் என்று சீதையின் மனதில் தோன்றுகிறது. வாழ்க்கை முழுக்கப் பெண்கள் எவற்றையெல்லாம் செய்யக்கூடாது என்று சீதை கற்பிக்கப்பட்டாளோ அவை எல்லாவற்றிலும் ஸ்வயம்பிரபா தேர்ச்சி பெற்றுள்ளாள். ஆனாலும் அவள் ஓர் முழுமையான மனுசி. அவளது உள்ளார்ந்த வலிமையும் தன்னம்பிக்கையும் ஒரு அற்புதமான ஒளிக்கதிர் போல நாலாப்பக்கமும் பரவுகின்றன. சீதை நீண்ட நாட்களாக இருளில் நடந்து நடந்து இன்று இந்த ஒளி வளையத்திற்குள் நுழைந்திருக்கிறாள் போலும், மேலும் இதற்காகத்தான் வாழ்க்கை முழுக்க அவள் காத்திருந்தாள் போலும். சீதை பேதையைப் போல வினவினாள், "யாருமே நினைவில் கொண்டிராத என்னை, ஒரு சாதாரண பெண்ணான சீதையைப் பார்க்கத் தாங்கள் ஓடி வந்தீர்களா!" சீதையின் குரல் உடைந்துபோனது. மேலும், நீங்கள் ஒரு ஒளிமிக்கப் பெண் என்று கூறினாள் அவள்.

"அனைவரும் மனதில் உன்னை நினைவு வைத்திருக்கின்றனர்; கிராமங்களிலும் நகரங்களிலும் உனது கதை வெகுவாக

விவாதிக்கப்படுகிறது; உனக்கு ஆதரவும் எதிர்ப்பும் இரண்டுமே வலுவாக உள்ளன. மேலும், அந்த விவாதிக்கப்படும் கருத்துகள் சிம்மாசனத்தை அசைக்கச் செய்கின்றன; நாட்டின் கட்டமைப்பையே ஆட்டிப்பார்க்கின்றன; அதனால்தான் நீ கவனமாக நாடு கடத்தப்பட்டுவிட்டாய். உனது புதிய இருப்பும் உனது புதல்வர்கள் நகரத்தில் மக்களிடையே வருவதும் நாட்டில் புரட்சிக்கும் வழிவகுக்கலாம்" என்றாள் ஸ்வயம்பிரபா.

"இல்லை, இல்லை அப்படிப்பட்ட அசம்பாவிதங்கள் எதுவும் நடக்கக் கூடாது" என்றாள் சீதை.

"நீயோ அல்லது உன் புதல்வர்களோ அதைச் செய்ய மாட்டீர்கள்; ஆனால், உங்களை முன்வைத்து மக்களில் பலர் கோபமுற்று எழலாம்; சொல்லப்போனால் அரசவை அங்கத்தினர் மற்றும் பிராமணர்களில் சிலருமே அந்த எண்ணத்தில் உள்ளனர். இராமச்சந்திரனும் அந்த அச்சத்தில் இருப்பதாகத் தோன்றுகிறது."

சீதை உறைந்து நின்றாள். ஸ்வயம்பிரபா வசுந்தரா எழுந்து நின்று கூறினாள். "நீ இனிமேல் அரண்மனையில் பாதுகாக்கப்படும் பொம்மை இல்லை. அந்தக் கடந்த காலத்தை வெகு தொலைவில் விட்டு வந்துவிட்டாய். அனைவருக்கும் கடந்த காலம் ஒன்று இருக்கும். அது வேதனை மிகுந்ததாக இருந்தால் எதற்காக அந்த நினைவிலேயே வாழ்க்கையைக் கடத்த வேண்டும். என்னை நீ ஒளிமிக்கவள் என்று அழைத்தாயே எதனால்? நான் எதனால் இப்படி ஆனேன்? காரணம் எனக்குப் பின்னாலும் இருக்கிறது ஒரு மோசமான கடந்தகாலம். அந்தக் கடந்தகாலத்தைப் பின்னுக்குத் தள்ளி நான் புதிய வாழ்க்கையை உருவாக்கிக் கொண்டேன், இப்படியே வாழவும் முடியும். அதற்குத்தான் எனது தவ ஒழுக்கம். கடந்தகாலம் நான் சாகும்வரை உடன் வராமலிருக்க, நான் கடந்தகாலத்தைச் சாவைப்போல தூக்கியெறிந்துவிட்டேன். இனி உனது வாழ்க்கையில் இல்லாத அந்தக் கதையைப் பற்றி சிந்திக்காதே, புதிய வாழ்க்கையைப் பற்றி சிந்தி."

"எனது புதல்வர்கள் அந்தக் கடந்தகால வாழ்க்கையின் அடையாளம். நீங்கள் மறுக்கச் சொல்லும் அந்த அரசகுல இரத்தம் அவர்களின் உடலில் ஓடுகிறது" என்றாள் சீதை.

"மறுக்காதே, புறக்கணி, அலட்சியம் செய். லவனும் குசனும் உனது இரு புதல்வர்கள். அவர்கள் அந்தக் கடந்தகாலத்தில் பிறக்கவில்லை, அவர்கள் முழுக்கச் சுதந்திரமானவர்கள். அதுமட்டுமின்றி நீ அவர்களை அரசகுலத்தின் அங்கமாகக்

கருதினாலும் உனது அடையாளம் அவர்களின் தாய் என்பது மட்டுமல்ல. நீ இராமனின் மனைவி என்பது உனது அடையாளம் இல்லை. நீ சுதந்திரமானவள், நீ இயற்கையின் மகள், சிறிதுகாலம் அரண்மனையில் சுற்றித்திரிந்தாய் அவ்வளவுதான், இப்போது மீண்டும் இயற்கையின் மடியில் வந்துவிட்டாய்."

"நான் ஏன் அதை உணரவில்லை? நான் ஏன் இன்னும் என்னை நாடு கடத்தப்பட்ட அரசகுல மருமகளாகவே நினைத்துக் கொண்டிருக்கிறேன்?" என்று சீதை கேட்டாள். "இந்தத் தொடர்புகளை விரும்பினால் துண்டித்துக்கொள்ள முடியுமா என்ன!"

"இராமச்சந்திரன் துண்டித்துக் கொள்ளவில்லையா? ஒரு கணத்தில் அந்தத் துண்டிப்பை அவன் நிரந்தரமாக்கிக் கொள்ளவில்லையா? அவனது குலத்தினர் பிறரும் அதை ஏற்றுக் கொள்ளவில்லையா?" ஸ்வயம்பிரபா பேச்சைத் தொடர்ந்தாள். "நீ சாதாரணமானவள் இல்லை என்பதால் உன்னிடம் இவையனைத்தையும் கூறுகிறேன். நீ இராட்சசபுரியில் உனது சுயமரியாதையைக் காப்பாற்றி வைத்திருந்த விதமும், வனவாசத்தில் இரண்டு புதல்வர்களை வளர்க்கும் சுமைகள் அனைத்தையும் ஏற்றுக்கொண்டிருக்கும் விதமும் உனது மனவலிமையையும் செயல்திறனையும் வெளிப்படுத்திவிட்டன; நீயொன்றும் அந்த அரண்மனை விரும்புகிற பொம்மை இல்லையே! இந்தக் கவலைகள் அனைத்தும் நீண்ட நாட்களாக என்னைத் துளைத்துக்கொண்டே இருந்தன; உன்னைப் பற்றி நான் நிறைய யோசித்துவிட்டேன், அதனால்தான் இங்கு வந்தேன்."

"இந்த வால்மீகியின் ஆசிரமத்தில் இராமச்சந்திரனின் பெயரை யாரும் உச்சரிப்பதுகூட இல்லை. ஆனால், உச்சரிக்கப்படாத அந்த இருப்பின் கனம் என் நெஞ்சை அழுத்துகிறது. லவனுக்கும் குசனுக்கும் அவர்கள் அரசகுமாரர்கள் என்பது தெரியாது. ஆனால், மாமுனிவர் வால்மீகி அவர்களுக்கு ஒவ்வொரு நொடியும் அரசிளம்பிள்ளைகளுக்கான வித்தைகளையே கற்றுத்தருகிறார். அனைவரும் காத்திருப்பதைப்போல நான் அரண்மனைக்குத் திரும்புவது எப்போதும் நிகழாது, இந்த நிலைமை எனது மரணம் வரையிலும் தொடரும் என்பதை நான் அறிவேன். ஆனாலும், ஆனாலும்கூட நான் அந்த அநியாயமான கொடூர கணவனிடம் மீண்டும் சரணாகதி அடைவதற்கான எந்த வழியையும் என்னால் ஏற்றுக்கொள்ள முடியவில்லை" என்றாள் சீதை.

சட்டென்று திரும்பி நின்றாள் ஸ்வயம்பிரபா வசுந்தரா. "தெரியும்,

முடியவே முடியாது இல்லையா! நீ சுயமரியாதை மிக்கவள், நீ பொம்மை இல்லை."

சீதையின் கைகளைப் பற்றிக்கொண்டு ஸ்வயம்பிரபா கூறினாள். "நீ என்னுடன் வா, கடந்தகாலத்திருந்து விடுவித்துக்கொள் உன்னை."

சீதை மிகுந்த குழப்பத்துடன் காணப்படுகிறாள். அவள் நெஞ்சைப் பிடித்துக்கொண்டு நதியினை நோக்கி முகத்தைத் திருப்பியபடி நின்றிருக்கிறாள்.

ஸ்வயம்பிரபா வசுந்தரா திரும்பி சீதைக்கு முன்னால் வந்து நிற்கிறாள் மீண்டும். அதே தீட்சண்யமான பார்வை, கண்களில் நம்பிக்கையின் கீற்று.

இவள்தான் விடுதலையின் உருவம் என்று சீதைக்குத் தோன்றுகிறது. ஸ்வயம்பிரபா கைகளைப் பற்றிக்கொண்டால்தான் ஒரு சுதந்திரமான வாழ்க்கைக்குள் நுழைய முடியும். தனக்கேயான வாழ்க்கை. எந்த அலட்சியமும் எந்த அவமானமும் இனி அவளைத் துன்புறுத்தாது. ஸ்வயம்பிரபா இரண்டு கைகளை நீட்டினாள் அணைத்துக் கொள்வதுபோல.

சீதை அவளது மரப்பட்டையால் மூடப்பட்ட மார்பில் தாவி விழுந்தாள்; நீண்ட நேரம், நீண்ட நேரம், தழுவியபடியே இருந்தனர் அவர்கள். இரண்டு இதயங்கள் ஒன்றிடமொன்று மிகுந்த உற்சாகத்துடன் பேசிக்கொண்டன.

இந்தச் சமயத்தில் தபோவனத்திலிருந்து யாரோ ஆசிரமவாசியின் குரல் கேட்கிறது. சீதையைத் தேடுகின்றனர் யாரோ. "ஆரிய ஜானகி..." என்று அழைக்கின்றனர் யாரோ.

சீதை தன்னை விடுவித்துக் கொண்டாள். ஸ்வயம்பிரபா அவளைக் கைகளைப் பிடித்துத் தேரை நோக்கி அழைத்துச் சென்றாள். ஏறிக்கொள் என்றாள், புதிய வாழ்க்கையில். சீதை கைகளை விலக்கிக்கொண்டு வசுந்தராவை வணங்கினாள். எழுந்து நின்று சொன்னாள். "தாயே! இன்றைக்கு வேண்டாம், இன்னமும் அதற்கான காலம் வரவில்லை."

ஒன்பது

மனிதனுக்கான உரிமையை வேண்டினான் ஓர் ஒடுக்கப்பட்டவன்

கடந்த ஒன்பது ஆண்டுகளில் சம்புகனும் அவனது குலத்தின் மக்களும் படிப்படியாகத் தங்களது சுதந்திரமான, ஆனால் அச்சமான வாழ்க்கையை விட்டுப் பாதுகாப்பான கட்டுப்பாடான சூத்திர வாழ்க்கையின் விதிகளுக்குப் பழக்கப்பட்டுவிட்டனர். பழைய கற்சிலை தெய்வங்களுக்குப் பதிலாக அவர்கள் வைதீக தெய்வங்களுக்கு அடிபணிந்துவிட்டனர். முன்பு அவர்கள் காட்டுச் சிறுத்தையைச் சமாதானம் செய்வதற்காகப் பலவித பலி பொருட்களைப் படைத்து மந்திரங்களை உச்சரிப்பர்; இப்போது ஆரியர்களைப் போலவே பசுக்களைத் தாயாகக் கருதி வணங்குகின்றனர். வனத்தின் பழங்கள், கிழங்குகள் மற்றும் விலங்கு இறைச்சிகளைச் சேகரிப்பதில் நாள் முழுவதையும் செலவிடுவதற்குப் பதிலாக அவர்கள் பல்வேறு சூத்திரத் தொழில்களுக்குப் பழகி விட்டனர். அவர்கள் மரத்திலும் விலங்குத்தோலிலும் காலணிகள் தயாரித்து அருகிலுள்ள ஊர்களுக்குச் சென்று அவற்றை விற்றுத் தானியங்கள்ளைச் சேகரித்து வந்தனர். சிலர் முடிதிருத்தும் பணியில் ஈடுபட்டனர். அவர்கள் தபோவனத்தில் வசிக்கும் பிராமணர்களுக்கும் ஊர்களில் வைசியர்களுக்கும் சேவை செய்கின்றனர். பதிலுக்குப் பிராமணர்கள் அவர்களுக்காகத் தெய்வங்களிடம் பிரார்த்தனை செய்கின்றனர், காரணம் நேரடியாகப் பிரார்த்தனை செய்யவோ அல்லது தெய்வங்களை வழிபடவோ அவர்களுக்கு உரிமை இல்லை.

சம்புகன் திரும்பி வந்துவிட்டாலும் புதிய வாழ்க்கையில் அவனுக்கு எதுவுமே பிடிக்கவில்லை. இந்த விசயத்தை முதலிலிருந்தே ஏற்றுக்கொள்ள முடியவில்லை. தெய்வங்களிடம் மனிதன் தனது உள்ளார்ந்த விருப்பங்களை வெளிப்படுத்துகிறான்,

அங்கே யாரும் மத்தியஸ்தர்களாக இருக்க முடியாது. நாள்தோறும் பூசை செய்யும் நடைமுறை இருந்தது. இப்போது சிலை இல்லாத பீடத்தின் முன் அமர்ந்து அவன் மனதிற்குள்ளேயே வழிபாட்டு மந்திரத்தை உச்சரிக்கிறான். அது வைதீக மந்திரம் இல்லை, உள்ளார்ந்த மொழி. சம்புகன் ஒருபோதும் ஹிரண்யகர்ப்ப நிகழ்ச்சியை விரும்பவில்லை. இவ்வளவு நாட்கள் அவனுக்குப் பழக்கமான வாழ்வில் திடீரென ஆரியர்களின் கட்டுப்பாடுகள் நுழைவதை அவன் ஏற்கத் தயாராக இல்லை. மித்ரா, துந்துவி, கரன் உள்ளிட்ட ஐந்து ஆறு பேர் அவனுடன் இருந்தனர். ஆனால், மக்களில் பெரும்பான்மையினர் சூத்திரத்தனத்தின் அமைதியையும் பாதுகாப்பையும் நினைத்து தெய்வ ஆசீர்வாதத்தைப் போல இந்த வாய்ப்பை ஏற்றுக்கொண்டனர். சதர்க்கனும் ஒரு சந்தர்ப்பவாதியாக இருந்தார். இந்தப் பிரச்சினையின் வழியாக மீண்டும் மக்கள் மத்தியில் சதர்க்கனின் முக்கியத்துவம் அதிகரித்துள்ளது. ஐந்து பேர் ஆண்களும் பெண்களுமாகத் தனித்துப்போய் இந்த மோசமான சூழலில் வாழ முடியாது என்பதை நினைத்துத்தான், சம்புகனின் சிறிய எதிர்ப்பு அணி அந்தப் பெரும்பான்மையினரின் விருப்பத்திற்கும் அழுத்தத்திற்கும் அடிபணிந்தது.

அதிலிருந்து சதர்க்கனுடன் சம்புகனின் உறவு படிப்படியாக மோசமடைந்தது. மக்களிடையே அவர்கள் இருவரை மையமாகக் கொண்ட இரண்டு குழுக்கள் வெளிப்படையாக இருந்தன. இரண்டு தலைமைத்துவ மையங்கள். ஒன்று எச்சரிக்கையும் பழமைவாதமும்; மற்றொன்று, அசாத்திய துணிச்சல் கொண்டது மற்றும் கட்டுப்பாடும் சகிப்புத்தன்மையுமற்றது. ஆனால், அவர்களின் உண்மையான மோதல் மித்ராவை மையமாகக் கொண்டது. சதர்க்கன் எப்போதுமே மித்ராவின் மீது உரிமை கொண்டாடப் பார்க்கிறார், காரணம் மித்ராவின் அக்கா சதர்க்கனின் மனைவி. மனைவியின் தங்கையைத் தனது இரண்டாவது மனைவியாக்கிக் கொள்ளும் ஆசை அவருக்கு இருந்தது, அவர்களின் குலத்தில் குலத்தலைவனிடம் இந்த வழக்கம் இயல்பானதாக இருந்தது. மித்ரா தப்பியோடிக் கொண்டிருந்தாள். அவள் காட்டுப்பன்றியைப்போல கட்டுக்கடங்காதவளும் வலிமைமிக்கவளும் ஆவாள். அவள் வீரத்தை விரும்புபவள், சம்புகனின் அசாத்தியத் துணிச்சல் அவளைப் பெரிதும் கவர்ந்தது. ஹிரண்யகர்ப்ப நிகழ்ச்சிக்குப் பிறகு பெற்ற அமைதியான வாழ்வின் முதல் இரண்டு மூன்று ஆண்டுகள் மித்ராவும் சம்புகனும் ஒருவருக்கொருவர் அன்பில் திளைத்திருந்தனர்; வனத்திலும், குகையிலும், மலையிலும், நீரோடையிலும் காதலில் மூழ்கி,

தங்களை மன்மதனும் இரதியுமாக நினைத்துக் கொண்டனர். சம்புகன் இடையிடையே நிரந்தர உறவைக் குறித்துப் பேசுவான். ஆனால், அவன் அதற்கு முயற்சி செய்தால் சதர்க்கன் கோபமடைந்து இடையூறு செய்வான் என்பதனால் மித்ரா கொஞ்சம் கொஞ்சமாகத் திருமணத் திட்டத்தைத் தள்ளிப்போட்டாள். ஆனால், அதன்பிறகு தான் சிக்கல்கள் அதிகமாயின. சதர்க்கனின் மனைவி திடீரென கொசுக்கடியால் உண்டாகும் ஒருவித காய்ச்சலால் இறந்து போனாள். அவளது சின்னஞ்சிறிய பிள்ளைகள் நால்வரையும் பார்த்துக்கொள்ள யாருமில்லை. மித்ரா சூழ்நிலையின் நெருக்கடியால் அவர்களைப் பார்த்துக் கொள்வதற்காக இரவிலும் பகலிலும் பெரும்பாலான சமயங்களில் சதர்க்கனின் வீட்டிலேயே இருக்க வேண்டியதிருந்தது. மேலும், திருமணத்திற்காக மித்ராவுக்குச் சதர்க்கன் நெருக்கடி தரத் தொடங்கினான். சம்புகன் அந்த மலைச்சரிவில் வந்து எப்போதும் அமர்ந்திருக்கிறான். அந்த இடத்தில்தான் சம்புகன் மித்ராவை முதன்முதலில் முத்தமிட்டான். மித்ரா வந்து இனிமேல் என்னால் முடியாது சம்புகா என்று சொன்ன அந்தப் பயங்கரமான நாளின் நினைவு அவனுக்கு எப்போதும் வந்துகொண்டே இருந்தது. "இந்த இம்சையை இதற்குமேல் என்னால் தாங்கிக்கொள்ள முடியவில்லை. நான் சதர்க்கனைத் திருமணம் செய்துகொள்ள சம்மதித்துவிட்டேன்."

சம்புகன் அழுதுகொண்டே மித்ராவின் தோள்களைப் பிடித்து உலுக்கிக் கேட்டான். "என்ன சொல்கிறாய்? சாதாரணப் பெண்ணைப் போல நீ நொறுங்கிப் போவாயா! அந்தப் புரட்சிக்காரி மித்ராவா நீ! இன்றைக்கே கிளம்பு, இப்போதே நாம் வால்மீகியின் ஆசிரமத்திற்குப் போய்விடுவோம், அவர் முறைப்படி நமக்குத் திருமணம் செய்துவைப்பார்."

"அது இனிமேல் நடக்காது சம்புகா, ஆதரவற்ற அந்த நான்கு குழந்தைகளை விட்டுவிட்டு வந்தால் எனது அக்காவின் ஆத்மா துன்பப்படும். நானும் அவர்களை மிகவும் நேசிக்கிறேன்."

என்னுடன் திருமணம் செய்துகொண்ட பிறகும் நீ அவர்களை நேசிக்கமுடியும் மித்ரா! என்று சம்புகன் ஏக்கமான குரலில் சொன்னான். "அவர்களிடம் போகவிடாத அளவுக்குக் கொடுமையானவனாக நீ என்னை நினைத்தாயா!"

பாறையில் தலையை மோதியபடி பீறிடும் உணர்ச்சிகளை அடக்கிக்கொள்ள விரும்பினாள் மித்ரா. "சம்புகா, அவர்கள் எப்போதும் நான் உடனிருக்க வேண்டுமென விரும்புகிறார்கள்!" என்றாள்.

"இதற்குமேல் எனது விருப்பங்கள் எதுவுமில்லை. அவர்கள் கொஞ்ச நாளில் வளர்ந்துவிடுவார்கள். ஆனால், எனது ஒட்டுமொத்த வாழ்க்கையும் ஒன்றுமில்லாமல் போய்விடும்" என்றான் சம்புகன்.

மித்ரா கண்களை மூடிக்கொண்டாள், அவள் விழிகளிலிருந்து கண்ணீர் வழிகிறது, சம்புகன் அவளை அணைத்துக்கொண்டு அந்த உப்புநீரை நாவால் சுவைத்தான். "என்னுடை.., என்னுடைய வாழ்க்கையும் ஒன்றுமில்லாமல் போய்விடும்" என்றாள் மித்ரா.

"பின்னும் ஏன், எதற்காக இந்தக் குழப்பம்! வா திருமணம் செய்துகொள்வோம்!" சம்புகன் அவளது கைகளைப் பிடித்து இழுத்தான். மித்ரா கைகளைக் குவித்து சம்புகனின் கால்களில் விழுந்து அவனது கால்கள் இரண்டையும் பிடித்துக்கொண்டு கூறினாள். "சம்புகா, சம்புகா, நான் ஏதுமற்றவள். நான் இன்னொருவர் மனைவி."

அதிர்ச்சியுற்று, உறைந்து போன சம்புகன் மித்ராவின் முகத்தை உயர்த்திப் பிடித்துக்கொண்டு பார்த்தபடி இருந்தான், அவனது கண்களில் ஆயிரம் கேள்விகள்.

மித்ரா தேம்பித்தேம்பி சத்தமாக அழுகிறாள், அவளது அழுகைக்கு இடையில் கேட்கிறது, "நான் கற்பழிக்கப்பட்டவள், ஒவ்வொரு இரவும் நான் கற்பழிக்கப்படுகிறேன். நான் இனிமேலும் உயிரோடிருக்க விரும்பவில்லை."

வெட்டுண்ட மரம்போல சம்புகன் தொப்'பென்று உட்கார்ந்து விட்டான். அந்த மரத்தில் இடிவிழுந்ததைப்போல நிலைகுலைந்து போனான், மின்னலில் கருகியதைப் போல வெளிறிப் போயிருந்தது அவன் முகம்.

நீண்டநேரம், நீண்ட நேரம் கழித்து, பாறையின் முகட்டிலிருந்து சத்தம் எழுவதைப்போல சம்புகன் பேசினான். "அதனால் ஒன்றும் வந்துவிடாது மித்ரா. நான் உன்னைத்தான் விரும்புகிறேன்."

மித்ரா முன்பைப் போலவே தரையில் படுத்தபடியே கிடந்தாள்.

சம்புகன் மீண்டும் பேசினான். "கேட்கிறதா, நான் இப்போதும் உன்னை விரும்புகிறேன்." மித்ரா சலனமற்றிருந்தாள்.

சம்புகன் அடக்க முடியாத கோபத்தில் எழுந்து நின்றான். கைவாளை எடுத்து பைத்தியக்காரனைப்போல காற்றில் சுழற்றியபடி அவன் சொன்னான். "மித்ரா கேட்கிறதா, நான் கிளம்பிவிட்டேன்,

சதர்க்கனின் இரத்தத்தால் நான் உனது தலையில் திலகமிடுவேன்." மித்ரா எதையும் புரிந்துகொண்டு தடுப்பதற்குள்ளாகவே, அவன் பைத்தியக்காரனைப்போல வாளைக் கையில் ஏந்தியபடி ஓடிப்போனான்.

இந்த ஒன்பது ஆண்டுகளில் வால்மீகி பசி, தாகத்தை மறந்து இரண்டு பணிகளைச் செய்திருக்கிறார், சீதையின் வாய்வழியாக அறிந்த இராமனின் வாழ்க்கையைச் சுலோகம் சுலோகமாக முழுமையாக இயற்றிவிட்டார். மேலும், அந்தச் சுலோகங்களுக்கு இசையமைத்து வளர்ந்துவரும் லவனுக்கும் குசனுக்கும் இராமாயணப் பாடலை முழுமையாகக் கற்றுத் தந்துவிட்டார். அத்துடன் லவ-குசனுக்கு போர்க்கலை, அரசியல் தத்துவம், காவிய பாடம் மற்றும் வேதப்படிப்பு முதலியன கற்றுத் தரப்பட்டன. போர்முறைகளைக் கற்றுத்தருவதற்காகச் சிறப்பு வல்லுநர்களை நியமித்திருந்தார் வால்மீகி. இப்போது அவர்களுக்கு வயது பதினொன்று. இந்தச் சில ஆண்டுகளிலேயே சீதை மிகவும் நோய்வாய்ப்பட்டுவிட்டாள். பிள்ளைகளுக்கான அவளது அன்றாட வேலைகள் இப்போது மிகவும் குறைந்து விட்டன. தொடக்கத்தில் தந்தைப்பாசம் கிடைக்கப் பெறாத இந்த இரண்டு குழந்தைகளைப் பார்த்துக் கண்ணீர் வழிந்தோடிய அவளது கண்களிரண்டும் இப்போது வறண்டு, பற்றற்றுப் போய்விட்டன. குழந்தைகள் பிறந்த செய்தியைச் சத்ருகன் அறிந்து கொண்டான், அவன் வழியாக இராமனுக்கும் தெரிந்திருக்கும். ஆனாலும் குழந்தைகளுக்காகக் காப்புப்பொருட்கள், பரிசுப் பொருட்கள், மங்கலத் திரவியங்கள் உள்ளிட்ட குழந்தை வளர்ப்புக்கான பொருட்கள் எதுவுமே அயோத்தியின் அரண்மனையிலிருந்து வரவில்லை. மக்களின் வாய்வழியாகக் கேட்க முடிந்தது, இந்தச் சில ஆண்டுகளில் அயோத்தி படிப்படியாக விரிவடைந்துவிட்டது; கோசல ராஜ்ஜியத்தின் கட்டுப்பாடற்ற ஆதிக்கமும் தேவைக்கு மேலான அமைதியும் நிலைநாட்டப்பட்டுள்ள ஆரியவர்த்தத்தில் இரகுநந்தனின் முக்கியத்துவம் அதிகரித்துள்ளது. இந்த மாபெரும் வெற்றியுடன் கூடவே மனைவி மற்றும் பிள்ளைகளின் மீதான இராமச்சந்திரனின் தீவிரமான புறக்கணிப்பும் அவளுக்கு இன்னமும் வியப்பாக இருக்கிறது. முன்பு வால்மீகியிடம் இது தொடர்பாகப் பேசியிருக்கிறாள், மாமுனிவர் தற்போதெல்லாம் இராமச்சந்திரனைப் பற்றி விவாதிப்பதே இல்லை, அவனது கடந்தகாலத்தின் பெருமைகளைப் பற்றிக் காவியம் எழுதுவதற்காக மட்டுமே தெரிந்து கொள்ள விரும்புகிறார். இராமச்சந்திரன் நிச்சயமாக இன்னொரு மனைவியை ஏற்றுக்கொண்டிருக்க வேண்டும், அதனால்தான்

இவ்வளவு ஆச்சர்யப்படும் அளவுக்கான மறதி. சீதைக்குப் புரிகிறது லவகுசன் மெல்ல மெல்ல வளர்ந்து விட்டனர். ஆனால், அவர்களின் எதிர்காலம் என்ன? அரசகுமாரர்கள் பிரம்மச்சரிய ஆசிரமத்தை நிறைவு செய்து மிகுந்த ஆரவாரங்களோடு சமாவர்த்தனச் சடங்கைச் செய்துகொண்டு கிரகஸ்த ஆசிரமத்தில், புதிய வாழ்க்கைப்பணியில் இணைவதற்காக அரண்மனையைச் சென்றடைவர். சீதையின் கர்ப்பத்தில் பிறந்த இந்தப் பிள்ளைகளுக்குத் தங்கள் தந்தை யாரென்று தெரியாது, வால்மீகி அவர்களது படிப்பு நிறைவடைந்ததை அறிவிக்க ஏற்பாடு செய்துகொண்டிருக்கிறார், அதன் பிறகு!

லவகுசனின் கல்வி நிறைவுநாளில் காலையிலிருந்தே ஆசிரமத்தில் கொண்டாட்டச் சூழல் நிலவியது. சந்தனம், அகர், மஞ்சள், கங்கைநீர் மற்றும் பஞ்சகவ்யம் ஆகியவற்றுடன் அவர்களைத் தம்சா நதிக்கரைக்கு நீராட்ட அழைத்துச் செல்கின்றனர் ஆசிரமத்தின் சிறுவர்களும் இரண்டு - மூன்று சிறுமிகளும். இந்தப் புனித நீராடல் மந்திர உச்சாடனத்திற்குப் பிறகு நிறைவடையும், அதன்பிறகு அவர்கள் பட்டம் பெற்றவர்கள். பிரம்மச்சரிய ஆசிரமத்தை நிறைவு செய்வதைக் குறிக்கிறது இந்த நீராட்டு. லவனும் குசனும் தம்சாவின் நீரில் சமவயதுடைய கைகளது விளையாட்டுகளால் கூச்சமடைந்தனர். இந்த நதியில் அவர்கள் நாள்தோறும் குளிக்கும்போது எவ்வளவு அழிச்சாட்டியங்கள் செய்வார்கள், நீச்சலடித்துக்கொண்டே பரந்த நதியின் மறுகரையை அடைந்துவிடுவர். இன்று அவர்கள் கட்டுப்பட்டிருந்தனர். திடீரென அனைவரது பார்வையின் மையமாகத் தாங்கள் இருப்பதை அவர்கள் சங்கடமாக உணர்ந்தனர். லவன் தனக்கு அருகிலிருந்த சிறுமியைத் திட்டினான். "நீ இங்கே ஏன் வந்தாய்? பெண்ணாக இருந்தும் வந்திருக்கிறாயே, வெட்கமாக இல்லை, ஆண்கள் குளிப்பதைப் பார்க்கிறாய்!"

அங்கிருந்த மூன்று சிறுமிகளும் சிரித்துக்கொண்டே அவன்மேல் விழுந்தெழுந்து கேட்டனர். "ஏ அம்மா, ஆண்கள்! நீங்கள் எப்போது ஆண்கள் ஆனீர்கள்?"

லவன் உறுதியாகச் சொன்னான், "இன்றுமுதல், தெரியாதா?"

"இவையெல்லாம் சடங்கு" சிறுமி அதைவிட உறுதியாகச் சொன்னாள், "அதற்காக உன்னை ஆண் என்று சொல்ல வேண்டுமா என்ன!"

லவன் பொறுமையிழந்து கூறினான். "பெண்களின் புத்தி அப்படித்தான் இருக்கும், எதையும் எதுவும் புரிந்துகொள்ளாமலும்

தெரிந்துகொள்ளாமலும் பேசிவிட்டாய். கல்வி நிறைவுவிழாவின் முக்கியத்துவம் தெரியுமா. உபநயனச் சடங்கு என்றால் என்ன வென்று தெரியுமா!"

"உபாயம்யஹம் பவஸ்தம்" என்றபடி வணங்கும் தோரணையில் லவனும் குசனும் குளித்துவிட்டு ஆச்சாரியார் வால்மீகியின் முன்னால் வந்து நின்றனர். அவர்களின் கைகளில் சமித்து மற்றும் பிச்சைப்பாத்திரம்.

வால்மீகி தனித்தனியாக இரண்டு சீடர்களின் தலையிலும் தனது வலதுகையை வைத்தார், ஆசிரியரின் ஞானம் சீடனுக்குள் நுழைவதைக் குறிக்கும் அடையாளமாக இந்தச் சடங்கு. அதன்பிறகு மூன்று இரவுகளின் முடிவில் ஆசிரியரின் கர்ப்பம் அதாவது ஆன்மாவின் செல்வங்கள் அனைத்தும் சீடனின் இருப்பு முழுவதும் பரவும். அந்தக் காத்திருப்பில் லவனும் குசனும் மூன்று இரவுகள் சிறை வைக்கப்பட்டனர். அவர்கள் அப்போது யாருடைய முகத்தையும் பார்க்கமாட்டார்கள். மூன்று இரவுகளைக் கடந்த பிறகு அழகிய காலையில் அவர்களுக்கு வில்லின் நாண் உருவாக்கப்படும் கொடியினாலான மாலை அணிவிக்கப்பட்டது. லவன் மனதிற்குள்ளேயே வியப்படைந்தான், அவனுக்குத் தாங்கள் பிராமணப் புத்திரர்கள் என்று தோன்றியது. ஆனால், பிராமணப் புத்திரர்கள் கல்வி நிறைவு நாளில் புற்களால் செய்யப்பட்ட இடையாடைதானே அணிவார்கள்! இதன்பிறகு வால்மீகி அவர்கள் இருவரின் கைகளிலும் இரண்டு ஆலங்குச்சிகளைக் கொடுத்தார். மீண்டும் லவனுக்குத் திகைப்பாக இருந்தது, இதற்கு முன்பாக பிராமணப் புத்திரர்கள் வில்வக் குச்சிகளைத் தானே பெற்றார்கள், அப்படியானால் தாங்கள் அரச குமாரர்களா! மொத்தக் கூட்டத்துக்கு நடுவிலும் தனது தாயைத் தேடிக் கண்டுபிடித்தான். சீதை கண்களைத் தாழ்த்திக்கொண்டாள், மகனின் எண்ணவோட்டத்தை அவள் பார்வையிலேயே கண்டறிந்தாள்.

வால்மீகி லவன் மற்றும் குசனின் தோள்களில் பூணூலை அணிவித்தார், முனிவர்கள் அனைவரும் வேதமந்திரங்களை உச்சாடனம் செய்தனர்.

சீடர்களின் தோள்களைத் தனது வலது கையால் தொட்டு வால்மீகி கூறினார்,

"நான் சுயவிருப்பத்துடன் உனது உள்ளத்தை ஏற்கிறேன்.

உனது உள்ளம் எனது உள்ளத்தைப் பின்பற்றட்டும்.

நீ மகிழ்ந்திருப்பாய் எனது வாயிலிருந்து வரும் சொற்களால். இறைவன் பிருகஸ்பதி முழுமனதுடன் உன்னை என்னுடன் இணைக்கட்டும்."

சீடர்கள் ஆசிரியரை வணங்கினர்.

இந்தச் சமயத்தில் சமாவர்த்தனத்தின் உண்மையான தாத்பரியத்தை நினைத்து அவரது கண்கள் கண்ணீரால் பிரகாசித்தன. ஆசிரமத்தின் அனைத்து ஆண்களும் பெண்களும் அந்தக் கண்ணீரைப் பார்த்து உணர்ச்சி வசப்பட்டனர். லவனுக்கும் குசனுக்கும் என்ன செய்வதென்று புரியவில்லை. "சென்று ஜானகியை வணங்குங்கள். அவளுடைய மனதில்தான் உங்களுக்கு சமாவர்த்தனம்" என்றார் வால்மீகி.

சீதை, சீதையேதான் வறண்ட கண்களுடன், உதடுகள் நடுங்க நின்றிருக்கிறாள், லவனும் குசனும் வணங்கியதும் இடது மற்றும் வலது கைகளால் அவர்களை அணைத்துக்கொண்டு நாற்பதுகளின் நடுவயதில் இருக்கும் அந்த அரசகுலப்பெண் மெல்ல நடந்து தனது பர்ணகுடிலுக்கு அவர்களை அழைத்துச் சென்றாள்.

பழங்கள், தேன் மற்றும் பால் தவிர வேறு உணவுகளைச் சீதை ஏற்பதில்லை. அவளது உடல் இப்போது தவநிலையில் உள்ள உமையைப்போல மெலிந்திருக்கிறது. செழிப்பான புல்வெளியில் வண்டல்மண் படிவதைப் போல, சருமத்தின் சுருக்கங்கள் அவளது துடிப்பான இளமையின்மீது படிந்து மறைத்துவிட்டன. உலகத்தைப் பற்றி, மனிதர்களைப் பற்றி அவளுக்கிருந்த நேசம்மிக்க நம்பிக்கைகள் கடந்த பத்து ஆண்டுகளில் அடிபட்டுப் போனதைப் போலவே அவளது முகத்தில் சோகத்தின் சுவடுகளை நிலையாகத் தந்துவிட்டுப் போய்விட்டன. ஆனால், இவையனைத்தையும் புறந்தள்ளி புதிதாகப் பெற்ற தன்னம்பிக்கையும் தற்சார்பும் அவளது முகத்தில் சுடர் போன்று பரவியுள்ளது. சீதையின் முகத்தைப் பார்த்து இப்போது அவளது துக்கத்தையும் ஆனந்தத்தையும் எளிதில் விளங்கிக்கொள்ள முடியாது. அவளைப் பார்த்ததும் வால்மீகியின் மனதில் ஒரு தொடர் தோன்றுகிறது, - இன்பத்தில் நாட்டமற்ற, துன்பத்தில் கவலையற்ற மனத்தினர் - இந்தச் சொற்றொடரின் புதுமையும் வெளிப்பாட்டின் அபரிமிதமான ஆற்றலும் வால்மீகிக்கு வியப்பைத் தந்தது. ஆனால், எழுதும்போது அவருக்குத் தோன்றியது எப்போதும் சோகமாக இருக்கும் சீதையின் உருவம் படிப்பவரின் இதயத்தை ஈரமாக்கும். அந்த உரிச்சொல்லின் வழியாக வெளிப்படும் உள்ளாற்றலில் தோன்றும் வலிமைமிக்க மனிதனின் சித்திரத்தை இராமனுக்கு

ஒப்பிட்டால் நன்றாக இருக்கும். ஆனால், இராமன் இந்தச் சிறப்புக்குத் தகுதியுடையவனா! மிகுந்த சோகத்தில் அவன் எத்தனைமுறை சீதையையும் இலட்சுமணனையும் கடுமையாகப் பேசியுள்ளான்; மகிழ்ச்சியான நேரத்தில் அனைத்தையும் மறந்து அவன் மனைவியின் மீது காதலைப் பொழிந்தது போலவே, திடீரென எழுந்த மக்களின் அவதூறைக் கேட்டபோது அந்த மனைவியை நாடுகடத்திவிட்டு மக்களின் பார்வையில் தன்னைச் சிறந்த அரசனாக நிரூபிக்க விரும்பினான். இருந்தாலும் பின்னர் அவன் நீண்டகாலம் மனைவியைப் பிரிந்த சோகத்தில் அரச வேலைகளைப் புறக்கணித்தான் என்பதும் அனைவருக்கும் தெரியும். மிகவும் திறமையான மூன்று சகோதரர்களும் அமைச்சர்களும் இருந்ததனால் பொதுமக்கள் அந்தச் சோகத்தைப் பற்றிய விரிவான தகவலைக் கேட்க முடியவில்லை. இத்தகைய சொந்த இன்ப துன்பத்தை வெளிப்படுத்துவதில் தீவிரமாக இருக்கும் ஒருவரை இன்பத்தில் நாட்டமற்றவர் மற்றும் துன்பத்தில் கவலையற்றவர் என்று கூற முடியுமா!

நீண்ட மறுஆய்வுக்குப் பிறகு வால்மீகி இராமனின் தவறுகளைத் திருத்த வேண்டியது தனது கடமை என்ற முடிவுக்கு வந்தார். காரணம் அவரது இராமாயணம் இராமனின் வாழ்க்கைப் பற்றிய உண்மைக் குறிப்பு மட்டுமில்லை. மாறாக அது புதிதாக ஒழுங்கமைக்கப்பட்டுள்ள அரசக்கட்டமைப்புக்கு ஆதரவான காவியம், காலங்காலமாக அரசின் கடமைகள் தொடர்பாக அது வழிகாட்டும், நெடுங்காலத்திற்குப் பிராமணர்களின் மீதான அரசனின் மரியாதையை நிலைநிறுத்தும். யார் ஆரிய இனத்தின் நிலையை முன்னேற்றமடையச் செய்கிறாரோ அவரது புகழ் பெருகும். காவியப்படைப்பில் யதார்த்தத்தின் இருப்பைப் போலவே மதிப்புமிக்கது அழகியலின் இருப்பும், அவரது அழகியல் அரசு மற்றும் இனத்தின் நலனுக்காக அர்ப்பணிக்கப்படும். குழப்பமற்ற மனதுடன் வால்மீகி வாத்து இறகு எழுதுகோலை மூலிகை மசியில் தோய்த்து இராமச்சந்திரனைப் பற்றி எழுதினார், "இன்பத்தில் நாட்டமற்ற, துன்பத்தில் கவலையற்ற மனத்தினன்!"

மறுபுறம் பர்ணகுடிலில் பட்டம்பெற்ற இரண்டு புதல்வர்களின் வாயிலிருந்து வெளிப்பட்ட வினாக்களின் திகைப்பில் மனதிற்குள் வேல் பாய்ந்தது சீதைக்கு.

"அம்மா, நாங்கள் அரசகுமாரர்களா அல்லது பிராமணகுமாரர்களா?" என்று கேட்டான் லவன்.

மல்லிகா சென்குப்தா

"இதற்கு முந்தைய பல்வேறு கல்வி நிறைவு விழாக்களில் பார்த்திருக்கிறேன் ஆசிரியர்கள் சீடர்களிடம் முறைப்படி அவர்களது தந்தை மற்றும் பூர்வீகம் பற்றிக் கேட்பார்கள், நம்மிடம் அந்தக் கேள்வியே கேட்கப்படவில்லையே?" என்றான் குசன்.

சீதை சிறிதுநேரம் மௌனமாக இருந்தாள், லவன் மற்றும் குசனின் கைகளைப் பிடித்து மான்தோல் ஆசனத்தில் அமர வைத்தாள், அதன்பிறகு கூறினாள். "நீங்கள் எனது பிள்ளைகள், இப்போதைக்கு இந்த அடையாளத்தை மட்டும் அறிந்து நிறைவடைய வேண்டும் நீங்கள்."

"ஆனால் ஏன்? தந்தையைப் பற்றித் தெரிந்துகொள்ளும் உரிமை எங்களுக்கு இல்லையா?" குசன் கேட்டான். "அவர் இறந்துவிட்டாரா இல்லை உயிரோடிருக்கிறாரா, பிராமணனா அல்லது சத்திரியனா, தொலைந்துபோய்விட்டாரா அல்லது கைவிட்டுவிட்டாரா எதையுமே தெரிந்துகொள்ளக் கூடாதா நாங்கள்?" என்று கேட்டான் லவன்.

"அவர் உயிரோடிருக்கிறார், இதுமட்டுமே என்னால் தெரிவிக்க முடியும். என்னை இதற்குமேல் கேள்வி கேட்க வேண்டாம். நான் சத்தியத்திற்குக் கட்டுப்பட்டவள்" என்றாள் சீதை.

இந்த விசித்திரமான பிரச்சினையின் முன்பாகப் பேச்சற்று அமர்ந்து இருக்கின்றனர் இரண்டு சிறுவர்களும். என்ன இரகசியமாக இருக்கும் என்று அவர்களுக்குத் தோன்றியது, பூணூல் பிறப்பிற்குப் பிறகும்கூட உண்மையான பிறப்புச்செய்தி வெளிச்சத்துக்கு வரவில்லை. குசனைப் பார்த்து லவன் சொன்னான், "நம்மைப் போன்ற பரிதாபகரமான முட்டாள்கள் யாருமில்லை. நாம் கல்வி அனைத்தையும் கற்றுப் பட்டம் பெற்றுவிட்டோம் ஆனால், சுய அடையாளம் தெரியாது."

குசன் தாயின் காதுகளுக்குக் கேட்காதவாறு கிசுகிசுத்தான். "தெரிந்துகொண்டே ஆகவேண்டும், குல அடையாளத்தைத் தேடித் தெரிந்துகொண்டே ஆகவேண்டும் நாம்."

"என்ன செய்வாய்?" லவன் கேட்டான்.

"முதலில் ஆசிரியரிடம் கேட்டுப் பார்க்கிறேன்."

"சொல்ல மாட்டார், அவர் சொல்லத் தயாராக இல்லை என்பதால் தான் அம்மாவும் சொல்லவில்லை. அவர்களின் இந்த முடிவு கூட்டுமுடிவு." லவன் நன்றாகச் சிந்தித்து கருத்தைத் தெரிவித்தான்.

"ஆனால், சின்னதொரு குறிப்பிலிருந்துகூட எதையாவது யூகிக்க

முடியும், முயற்சி செய்வதனால் என்ன தீங்கு?" குசன் தனது கருத்தைத் தெரிவித்தான்.

வால்மீகி அப்போது தனது சொந்தத் தாளச் சந்தங்களின் உலகில் மயங்கிக் கிடந்தார்.

குசனும் லவனும் வந்து வால்மீகியை வணங்கி அவருக்கு முன்னால் அமர்ந்தனர். வால்மீகி அவர்களைப் பார்த்து வியந்தார். அவர் எழுத அமர்ந்துவிட்டால் யாரும் அவரிடம் வரமாட்டார்கள். அவர் அதை விரும்பமாட்டார். ஆசிரமத்தில் அனைவரும் இந்த நடைமுறையை அறிவர். லவனும் குசனும் அவரது அன்பிற்குரிய சீடர்கள், அவர்களுக்கும் தெரியும்தான். இருந்தும் அவர்களின் இந்தத் திடீர் வருகை! "ஏதாவது நேர்ந்துவிட்டதா!" என்று அவர் கேட்டார்.

"பகவானே! நாங்கள் தங்களுடைய இராமாயணம் இயற்றும் பணிக்கு இடையூறு செய்தமைக்காக வருந்துகிறோம். இருந்தாலும் மிகுந்த ஆர்வமும் மனச்சங்கடமும் கொண்டதனால் நாங்கள் வந்திருக்கிறோம். எங்களை மன்னியுங்கள்" என்றான் லவன்.

"என்ன அந்தச் சங்கடம்?" கேள்வி கேட்டபடி வால்மீகி தயக்கத்துடன் அவரது எழுதுகோலைக் கீழே வைத்தார், ஓலைச்சுவடிகளைக் கவனமாக சிவப்புப் பட்டுத்துணியில் கட்டிவைத்துவிட்டு லவனின் முகத்தை நோக்கிக் கேள்வியுடன் பார்த்தார்.

லவன் கூறினான், "கேள்வி இராமாயணப் பாடல் தொடர்பாக."

வால்மீகியின் முகம் சற்றே மென்மையானது, அவர் காத்திருந்தார்.

லவன் மீண்டும் பேசினான். "இந்தக் காவியத்தின் சீதையைப் பற்றி எனது மனதில் சில கேள்விகள் எழுகின்றன."

"காவியத்தைப் பற்றிய கேள்விக்காக மட்டும்தான் நீங்கள் வந்தீர்களா?" வால்மீகியின் முகத்தில் வியப்பும் விரக்தியும் வெளிப்படையாகத் தெரிந்தன.

லவன் கண்களைக் கீழே இறக்கினான். சற்றே மௌனமாக இருந்துவிட்டு தாங்கள் தண்டனைக்குரியவர்கள். ஆனால் வேறு வழியற்றவர்கள் என்பதைப் புரியவைக்க அவர்கள் விரும்பினர்.

அதன்பிறகு கூறினர், "எங்களுடைய தாயையும் அனைவரும் சீதை என்றே அழைக்கின்றனர்.

மல்லிகா செங்குப்தா

இப்போது வால்மீகி துணுக்குற்றார். "அதற்கு என்ன ஆதாரம் இருக்கிறது?" என்று கேட்டார்.

குசன் இப்போது சொன்னான், "காவியத்தின் சீதைக்கு இன்னொரு பெயர் ஜானகி, எங்கள் அம்மாவுக்கும் அதே பெயர்."

"இத்தகைய ஒப்புமை சாத்தியமற்றது அல்ல." வால்மீகியின் உறுதி அசைக்க முடியாதது.

"இதைத் தவிரவும் இந்த இரண்டு சீதைகளுக்குமிடையே மிகுந்த ஒற்றுமைகள் இருக்கின்றன" என்றான் லவன்.

வால்மீகி அவர்களைத் துரத்திவிட விரும்பினார். "என்னை எழுத விடுங்கள். இந்த அற்ப விசயங்களைப் பற்றி விவாதித்து என் நேரத்தை வீணடிக்காதீர்கள். எனது காவியத்தின் பாத்திரங்கள் உலகின் பல்வேறு பாத்திரங்களிலிருந்து படைக்கப்பட்டவை. இந்த மாதிரியான ஒற்றுமைகள் இருக்கத்தான் செய்யும்."

லவன் இப்போது தனது உண்மையான கேள்வியை வைத்தான். "பகவானே, தங்களது காவியத்தின் கோசலநாட்டு இராமச் சந்திரனுக்கும் எங்களது தந்தைக்கும் இந்த மாதிரி ஒற்றுமைகள் இருக்கின்றனவா?"

வால்மீகி இவ்வளவு தயாராக இருக்கவில்லை, அவர் எளிதில் இல்லை என்றும் சொல்லிவிட முடியாது, பொய் பேசுவதை அவர் வெறுப்பவர். ஆனால், என்ன சொல்வதென்றும் முடிவுசெய்ய இயலவில்லை. அவர் இந்த இரண்டு குழந்தைகளின் ஆவலான முகங்களுக்கு முன்னால் வாயடைத்துப்போய் அமர்ந்திருந்தார்.

நீண்டநேரத்திற்குப் பிறகு அவர் கூறினார், "இந்தக் கேள்விக்கான விடையை நான் தர முடியாது."

குசனும் லவனும் மாமுனிவரின் எதிர்வினையிலிருந்து தெளிவாகப் புரிந்துகொண்டனர். இராமச்சந்திரன் பாத்திரம் அவர்களது தந்தையை மாதிரியாகக் கொண்டது. அவர்கள் உற்சாகமடைகிறார்கள். "பகவானே, இன்னொரு கேள்வி கேட்கிறேன், எங்களுடைய கல்விநிறைவு விழா முடிவடைந்துவிட்டது, இன்னமும் எங்களுடைய தந்தையைப் பற்றித் தெரிந்துகொள்ளும் உரிமையை நாங்கள் அடையவில்லையா?

வால்மீகி மோசமான இக்கட்டில் சிக்கிக்கொண்டார். "உங்களுக்கு உரிமை இருக்கிறது. ஆனால் அறியத்தரும் உரிமை எனக்கில்லை" என்றார்.

"அப்படியானால் இந்தக் கேள்வியும் இருக்கட்டும், இன்னொரு கேள்வி கேட்கிறேன். அந்தணரே, எங்களது கல்வி நிறைவுச் சடங்குகள் அரசகுலப் பிள்ளைகளுக்கான விதிமுறைகளின்படி நடைபெற்றது. இதன்பிறகு நாங்கள் கிரகஸ்த ஆசிரமத்திற்குள் செல்ல வேண்டும், அரசப்பதவிக்கான சரியான கடமைகளைத் தேர்ந்தெடுக்க வேண்டும். இப்போது தாங்கள் எங்களை என்ன செய்ய அறிவுறுத்துவீர்கள்?" என்று குசன் கேட்டான்.

"சிறுவர்களே, இப்போது நீங்கள் கடவுளின் புதல்வர்கள், பிராமணன் இல்லை, சத்திரியன் இல்லை, வைசியனும் இல்லை - எந்த குலத்திற்குள்ளும் உங்களை அடக்கமாட்டேன் நான். எதிர்காலம் உங்கள் கடமையைத் தீர்மானிக்கும். ஒன்றைப் புரிந்துகொள்ளுங்கள் நீங்கள் இப்போது வருணத்தின் செயற்கையான பிரிவினைகளுக்கு மேலே இருக்கிறீர்கள், இது தெய்வ ஆசீர்வாதம். மனிதர்களால் உருவாக்கப்பட்ட அனைத்துப் பிரிவினைகளுக்கும் மேலே இருக்கிறீர்கள் நீங்கள்" என்றார் வால்மீகி.

நதிக்கரையில் மித்ராவும் சம்புகனும் நேருக்குநேராகப் பார்க்க நேர்ந்தது. சம்புகன் விலகி நடக்க விரும்பினான்.

"நில்" என்றாள் மித்ரா.

சம்புகன் நின்றான், ஆனால் மித்ராவின் முகத்தைப் பார்க்கவில்லை, பேசவுமில்லை.

"நீ எனக்குத் தண்டனை தருகிறாயா" என்று கேட்டாள் மித்ரா.

சம்புகன் பதில் தரவில்லை.

மித்ரா மீண்டும் பேசினாள். "இப்படி நாள்முழுக்க உட்கார்ந்து வரைந்துகொண்டே இரு, உருத்திரதேவனின் சிலை செய், உனக்கு எந்த வேலையும் செய்யப் பிடிக்கவில்லையா!"

"இல்லை!" சம்புகன் அசையாமல் நின்றபடி சொன்னான்.

"குலத்தினர் அனைவரும் ஏதோவொரு தொழிலைக் கற்றுக் கொண்டு விட்டனர், நீ இன்னும் எதையுமே கற்றுக்கொள்ளவில்லை." மித்ரா தொடர்ந்து பேசியபடி இருந்தாள்.

இப்போது கோபமான கண்களுடன் திரும்பிப் பார்த்தான் சம்புகன், "எனக்கு அருவருப்பாக இருக்கிறது, ஆரியர்களுக்குச் செருப்பு தைக்கவும் கழிவுகளைச் சுத்தம் செய்யவும் சம்புகன் பிறக்கவில்லை" என்றான்.

"எதைச் சாப்பிடுவாய்?" மித்ரா விடாமல் கேட்டாள்.

"நான் சாப்பிடத்தான் மா, வாழை, இங்குதி, பறவை மாமிசம்..."

"அவை இன்னும் எத்தனை நாளைக்கு! அவை வயிற்றை நிரப்பாது, இப்போது இவையெல்லாம் தேவையோடு ஒப்பிடும் போது போதுமானதாக இல்லை." மித்ரா கவலைப்பட்டாள்.

சம்புகன் எதுவும் பேசவில்லை.

மித்ரா மீண்டும் கூறினாள். "என் பேச்சைக் கேட்பாயா! நீ ஒரு திறமைமிக்கக் கலைஞன், நீ அழகிய மண்பானைகள் செய், விற்பனை செய்."

"முடியாது." சம்புகன் கத்தினான். "நீ ஏன் இதையெல்லாம் சொல்கிறாய்? நீ எனக்கு யாருமில்லை, சதர்க்கனின் மனைவிக்குச் சம்புகனிடம் பேசும் துணிச்சல் எப்படி வந்தது?"

"சம்புகா!" மித்ரா இறுக்கமான முறையில் கழுத்தைக் கட்டிக் கொண்டு கேட்டாள், "நாம் ஒருவரையொருவர் திருமணம் செய்து கொள்ள முடியவில்லை என்பதனால் நீண்டநாளைய உறவின் எந்த உரிமையும் இருக்கக்கூடாதா!"

"உரிமை, ஆஹா!" சம்புகன் கேலி செய்தான். "கிழட்டுக் காமுகனின் இடுப்பைச் சுற்றிக்கொண்டு ஆடும் பெண்ணுக்கு, சம்புகனிடம் எந்த உரிமையும் இருக்க முடியாது." "அதற்கு என்ன செய்வேன்! திருமணம் செய்யக் கட்டாயப்படுத்தப்பட்டேன், இப்போது அவர் இடுப்பைப் பிடிக்காமல் உனது இடுப்பைப் பிடிக்கவா!" என்றாள் மித்ரா.

"கட்டாயத்தினால் அல்ல, இப்போது புரிந்துவிட்டது சதர்க்கனின் மனைவி ஆகிவிட்டால் பொன் அணிகலன்கள் அணிய முடியும் என்ற ஆசையில்தான் நீ திருமணம் செய்துகொண்டாய்."

"ச்சீ சம்புகா, இந்தச் சொற்களை எப்படிப் பேசமுடிந்தது?" மித்ரா கேட்டாள்.

"ஏன் பேசமாட்டேன். கட்டாயப்படுத்தித் திருமணம் செய்து கொண்ட மனைவியைப்போல உன்னைப் பார்த்தால் தெரியவில்லையே. மிகுந்த மகிழ்ச்சியில் இருக்கிறாய், நல்ல உணவு, சொத்து, பாதுகாப்பு அனைத்தையும் அனுபவிக்கிறாய், கழுத்தில் பொன்மாலையை அணிந்து கொண்டு சுற்றுகிறாய், இவையனைத்துமே கட்டாயத்தினால் தானா!'

மித்ரா காயமுற்றவளைப் போல, உடைந்துபோனவளைப் போல தெரிந்தாள். அவள் பதிலளிக்காமல் நின்றாள்.

சம்புகன் பேசிக்கொண்டே போனான். "அந்த ஆரியர்களுக்குக் கால்பிடித்துக் கொண்டிருக்கும் கிழவனைப் பார்த்தால் எனக்கு வெறுப்பாகிறது, அவனது தவறான அறிவுரையால் இந்த மக்கள் அனைவரும் இன்று ஆரியர்களின் காலடியில். இதனால் என்ன லாபம் கிடைத்துவிட்டது நமக்கு! நம்முடைய வீர மூதாதையர்கள் அனைவரையும் கொலை செய்தவர்களின் கால்களைக் கழுவி விடுகிறான் உனது கணவன். அந்த ஆள் கொடுத்த பொன்னை அணிந்துகொண்டு சுற்றிக் கொண்டிருக்கிறாய் நீ, கொஞ்ச நாட்களுக்குப் பிறகு அவனது விச வாரிசைக் கருவில் சுமந்துகொண்டு திரிவாய், அப்படிப்பட்ட நீ எனக்கு உரிமைகளைக் கற்றுத்தருகிறாய்."

தரையில் உட்கார்ந்து ஓ'வென அழத்தொடங்கினாள் மித்ரா, அவளது கையிலிருந்த குடம் விழுந்து நதியிலிருந்து கொண்டு வரப்பட்ட தண்ணீர் கீழே உருண்டது.

சம்புகன் தரையில் கால்மடக்கி மித்ராவின் முன் நேருக்குநேர் உட்கார்ந்து மிகுந்த எள்ளலான குரலில் சொன்னான். "இந்த அழுகையை அந்த ஆளின் படுக்கையில் போய் அழு, கணவன் பரமகுரு, ஆரியர்களிடமிருந்து கற்றுக்கொள்ளவில்லையா!"

மித்ரா சம்புகனின் தோள்களைப் பிடித்துக்கொண்டு கூறினாள், "உனக்குக் கொஞ்சம்கூட இரக்கமில்லையா மனதில்! எனக்காக ஒருதுளி அன்புகூட மிச்சமில்லையா! நான் ஆடுகிறேன், நகை அணிகிறேன், புன்னகைக்கிறேன், இவையெல்லாமே உன்னை மறப்பதற்காகத்தான். உனக்குப் புரியவில்லையா அந்த ஆளிடம் எனக்கும் அவ்வளவு வெறுப்பாக இருக்கிறது, எவ்வளவு கொடூரமானவன் அந்த ஆள் என்பது எனக்குத்தான் எல்லோரை விடவும் நன்றாகத் தெரியும். அந்த ஹிரண்யடோலக்கை அணிந்து அவன் கர்ப்பத்தில் புகுந்து வெளிவந்தபோது ஒரு கோமாளியைப் போல தோன்றியது, நீ அந்த ஆரியாயணச் சடங்கைப் புறக்கணித்து விட்டாய், அதனால் தெரியாது, நான் அந்த அசிங்கமான காட்சியிலிருந்து ஓடிப்போய் நதிக்கரையில் அமர்ந்துகொண்டேன். மேலும், அந்தக் கோமாளியே இரவில் மீண்டும் என் உடல்மீது ஏறிப்படுத்தபோது..."

"ஐயோ, வாயை மூடு" சம்புகன் சத்தம் போட்டுச் சொன்னான். "அந்தக் காட்சியை நினைத்துப் பார்க்கும்போதே மற்றெதையும் விட

மல்லிகா சென்குப்தா 155

சகிக்க முடியாததாக இருக்கிறது, அதுமட்டுமின்றி அந்தக் கூடல் காட்சிதான் எல்லா நேரத்திலும் என்னை வேட்டையாடிக் கொண்டிருக்கிறது."

மித்ராவின் மனதில் சம்புகனின் மேல் கருணையும் தன்மீது பச்சாதாபத்தின் விசித்திரமும் நிழலாடியது, அவள் சம்புகனின் மார்பில் முகம்வைத்து முதுகை கைகளால் அணைத்துக் கொண்டாள்.

சம்புகன் ஒரு கையால் மித்ராவை அணைத்துக்கொண்டு சொன்னான். "வா ஓடிப்போய்விடலாம். இன்னும் தெற்கேயுள்ள மலைக்குச் சென்று நானும் நீயும் புதிய வாழ்க்கையைத் தொடங்குவோம். அங்கே யாரும் நம்மை சூத்திரன் என்று அழைக்கமாட்டார்கள், யாரும் உன்னைத் துரோகியின் மனைவி என்று கூற மாட்டார்கள்."

"இல்லை, இல்லை, அது நடக்காது." மித்ரா தன்னைக் கொஞ்சம் விலக்கிக்கொண்டு திகைத்த குரலில் கூறினாள். "நீ இதையெல்லாம் கனவுகாணத் தொடங்காதே, இது இனிமேல் நடக்காது. ஓடிப் போவதை நான் வெறுக்கிறேன். சம்புகா! உன்னைப் போன்ற வீரப் போராளி இளைஞன் இந்தக் குலத்தின் பெருமை. உனது தலையில் நான் அடுத்தவன் மனைவியைக் கடத்திச்சென்றவன் என்ற அவப்பெயர் விழ விடமாட்டேன்."

சம்புகன் மணிகளை இழந்தப் பாம்பைப் போல கோபமாகத் தோன்றினான், அவன் மார்பின் நடுவில் மித்ராவின் ஸ்பரிசத்தைப் பெற்று கடந்தகாலத்தைப் போல கனவுகாணத் தொடங்கினான், சட்டென கடுமையான தாக்குதலால் அந்தக் கனவு கலைந்து விட்டது. அவன் மித்ராவின் இடது கையைப் பிடித்துக்கொண்டு கொஞ்சம் இழுத்து சிணுங்கும் குரலில் கூறினான். "இவையெல்லாம் பொய் வார்த்தைகள், நீ என்னை விரும்பவில்லை என்பதால் இந்தப் பொய்யான காரணத்தைச் சொல்கிறாய்."

"உன்னால் இதற்குமேல் எனது பேச்சைப் புரிந்துகொள்ள முடியாது" என்று மித்ரா கையை விலக்க முயற்சித்தபடியே கூறினாள். "உன்னைப் பற்றி இவ்வளவு யோசிப்பதனால்தான் என்னால் அவனை ஏற்றுக்கொள்ள முடியவில்லை."

"இந்தச் சிக்கல்களுக்கு எல்லாம் என்ன தேவை இருக்கிறது? வா ஓடிப்போய்விடலாம்" சம்புகன் மீண்டும் கூறினான்.

இந்தப் பிறப்பில் இனி அது நடக்காது என்ற மித்ராவின் குரலில்

சீதாயணம்

ஏமாற்றம் தொனித்தது, அடுத்த பிறவியிலாவது உன்னை அடைய வேண்டும்.

அட அட அட! கைகளைத் தட்டினான் சம்புகன், "அதற்குள் பிராமணர்களின் இந்தப் போலி மறுபிறப்புக் கதைகள் மண்டைக்குள் ஏறிவிட்டன. சதர்க்கனுக்குப் பொருத்தமான இல்லாள்!"

"ஏன், மறுபிறப்பு உண்மை இல்லையா?" மித்ரா ஆச்சரியமடைந்தாள்.

"இல்லை, இல்லை, இல்லை, அந்தப் பொய்களனைத்தையும் நான் நம்பவில்லை, நம்பவும் விரும்பவில்லை.

எனக்கு இந்த வாழ்க்கையிலேயே நீ வேண்டும், இந்தப் பிறப்பிலேயே நான் மனிதனைப் போல வாழ விரும்புகிறேன், பிராமணர்களின் காலடியில் செருப்பாக இருக்க மாட்டேன் எப்போதும், இவை இப்போதே வேண்டும், இந்த நொடியிலேயே..."

திடீரென அவன் மித்ராவைக் கட்டியணைத்து பைத்தியத்தைப் போல முத்தமிடத் தொடங்கினான் அவளது கன்னம், நெற்றி, கழுத்து, தோள், மார்பு, படிப்படியாக இறங்கத் தொடங்கியது அவன் முகம்.

மித்ரா துடிதுடித்தாள் பிணைக்கப்பட்ட அன்னப்பறவையைப் போல, தன்னை விடுவித்துக்கொள்ள விரும்புகிறாள். "சம்புகா! சம்புகா! இப்படிப்பட்ட செயல் தவறானது, யாராவது பார்த்துவிடுவார்கள், விடு" என்றாள் மித்ரா.

சம்புகன் மித்ராவைக் கைகளால் ஏந்திக்கொண்டு ஆபத்தான பாறையின் வழியாக ஆள் நடமாட்டமற்ற ஒரு ஒதுங்கிய குகைக்குள் நுழைந்தான், மித்ரா இப்போதும் விலக்கிக்கொள்ள முயற்சித்தாள், சம்புகன் அவளைப் புற்கள் மண்டிய தரையில் படுக்க வைத்தான், அவளது மார்பகங்களை இரண்டு கைகளால் பிடித்துக் கசக்கத் தொடங்கினான், பற்களால் கடித்து ஆடைகளைக் கிழித்தெறிய விரும்பினான். மித்ரா அவனைத் தள்ளிவிட்டு எழுந்து உட்கார முயற்சித்தாள், வாயால் எதையும் சொல்லவில்லை, இனி சொன்னாலும் பயனில்லை என்பதைப் புரிந்துகொண்டு.

மித்ரா அதற்குமேல் பொறுக்க முடியாமல் பேசினாள். "சம்புகா, நீ ஏன் கட்டாயப்படுத்துகிறாய், எனக்கு விருப்பமில்லை, வேண்டாம்."

சம்புகன் மித்ராவின் உடலில் முகத்தைப் புதைத்துக்கொண்டு கூறினான், "எனக்கு வேண்டும், எனக்கு வேண்டும், எனது பாதம் முதல் தலைமுடிவரை உனக்காக ஏங்கிக் கிடக்கிறது."

மல்லிகா சென்குப்தா

“ஆனால், இது செய்யக் கூடாதது” மித்ராவின் குரல் வலுவிழந்து வந்தது. அவள் திகைத்துப்போய் கவனித்தாள் அவளுடைய ஒரு மனம் வேண்டாம் என்கிறது, இன்னொரு மனம் அதை வேண்டும் என்கிறது. அவளது உடல் சம்புகனுக்குக் கொள்ளையடிக்க இடம் தருகிறது, அவளது குருதியில் நடுக்கம் உண்டாகிறது.

“எவ்வளவு நாட்களுக்குப் பிறகு நான் இன்பத்தில் நுழைகிறேன்!” கைகளைத் உயர்த்திப் பிடித்துக்கொண்டு சொன்னான், “எனது கைகளில் எப்படி மயிர்க்கூச்சம் அடைகிறது பார். எனது உடலின் அனைத்து உறுப்புகளும் கட்டுப்பாட்டை இழந்துவிட்டன.”

மித்ரா படிப்படியாக எதிர்க்கும் ஆற்றலை இழந்தாள். இந்த இளைஞன்தான் அவளுக்கு மிகுந்த விருப்பமானவன். அவனது உடலின் வாசனையிலிருந்து அந்தக் காதல்பருவ சுகங்கள் திரும்பி வருகின்றன. மித்ராவின் அன்றாட அவமானங்களும் சமரசங்களும் சம்புகனின் சூடான ஸ்பரிசத்தால் கழுவித் துடைக்கப்படுகின்றன. சம்புகனின் காதல் நெருப்பில் எரிந்து தூய்மையடைகிறாள் அவள்.

சில நொடிகளில் அந்தப் புல்வெளியில் புயலடிக்கத் தொடங்கியது. நாலாபக்கமும் மறைத்து நிற்கும் மரங்கள் இன்று ஓர் அற்புதமான காதல் காட்சியின் சாட்சியங்களாகி நிற்கின்றன. உலகின் எந்தப் பிரச்சனையையும் பொருட்படுத்தாமல் ஆண், பெண் இருவரின் இதயமும் உடலும் ஒரு நெருப்புத்துண்டில் வந்து இணையும்போது இதைப் போன்றதொரு அனுபவம் முன்னெப்போதும் நிகழ்ந்திருக்குமா! மித்ரா நினைத்தபடியே மிகுந்த காதலுடனும் நிறைவுடனும் தரையில் படுத்துள்ள சோர்வுற்ற சம்புகனின் இதழ்களிலும் கன்னத்திலும் முத்தமிட்டாள், அவனது முடியைச் சரிசெய்துவிட்டாள். பின்னர், ஏறக்குறைய கிசுகிசுக்கும் குரலில் “நான் போகிறேன்” என்றாள்.

சம்புகன் எழுந்து உட்கார்ந்து இரண்டு கால்களின்மேல் முகத்தை வைத்து, போய்க்கொண்டிருக்கும் மித்ராவின் உடலின் நளின அசைவுகளைப் பார்த்தபடி இருந்தான். ஒரு கட்டத்தில் மித்ராவின் தேகம் கரைந்துவிட்டது.

சம்புகன் மெல்ல மெல்ல கவலையடையத் தொடங்கினான். என்ன ஆயிற்று! அந்தத் தற்காலிக இன்பம் மனதிற்கானதல்ல, உடலுக்குத் தான். இதுவா சம்புகன் விரும்பியது! இல்லை, இல்லை, இந்த உடலுறவு மட்டுமில்லை, அவன் விரும்பியது ஒரு தடையைத் தகர்க்க. அவனுக்குத் தடையைத் தகர்ப்பதில்தான் மகிழ்ச்சி. ஒரு மனிதனுக்கு முன்னால், ஒரு மக்கள் கூட்டத்திற்கு முன்னால்

காரணமின்றி நியாயமற்ற தடை வரும்போது மக்கள் அதைத் தகர்க்க மாட்டார்களா! இல்லாவிட்டால் அவன் என்ன மனிதன்! தடைகளைத் தகர்க்காவிட்டால் அடையவே முடியாதவற்றைப் பெறமுடியாது. ஆனால், தகர்ந்துபோனால் எளிமையாகக் கிடைக்கக் கூடியதாகி விடும். மித்ராவைப் பெறுவதற்கு முன்னால் அவன் உடலில் எழுந்ததே தீவிரமான வேட்கை இப்போது அது இறந்துபோய்விட்டது. இப்போது அவன் அமைதியான மனதுடன் நினைத்துப் பார்க்கிறான். இதனால் எதையும் பெற முடியவில்லை. பிரிவு, மேலும் தாங்க முடியாததாக ஆகிவிட்டது. அவன் எந்நாளும் மித்ராவைச் சொந்தமாக அடைய முடியாது. அப்படியென்றால் மீதியுள்ள வாழ்நாள் முழுவதும் அவன் என்ன செய்வான்? செருப்பு தைப்பானா! ஐயோ, சம்புகன் கழிவுகளைச் சுத்தம் செய்வானோ! நினைத்தாலே அவன் தலைக்குள் தீப்பற்றி எரிகிறது. அவன் அந்தச் சத்திரிய இராமனைவிடத் தாழ்ந்த மனிதன் என்பது எதில் நிரூபிக்கப்பட்டது. யார் உறுதி செய்தது அந்தப் பிராமண அகத்தியரும் வால்மீகியும் இவர்களைவிடச் சிறப்புமிக்கவர்கள் என்று! அவனுக்கு எதாவது செய்துகாட்ட வேண்டும், இந்தக் குலத்தின் மக்கள் அனைவரும் செம்மறியாடுகளாகிவிட்டனர், சரியான வழியைக் காட்டி சம்புகன் நிறுவுவான் அவர்களும் மனிதர்கள் என்று. அவன் மேலும் மேலும் உறுதி பெற்றான். மெதுவாக ஆற்றை நெருங்கினான், நீண்ட நேரமாகக் குளித்தான், களிமண்ணால் உடம்பைத் தேய்த்துக் குளித்தான். அதன்பிறகு ஈரத்துணியுடன் மேலே வந்து முல்லை மற்றும் மல்லிகைப் பூக்களைப் பறித்துக்கொண்டு ஒரு சுத்தமான கல்லின்முன் வந்து நின்றான். கல்லின் மேற்புறம் சமமாக இருந்தது, அதில் முன்பே செய்து வைத்திருந்த உருத்திரமூர்த்தி; கால்களை மடக்கிச் சம்புகன் அதன் முன்னால் அமர்ந்து, கைகளைக் குவித்துக் கண்களை மூடி மந்திர உச்சாடனம் செய்யத் தொடங்கினான்.

பத்து

சிறுவனின் பிணத்தைச் சுற்றி சூழ்ச்சி தொடங்கியது

சீதை அகத்தியரிடம் வினவினாள். "அந்தணரே, சூத்திரர்களும் மனிதர்கள் தானே! இருந்தும் ஏன் அவர்களுக்குச் சமய வழிபாட்டுச் சுதந்திரம் இருக்கக்கூடாது?"

அகத்தியர் வெளிப்படையான கோபத்தில் இருக்கிறார். அவர் சீதையை நோக்கிப் பார்த்து முகத்தைச் சுளித்தபடி, "பெண்ணே, மதம் அனைவருக்காகவும் அல்ல, பெண்ணால் எப்படிப் பூசை செய்ய உரிமைபெற முடியாதோ, அதைப்போலவே சூத்திரனாலும் பெற முடியாது. சமயவழிபாடு பிராமண ஆண்களின் கடமை" என்றார்.

"ஆனால் ஏன்?" சீதை அறிந்துகொள்ளும் ஆர்வம் மிக்கவளாக, "எதற்காக நீங்கள் பெண்களையும் சூத்திரர்களையும் சுதந்திரமாக வழிபட அனுமதிக்க மறுக்கிறீர்கள்? நான் இப்போது கடவுள் வழிபாட்டுக்கு என்னை அர்ப்பணிக்க விரும்பினால், தங்களால் எனது கணவனை அழைத்துவர முடியுமா? தங்களால் முடியாது, இருந்தாலும் கணவனுடன் மட்டுமே கடவுளை வழிபடுபவளாகப் பெண்ணை வைப்பீர்கள்" என்றாள்.

வால்மீகி சீதையின் மனம் குழப்பமடைந்திருப்பதை உணர்ந்து அவர் பொறுமையாகக் கூறினார். "குழந்தாய், உன்னையும் உள்ளடக்கிய ஒரு விசயத்தைப் பற்றி விவாதித்தால் உனது மனம் காயப்படும், அதைப் பற்றி விவாதித்தால் உணர்ச்சியின் பெருக்கில் நியாயம் மூழ்கிவிடும். இந்த விசயத்தைப் பற்றி நாம் ஓய்வுநேரத்தில் உரையாடுவோம்."

சீதை கோபமாகத் தெரிகிறாள், அவள் சூடான குரலில் சொன்னாள். "இது எனது தனிப்பட்ட நலன் மட்டுமல்ல, இதில் ஒட்டுமொத்த பெண் இனத்தின், ஒட்டுமொத்த சூத்திர இனத்தின் உரிமைக்கான கேள்வி அடங்கியுள்ளது. மாமுனிவரே, தாங்கள் இந்த விசயத்திற்குப் போதிய முக்கியத்துவம் அளிக்காமல் இந்த இரண்டு வர்க்கத்தினரையும் புறக்கணிக்கின்றீர்கள்."

வால்மீகி எதையோ கூற வரும்போது, அகத்தியர் அவரைத் தடுத்து விட்டுப் பேசினார். "சீதா, உனது நடத்தை எனக்கு ஆச்சரியமாக இருக்கிறது. மிகுந்த பக்திமானாகிய இராமச்சந்திரனிடம் விசுவாசமுள்ள, நாணமுள்ள, பிராமணர்கள் மீது மரியாதையுள்ளவளாக, அயோத்தி அரண்மனையிலும் தண்டகாரண்யத்திலும் நான் பார்த்த அந்தப் பெண், நீ அவள் இல்லை. இது என்ன ஆச்சரியத்திற்குரிய மாற்றம்?"

"முனிவரே, நான் முழுவதுமாகக் கணவனைச் சார்ந்தும் அவரால் பாதுகாக்கப்பட்டும் இருந்தபோது, வெளி உலகத்தைப் பற்றிய எனது கருத்து பனிமூட்டமாக இருந்தது. அப்படியிருந்த என்னை அதே கணவன் என்றென்றைக்குமாக வனத்தினில் கைவிட்டபோது என்னையும் புதல்வர்களையும் பாதுகாத்துக்கொள்ள வேண்டிய பொறுப்பை நானே ஏற்றுக்கொள்ள வேண்டியிருந்தது, அப்போது தான் படிப்படியாக இந்த உலகத்தின் கொடூரங்களையும் அநீதிகளையும் பற்றித் தெரிந்துகொண்டேன். நீண்ட பதினோரு ஆண்டுகளாக இப்படி நிறைய பணிகளைச் செய்திருக்கிறேன், இப்படி நிறைய விசயங்களில் மனதைச் செலுத்தி இருக்கிறேன், இப்படி அனைத்து முடிவுகளும் எடுத்திருக்கிறேன், பொதுவாக ஆண்கள் செய்ய வேண்டிய அனைத்தையும் செய்ய வேண்டியதிருந்தது. இவையனைத்தையும் என்னால் செய்ய முடிகிறபோது நான் சாஸ்திரங்களைப் பற்றிக் கேள்வி கேட்டால் தங்களால் ஏன் சகிக்க முடியவில்லை அல்லது நான் சொந்தக் கைகளால் அக்னிஹோத்திரம் இயற்றி வேதமந்திரத்தை உச்சரிக்க விரும்பினால் தாங்கள் தடுப்பது ஏன்?"

வால்மீகி மிகவும் கலக்கமுற்றார், சீதையின் கோபம் அவரைக் காயப்படுத்தியது, மற்றொருபுறம் அகத்தியருடன் சீதையின் இந்தப் பொருளற்ற அனலான வாதவிவாதமும் அவரைக் கவலையடையச் செய்தது. வால்மீகி சீதையின் தலையில் மெதுகையை வைத்துக் கூறினார், "இதுதான் மரபு மகளே."

சீதை பெருமூச்சுடன், "தந்தையே, மனிதர்களின் தேவைகளுக் கேற்ப விதிகளை மனிதர்கள்தான் இயற்றுகின்றனர். சூழ் நிலைகளுக்கேற்பப் பலமுறை பல விதிகளைத் தாங்களே, பிராமண

ஆண்களே மாற்றியமைத்திருக்கிறீர்கள். மேலும், மரபு என்கிறீர்களே, வேதத்தின் புனிதமான சுலோகங்கள் எழுதப்பட்ட போது அந்தக் கடந்த காலத்தில் வாக் என்னும் பெண் சுலோகங்களை இயற்றவில்லையா, விஸ்வவாரா அக்னி ஹோத்திரத்தை இயற்றவில்லையா, கார்கி ஆண்களுடன் பிராமணிய விவாதங்களில் பங்கேற்கவில்லையா! பெண்களைப் படிப்படியாக ஒதுக்கி விட்டீர்கள், சூத்திரர்களையும்; அதனால் தான் இன்று சம்புகனின் கடுந்தவம் தங்களுக்கு எரிச்சலூட்டுகிறது, எனவே தாங்கள் எனது கணவரை வன்முறையின் பாதையில் செலுத்த விரும்புகிறீர்கள்."

"சகிக்க முடியவில்லை. வால்மீகியே! நான் எனது விலை மதிப்பற்ற வாழ்க்கையை ஆரிய இனத்தின் முன்னேற்றத்திற்காக அர்ப்பணித்திருக்கிறேன். அதனால் அர்த்தமற்றப் பெண்ணிடம் அவமரியாதைக்கு நேரமில்லை. இந்த நாகரிகமற்ற வம்பளக்கும் பெண் இராமச்சந்திரனைப் போன்ற மிகுந்த பண்புள்ள பிராமணச் சேவக மன்னனுக்கு மனைவியானது எப்படி என ஆச்சரியமாக உள்ளது. நான் இந்த நொடியே இவ்விடத்தைவிட்டுக் கிளம்புகிறேன், வால்மீகி! நீங்கள் ஓய்வு கிடைத்தால் எனது ஆசிரமத்திற்கு வாருங்கள்" என்றார் அகத்தியர்.

வால்மீகி எதுவும் செய்ய இயலாமல் ஒருமுறை அகத்தியர் பக்கமும் மற்றொருமுறை சீதையின் பக்கமும் பார்க்கிறார்.

சீதையும் திரும்பச் சிந்திக்கிறாள், அகத்தியர் திரும்பிப் போய்விட்டால் பெரும் விபரீதம் ஆகிவிடும், தொலைதூரங்களில் உள்ள பிராமணர்களும் இது தொடர்பாக மிகுந்த சலசலப்பை உண்டாக்குவர், அரசர்களின் கோபத்தைத் தூண்டுவர். மேலும், எல்லோருக்கும் மேலாக அந்தத் தலைகனத்த இரகுநந்தன் சீதையின் மேல் மிகுந்த கோபமடைவான், அவன் பிராமணர்களின் கமண்டல நீரின் வழியாக உலகத்தின் வண்ணத்தைப் பார்ப்பவன், பிராமணர்களின் சொற்களுக்கு மேலாகத் தனது அறிவைப் பயன்படுத்தமாட்டான்.

சீதை வேகமாகச் சென்று அகத்தியருக்கு முன்வந்து பாதங்களில் நெடுஞ்சாண்கிடையாக விழுந்து அவரை வணங்கினாள். மென்மையான குரலில் கூறினாள், "அந்தணரே, எனது அகந்தையை மன்னியுங்கள். கணவர் என்மீது கோபமாக இருப்பதால் இப்போது நான் குழந்தைகளுடன் தங்களது அன்பின் குடைநிழலில் இருக்கிறேன். தாங்கள் என்னை வெறுத்தால் நான் உதவியற்றவளாக உணர்வேன்."

அகத்தியர் வாயால் எதுவும் பேசவில்லையென்றாலும் எட்டு வைத்த கால்கள் அப்படியே நின்றுவிட்டன. அயோத்தியின் இந்த அரசி நாடுகடத்தப்பட்டாலும் முக்கியத்துவமற்றவள் இல்லை என்பது அவருக்கும் நன்றாகத் தெரியும், குறிப்பாக இராமன் இப்போதும் இன்னொரு மனைவியை ஏற்றுக்கொள்ளாததனால் இந்த அரச தம்பதிகள் என்றாவது ஒருநாள் இணையக்கூடும் என்று ஊகிக்கலாம். இராமனோ அல்லது அவனது மனைவியோ கோபமடைந்தால் பிராமணர்களின் நலன்கள் சீர்குலைந்து போகலாம், காரணம் விதேகம், அவந்தி, காந்தாரம் முதலான பிற நாடுகளின் மன்னர்கள் யாரும் இராமச்சந்திரனைப் போல பிராமணர்களின் கட்டளையைப் பின்பற்றுபவர்கள் இல்லை.

அவர் கைகளை உயர்த்தி வாயால் கூறினார், "நலம் உண்டாகட்டும்."

சீதை எழுந்து நின்றாள், தலையைக் கொஞ்சம் தாழ்த்திக் கொண்டு கூறினாள். "எனது மனதைத் துளைத்துக்கொண்டிருந்த கேள்விகளுக்கு விடை தெரிந்துகொள்ளவே நான் ஆரியவர்த்தத்தின் சிறந்த புலவரும் பிராமணகுலத்தின் தலைவருமான தங்களைத் தேர்ந்தெடுத்தேன்." கொஞ்சம் நிறுத்தி மீண்டும் பேசினாள், "தவறுசெய்துவிட்டேன் என்பதை இப்போது புரிந்துகொண்டேன். எனக்குப் போவதற்கு அனுமதி தாருங்கள்."

சீதை தந்திரமாக தனது கேள்விகளை அப்படியே வைத்துக் கொண்டு அத்துடன் அகத்தியரை வெளியேற விடாமலும் தடுத்து விட்டாள் என்பதை நினைத்து மனதுக்குள்ளேயே வியந்து கொண்டிருந்தார் வால்மீகி. மேலும், அகத்தியர் கோபமடைந்தாலும் அந்தக் கோபத்தை அடக்க வேண்டி வால்மீகியை நோக்கி "ஹ்ம்ம்ம்" என்று உரத்த ஒலியை எழுப்பினார்.

அதே வேளையில் சைபல் மலையின் வடக்கே ஒரு அகன்ற ஏரிக்கரையில் நகரோத் மரத்தின் அடியில் வாருணி, துந்துவி, கரன், மித்ரா முதலான பத்து-பன்னிரண்டு பேர் கொண்ட ஒரு பரபரப்பான கூட்டம் நின்று பேசிக்கொண்டிருந்தது.

மரத்தின் ஒரு கிளையில் கால்களைக் கட்டிக்கொண்டு கீழ்நோக்கி தொங்கியபடி சம்புகன் அப்போது கடுமையான தவத்திலிருந்தான். இந்த அதிசயமான மற்றும் கடுமையான தவநெறியை அவன் ஒரு ஆரியமுனிவரைப் பின்தொடர்ந்து கற்றுக்கொண்டான்.

வாருணி சம்புகனின் தொங்கும் உடலினைப் பார்த்துக் கூறினாள்,

"அட இழவே, இது என்ன விசித்திரமான காட்சி, பையன் பைத்தியம் ஆகிவிட்டானா!"

குலத்தின் ஒரு சிறுவன்தான் முதலில் சம்புகனை இந்த நிலையில் கண்டுபிடித்தான். குடியிருப்பில் சம்புகனின் பூசை வழிபாட்டைக் கண்டு குலத்தின் மக்கள் பயந்தனர், பல வழிகளில் சம்புகனைத் தடுக்க விரும்பினர். மூன்று நாட்களுக்கு முன்பு அவன் காணாமல் போனான்.

துந்துவி உரக்கக் கூறினான், "உண்மையில் அவன் ஆளற்ற இடத்தைத் தேடிப் போயிருக்கிறான். அவன் என்ன சாப்பிட மாட்டானா, வெளிக்குப் போகமாட்டானா?"

"அவன் இந்த தவம்கிவமெல்லாம் பொய் என்பான், பிராமணர்களின் மோசடி என்பான், அந்தச் சம்புகனா இதைச் செய்கிறான்!" என்று கரன் கேட்டான்.

மித்ரா பார்க்க வந்து இந்த அச்சமூட்டும் காட்சியின் அதிர்ச்சியில் வாருணியின் கைகளைப் பற்றிக்கொண்டாள். அவள் கனவு காண்பவளைப்போல கூறினாள், "அவன் சாக விரும்புகிறான், உங்களுக்குப் புரியவில்லையா. விரும்பிய எதையும் அவன் பெறவில்லை, அதனால் அவன் சாவான்; ஆனால், அந்த சாவுக்கும் அவன் சிறப்பைத் தருவான்."

"அட, எதற்குச் சாகப் போகிறான்!" துந்துவி கேட்டான், "அவன் என்னிடம் கூறினான் இந்த மாதிரி கடுமையான தவம் செய்தால்தான் தேவலோகத்தை வெல்ல முடியும். தேவலோகம் உண்மையிலேயே இருக்கிறதா, இல்லை பிராமணர்களின் கட்டுக்கதையா அது என்பதையும் அவன் கண்டுபிடிப்பான்."

"ஆனால், பிராமணர்கள் அவனைத் தவம் புரிய விடுவார்கள் என நினைக்கிறாயா!" என்று வாருணி கேட்டாள். "பிராமணர்கள் மட்டுமே செய்யும் அதிகாரமுடைய தவத்தை ஒரு சூத்திரன் செய்கிறான். அவர்கள் இதை எந்த வகையிலும் ஏற்றுக்கொள்ள மாட்டார்கள், பார்."

"ஏன், செய்தால் அவர்களுக்கு என்ன?" என்று மித்ரா வினவினாள்.

"அப்படியென்றால் அவர்களை யாரும் ஏற்றுக்கொள்ள மாட்டார்கள், வருணாசிரமம் பொருளற்றுப் போய்விடும். அவர்கள் அரசர்களுக்கும் வைசியர்களுக்கும்கூட அந்த உரிமையைத் தர

விரும்பமாட்டார்கள், சூத்திரர்களைப் பொறுத்த வரையில் அது பயங்கரமானதாக ஆகிவிடும். என் மனதில் தீங்கு நேரும் என்று தோன்றுகிறது."

"ச்சீ, கிழவியே, உனக்கு மிகவும் முட்டாள்தனமாகப் பேசுவதே இயல்பாகிவிட்டது" மித்ரா எரிந்து விழுந்தாள்.

மித்ராவை அணைத்துக்கொண்டு வாருணி கூறினாள், "எனக்குப் புரியுதடி, உனக்கு இப்போதும் சம்புகனுக்காக மனம் கசிகிறது. அவ்வளவு வலிமையான இளைஞனுக்கு என்ன ஆனது."

மித்ரா வாருணியைத் திட்டினாலும் அவளது மனதிற்குள்ளேயே சம்புகனின் பரிணாமத்தை நினைத்துப் பீதியடைந்தாள். இன்னும் அருகில் சென்று பதற்றமான குரலில் அழைத்தாள், "சம்புகா, சம்புகா, கொஞ்சம் இறங்கி வாயேன், எனக்குப் பயமாக இருக்கிறது."

சம்புகனின் உடலில் எந்த எதிர்வினையும் இல்லை. இரத்த ஓட்டம் கீழ்நோக்கி இருப்பதால் அவனது முகம் சிவந்திருந்தது. நீண்ட நேரமாகக் கட்டப்பட்டு இருப்பதால் கால்களிரண்டும் வெளிறியும் குளிர்ந்தும் இருக்கின்றன, புற உணர்வற்ற ஓர் உலகத்தில் அவன் இப்போது இருக்கிறான்.

மித்ரா மீண்டும் பேசினாள், "இறங்கி வா, நீ என்ன சொன்னாலும் நான் கேட்கிறேன் சம்புகா." துந்துவி கோபமான விழிகளுடன் மித்ராவைப் பார்த்தான், அவளை இழுத்து விலக்கிக்கொண்டுவந்து கேட்டான், "இப்போது எதற்கு, அப்போது தோன்றவில்லையா! நீ அவனிடமிருந்து விலகிப் போகாமல் இருந்திருந்தால் சம்புகன் இப்படி பைத்தியம் ஆகியிருக்க மாட்டான். நீ அவனை அழித்துவிட்டாய்."

"ஐயோ, நீங்கள் நிறுத்துங்கள்." வாருணி நெருங்கிவந்து இரண்டு கைகளால் இருவரையும் விலக்கிவிட்டாள்; ஆனால், மித்ரா அடிபட்ட பாம்பைப் போல சீறினாள். அவள் துந்துவியை நோக்கிக் காறித் துப்பினாள். சத்தமாகக் கேட்டாள், "நீங்கள் என்ன செய்தீர்கள், எல்லோரும் தானே ஹிரண்யகர்ப்பத்தை ஏற்றுக் கொண்டீர்கள். உங்களால் ஏன் ஓரணியில் திரள முடியவில்லை சம்புகனின் தலைமையில்."

துந்துவி வந்து மித்ராவைத் தள்ளிவிட்டான்.

மித்ராவின் மீது பாய்ந்து விழுந்து அவளை மறைத்துக்கொண்ட வாருணி கூறினாள், "உங்களுக்கும் மூளையில் கோளாறு ஏற்பட்டு

விட்டதா? சம்புகன் ஏதாவது செய்யட்டும், ஏதோ ஒரு புதிய பணியைத் தனியாகத் தானே செய்ய வந்திருக்கிறான். நீங்கள் அந்தத் தனிமையையும் அழித்துவிடுவீர்கள்!"

இந்த வார்த்தைகளால் இருவருமே வெட்கமடைந்தனர்.

மித்ரா கொஞ்சநேரம் கழித்துக் கூறினாள், "நீங்கள் சென்று விடுங்கள், நான் இந்த மரத்தின் அடியிலேயே படுத்திருக்கிறேன்."

"பாக்கியமற்றவளே, அதனால் என்ன ஆகப்போகிறது?" வாருணி அவளைக் கையைப் பிடித்து இழுத்தாள்.

ஆனால் மித்ரா கொஞ்சம்கூட அசையவில்லை.

துந்துவி அப்போது கொஞ்சம் அனுதாபத்துடனும் கொஞ்சம் பொறுப்புடனும் சொன்னான். "நாம் மாறி மாறி இருக்கலாம். இந்தத் தனிமையில் சம்புகனைத் தன்னந்தனியாக விடாமல் இருப்பது நல்லது."

"நான்தான் முதலில் இருப்பேன்" என்றாள் மித்ரா.

"சதர்க்கன் கேட்டால் என்ன சொல்வது?" வாருணி அறிய விரும்பினாள்.

"நான் இனிமேல் கவலைப்பட மாட்டேன், என்ன வேண்டுமானாலும் சொல்" என்று மித்ரா பதிலளித்தாள்.

நானும் இருப்பேன் என்று துந்துவி சொன்னான், சம்புகனுக்காகக் கடமையாற்றுவதில் அவன் மித்ராவிடம் தோற்க விரும்பவில்லை. சம்புகன் கொஞ்சம் கொஞ்சமாக மாறிப் போனான், வாழ்க்கையில் இருந்து விலகிவிட்டான், துந்துவி மனதுக்குள்ளேயே மித்ராவைத் தூற்றுகிறான். இன்று அந்த மித்ரா வெற்றிபெறுவதா! அது நடக்காது. அந்தப் பகலும் இரவும் அவர்கள் அங்கேயே தங்கிவிட்டனர்.

மெல்ல மெல்ல சம்புகன் என்னும் சூத்திரனின் தேவலோகத்தைக் கைப்பற்றுவதற்கான முயற்சியைப் பற்றிய விவாதம் தண்டகாரண்யம், நைமிக்ஷேத்திரம் தாண்டி மற்ற நகரங்களின் பிராமணர்களைக் கடந்து அயோத்தியையும் அடைந்தது. கோசலைநாட்டின் அரசவையில் உயர்ந்த பொறுப்பில் இருக்கும் வசிஷ்டர், வாமதேவர் முதலான பிராமணர்களும் இந்த விசயத்தின் பாரதூரமான விளைவுகளை அனுமானித்துக் கவலைப்பட்டனர். துறவற முனிவர்கள், அரசவை ஆலோசக முனிவர்கள் மற்றும் இல்லறப் பிராமணர்கள் அனைவரும் இந்த விசயத்தில் மூழ்கி,

சம்புகனைத் தண்டிப்பதற்கான வழி முறைகளைக் குறித்த விவாதத்தில் ஈடுபட்டனர்.

அகத்தியரின் ஆசிரமத்தில் ஜாபாலி, காசியபர், மௌத்கல்யர், காத்யாயனார், கௌதமர், நாரதர் உள்ளிட்ட பிராமணப் பிரதிநிதிகள் அனைவரும் பிரச்சினையைத் தீர்ப்பதற்காக ஒன்றுகூடினர். வால்மீகிக்கும் அழைப்பு விடுத்திருந்தார் அகத்தியர்.

அவரே தொடங்கினார், "கூடியிருக்கும் பிராமணச் சான்றோர்களே, தாங்கள் அனைவரும் நன்றாகச் சிந்தித்து தவம் செய்யும் சூத்திரனுக்குத் தண்டனை அளிப்பதைப் பற்றிக் கருத்துத் தெரிவியுங்கள்."

ஜாபாலி அடிக்கடி அயோத்தியின் அரசவைக்குப் போய்வருபவர், அவர் கூறினார், "இந்தச் சூத்திரனைத் தண்டிப்பதற்கு இராமச்சந்திரனை நியமிக்க வேண்டும்."

அகத்தியர் தலையை அசைத்து யோசனையுடன் கூறினார், "இந்தத் திட்டத்தை நானும் யோசித்தேன். இராமச்சந்திரன் பிராமணர்களின் நலன்களைப் பாதுகாப்பதற்காகப் பல முயற்சிகளைச் செய்து கொண்டிருக்கிறான் என்பது உண்மைதான். ஆனால், இங்கே கவலைப்பட வேண்டிய ஒரு விசயம் உள்ளது. இராமன் அனைத்துக் குடிமக்களுக்குமான அரசன். அவன் சாதாரண குடிமக்களது வதந்தியின் காரணமாக அன்பான மனைவியை நாடுகடத்தி விட்டான். எனவே, அவன் சூத்திரன் ஒருவன் தவம் புரிகிறான் என்பதற்காக அவனைக் கொல்லத் தயாராக இல்லாமலும் போகலாம்."

"கொலையா! கொலை எதற்காக?" காத்யாயனார் அதிர்ச்சியடைந்தார், "இவ்வளவு பெரிய தண்டனை எதற்காகத் தரவேண்டும்? மேலும் அதற்குச் சம்மதிக்கவில்லையென்றால் அரசனைக் குற்றம் சொல்லவும் இயலாது."

"கொலையைத்தவிர வேறு தண்டனை தர முடியாது" என்றார் அகத்தியர். "எனக்கு இந்தச் சம்புகனைத் தெரியும். அவனது உறுதி அளவற்றது. இப்போது இலகுவான தண்டனை மூலம் தடுக்கப்பட்டால் அவன் மீண்டும் இந்த முயற்சியைச் செய்வான். அது ஒரு மோசமான உதாரணமாக ஆகிவிடும்."

காத்யாயனாரால் ஏற்றுக்கொள்ள முடியவில்லை, "அவனை அரசு சிறைச்சாலையில் காவலில் வைக்கலாம்." இப்போது நாரதர், "இல்லை, அதுவும் முடியாது, அப்போது அவனது குலத்தினர் கலகம் செய்வார்கள், நிலைமை சிக்கலாகி விடும்" என்றார்.

"ஆனால், மரணதண்டனை தரவேண்டுமானால் ஏதாவது அரசனின் மூலமாகத்தானே செய்ய வேண்டும். இராமச்சந்திரன் சம்மதிக்காவிட்டால் என்ன செய்வது?" என்று கேட்டார் கௌதமர்.

ஜாபாலி சேர்ந்து கொண்டார், "அதற்குமேல் மற்ற அரசர்களும் சம்மதிக்க மாட்டார்கள்."

"தந்திரமாகக் கையாள வேண்டும், நமது பிராமணச்சாதியின் உயர்வைப் பாதுகாப்பதற்காக வலுவான தந்திரத்தை எந்த வழியிலாவது கண்டறிய வேண்டும்" என்றார் நாரதர்.

அது என்ன தந்திரம்? என்று அகத்தியர் ஆர்வமடைந்தார்.

"எனக்கு உறுதியாகத் தெரியாது. எந்தப் பார்வையிலிருந்து நிகழ்ச்சியைப் பார்த்தால் இராமச்சந்திரன் சம்மதிப்பான் என்பதை நாம் எல்லோரும் ஆலோசிப்போம் வாருங்கள். இராமன் சமயப்பற்றாளன், சம்புகனின் இந்தச் செயல் மிகுந்த அதர்மம் என்பதை அவனுக்குப் புரிய வைக்க வேண்டும்" என்றார் நாரதர். அகத்தியர் அமைதியான முறையில் பேசத் தொடங்கினார். "இதனால் நாட்டுக்கே ஆபத்து ஏற்படும் என்பதை அவனுக்குப் புரியவைக்க வேண்டும்."

"ஏதாவது வினோதமான விபத்து, ஏதாவது குழந்தையின் அகால மரணம், ஏதாவது நோயின் தீவிரப்பரவல் அல்லது எதாவது இயற்கைப் பேரழிவைக் கண்டு வெளிக்கொண்டு வாருங்கள். அதற்குக் காரணமாகச் சூத்திரனின் சமயநெறிக்கு எதிரான செயலை அடையாளம் காட்டுங்கள்." நாரதர் தொடர்ந்து பேசினார், "இராமராஜ்ஜியத்தில் நோய்நொடி இல்லை, விளை நிலங்களில் விளைச்சல் அமோகமாக உள்ளது, சிறுவர்களோ இளைஞர்களோ அகாலத்தில் இறப்பதில்லை என்பதை மனதளவில் அறியவும் கேட்கவும் விரும்புகிற இராமனை அதனாலேயே காயப்படுத்த வேண்டும். வியாதிகள் இருக்கக் கூடாது, விளைநிலங்களில் நோய்கள் பரவக் கூடாது, அகாலத்தில் குழந்தைகள் இறக்கக் கூடாது என்பவை எல்லாம் உண்மையில் நடக்க முடியாதவை. அந்த மாதிரியான ஒரு நிகழ்ச்சியை நோக்கி இராமனின் கவனத்தை ஈர்க்க வேண்டும்."

"வினோதமாக இருக்கிறது; வியாதி, மரணம், விபத்து இவை எல்லா இடங்களிலும் இருப்பவைதானே!" காத்யாயனார் வியப்படைந்தார். இராமராஜ்ஜியத்தில் இவை இல்லை என்பதை இராமனால் நம்ப முடியுமா என்ன? பிரச்சினைக்குத் தீர்வு

தோன்றிவிட்டதால் அகத்தியரின் உள்ளம் மகிழ்கிறது. அவர் மெல்லிய புன்னகையுடன் கூறினார், "வேறு யார் நம்பவில்லை என்றாலும், இராமன் நம்புவான். ஒவ்வொருநாளும் கேள்வி கேட்டு இவையனைத்தையும் அறிந்துகொண்ட பிறகு இராமனின் முகத்தில் எப்படிப்பட்ட மகிழ்ச்சியும் ராஜபெருமையும் உண்டாகிறது என்பதை, இப்படியான உரையாடல்களைத் தாங்கள் ஒருநாளும் அவனது அவையில் கேட்டதில்லை, பார்த்ததுமில்லையா?"

"இருந்தாலும் இராமன் நம்முடைய சூழ்ச்சியைப் பற்றித் தெரிந்துகொள்ளும்போது அவன் நிச்சயமாகக் கோபமடைவான்" என்றார் ஜாபாலி. இராமச்சந்திரன் அடிக்கடி சொல்வதுண்டு -

"மூத்தோர் இல்லாதது அவையே இல்லை,

சமயநெறி நின்று பேசாதோர் மூத்தோரே இல்லை.

உண்மை இல்லாதது சமயமே இல்லை.

வஞ்சம் கொண்டது உண்மையே இல்லை."

நாரதர் பொறுமையிழந்தார். "அதற்குள் நமது பணி நிறைவடைந்து விடும்" என்றார்.

மேலும், அகத்தியர் தனது கருத்தினைக் கூறினார், "இராமச்சந்திரனால் சூழ்ச்சியைப் புரிந்துகொள்ள முடியாது. பிராமணர்களின் மீது அவனது மரியாதை கேள்விகளற்றது என்பதை நான் பலமுறை கவனித்திருக்கிறேன்; அவன் சிந்திக்க மாட்டான்."

இந்தச் சமயத்தில் ஓர் இளம் மாணவன் வந்து தகவல் தெரிவித்தான், "மாமுனிவரே! மாமுனிவர் வால்மீகி வந்திருக்கிறார்."

கூடியிருந்த பிராமணர்கள் அனைவராலும் இராமாயணப் பாடல் ஒலிப்பதைக் கேட்கமுடிந்தது. தொலைவிலிருந்து வந்து கொண்டிருக்கும் வால்மீகியைப் பார்க்க முடிந்தது, காத்யாயனார் திரும்பி நகர்ந்து, இரு கரங்களையும் அகற்றிக் கொண்டு நன்றாக உட்கார்ந்து கொண்டார்.

அகத்தியர் மெதுவாகக் கூறினார், "வால்மீகி பிராமணர்களின் நலனைப் பாதுகாப்பதைவிட அனைத்து மானிட இனத்திற்குமான நீதியை ஆதரிப்பவர், அவர் நிஜ உலகில் சஞ்சரிப்பதில்லை. காலம் தாழ்த்தி வருவதால் இந்த ஆலோசனைகள் அனைத்தையும் பற்றி அவரிடம் தெரிவிக்காமல் இருப்பது நல்லது."

நாரதர் உடனடியாகக் குறிப்பினைப் புரிந்துகொண்டார். வந்து

கொண்டிருந்த வால்மீகியைத் தழுவி மனதார வாழ்த்தியபடி, “மகாகவியே, இப்போது இதற்குமேல் எந்த வீண்விவாதங்களும் இல்லை. முதலில் நாங்கள் உங்களது மந்திரக்குரலில் இராமயணத்தின் புதிய சுலோகங்களைக் கேட்க விரும்புகிறோம்” என்றார்.

விவாதித்துக் கொண்டிருந்தவர்கள் முன்பைப்போலவே அமைதியாகி விட்டனர்.

சில நாட்களுக்குப் பிறகு அயோத்தியின் அரண்மனை வாயிலில் ஒரு பிராமண முதியவரின் புலம்பலும் அழுகையும் கேட்க முடிந்தது, “ஐயோ மகனே, ஐயோ மகனே!” என்ற கூக்குரலின் அந்த சோகம் இராமச்சந்திரனின் காதுகளில் நுழைந்த போது அவனால் தாங்க முடியவில்லை.

சத்ருகன் மதுபுரியை நோக்கிப் பயணம் மேற்கொண்ட பிறகு இந்தப் பதினோரு ஆண்டுகளில் நாடு மென்மேலும் செழுமையடைந்து விட்டது. பரதன் மற்றும் இலட்சுமணனோடு இராமன் மிக்க மகிழ்ச்சியுடன் நாட்டை ஆண்டுவந்தான், நாட்டில் எங்கேயும் எவ்விதமான சோகம், துக்கம், வியாதி எதுவும் இல்லை என்பதைக் கேட்கக் கேட்க இராமனுக்கு அதில் உறுதியான நம்பிக்கை ஏற்பட்டது. அரசப்பணிகளின் ஓய்வில் அவன் இலட்சுமணனின் இரண்டு குழந்தைகளான அங்கதன் மற்றும் சந்திரகேது, பரதனின் இரண்டு புதல்வர்களான தக்சன் மற்றும் புஷ்கலன் ஆகியோருடன் முடிவில்லாத விளையாட்டு இன்பங்களில் திளைத்திருந்தான். இந்தக் கவலையற்ற நிறைவான அவனது தலையில் பலத்த அடியாக அந்தப் பிராமணரின் அழுகைச்சத்தம் விழுந்தது.

“ஐயோ, நான் முந்தைய பிறவியில் ஏதோ தீயசெயல் செய்திருக்கிறேன், இல்லையென்றால் எதற்காக அகாலத்தில் இந்தக் குற்றமற்ற பச்சிளம் பிள்ளையை இழந்தேன்! ஐயோ மகனே, பதினைந்து வயதுகூட ஆகவில்லையே, ஐயோ, இன்று அவன் யாருடைய கொடுஞ்செயலின் விளைவாகவோ தந்தைக்குச் செய்ய வேண்டிய இறுதிக் கடமைகளைச் செய்யாமல் அகாலத்தில் மரணத்தின் வாயில் விழுந்துவிட்டானே!” இராமன் மிகவும் வருத்தப்பட்டான்.

வாயிற்காவலர்கள் உடனடியாக அவனுக்குத் தகவல் தெரிவித்தனர்; பிராமணர் அவரது இறந்த புதல்வனின் உடலைக் கையில் கொண்டுவந்திருக்கிறார். அவரது பின்னால் இன்னும் பிராமணர்கள் பிராமணரல்லாதவர்கள் பலரும் நின்றிருக்கின்றனர்.

பிராமணர்களின் குரல் ஒருவர் பின் ஒருவராக உயர்ந்து கொண்டே வந்தது. "இராமனின் இராஜ்ஜியத்தில் யாரும் இப்படி அகால மரணமடைந்ததாக எனக்கு நினைவில்லை. எப்போது இப்படி நடந்ததோ அவன் பெரும் பாவம் செய்திருக்கிறான் என்பதில் சந்தேகம் இல்லை. ஐயோ, வேறு அரசர்களின் ஆட்சியில் குழந்தைகளுக்கு இப்படி நடக்காது." பிராமணன் தன் தலையில் அடித்துக்கொண்டான்.

இராமன் "பாவம்" என்னும் வார்த்தையைக் கேட்டு அதிர்ச்சியடைந்தான், இராமனின் பாவம்! இதென்ன சம்பவம்! ஒட்டு மொத்த வாழ்க்கையையும் தியாகம் செய்து, பிராமணர்களுக்கான சேவையில், பொதுமக்களின் சேவையில் அர்ப்பணித்த பிறகும் இந்தச் சொற்களைக் கேட்க வேண்டியதாகிவிட்டது. அப்படியென்றால் சீதையை நாடுகடத்திய பாவமா! இந்த ஒரு விசயத்தில் அவன் இன்னும் குழப்பத்தில் இருக்கிறான், எதை தியாகத்தின் மகிமையாக நினைத்தானே அது பாவச்செயலா? குற்றச்செயலா! ஐயோ ஜானகி! இராமனும் தனது தலையில் அடித்துக்கொண்டான். கூடியிருந்த மக்கள், அமைச்சர்கள் மற்றும் பணியாளர்கள் அனைவரும் இந்தப் பிராமணர்கள் வந்திருப்பதால் கவலையடைந்துள்ளனர், மேலும், இராமனின் எதிர்வினையால் அவர்கள் கவலையுற்றனர்.

பிராமணரின் குரல் மீண்டும் எழுந்தது. இப்போது அழுகையை விட சாபமிடும் சத்தம் உரத்துக் கேட்கிறது, "இராமா! நீ பிரம்மஹத்தி பாவத்துக்குத் துணைசெய்துவிட்டு மகிழ்ச்சியாக இருப்பாயாக, மேலும் சகோதரர்களுடன் நீண்ட ஆயுளைப் பெறுவாயாக! இப்போது நாங்கள் மரணத்தை நெருங்கிவிட்டோம், உனது ஆட்சியில் எங்களது நலன் சாதாரண ஒன்று."

மக்களின் காவலனான இராமனின் பெருமிதங்கள் ஒவ்வொன்றும் தாங்கிக்கொள்ளவே முடியாத சொற்களின் தாக்குதலில் தூள்தூளாகிக் கொண்டிருந்தன.

அரண்மனை வாசலில் மக்கள்கூட்டம் அதிகரித்து வருவதாக அவ்வப்போது தகவல் வந்துகொண்டே இருக்கிறது. இராமன் பரதனையும் இலட்சுமணனையும் தேடி நாலாபக்கமும் பார்த்தான். பார்க்க முடியவில்லை. அவர்களை அழைத்துவர வாயிற்காவலர்களை அனுப்பினான். அவைக்கு வராத அமைச்சர்களுக்கும் அழைப்பு விடுத்தான். அரசவையின் பிராமணர்களை அழைக்கவும் வாயிற்காவலர்கள் அவனது கட்டளையின் பேரில் சென்றனர்.

மல்லிகா செங்குப்தா

அரண்மனை வாசலில் கூடியுள்ள மனிதர்களின் முணு முணுப்புக்கும் சலசலப்புக்கும் நடுவிலிருந்து பிராமணரின் தடித்த குரல் எரிமலையிலிருந்து வெளிப்படும் தீப்பிழம்பைப் போல வெளிப்பட்டு இராமனின் செவிப்பறையை எரிக்கத் தொடங்கியது.

"சிறுவனுக்கு எமனாகிவிட்ட இராமன் இன்னும் இந்த நாட்டின் அரசனாக இருந்தால், மகாத்மா இசவாகுவின் இந்த நாடு நிச்சயமாக அராஜகமானது. மிக நன்றாகப் பாதுகாக்கப்பட்ட குடிமக்கள் அரசனின் பிழையால் அழிந்துகொண்டிருக்கின்றனர். அரசன் திறமையற்றவனாக இருந்தால் குடிமக்களின் அகாலமரணம் நிகழும். மேலும், கிராமங்களிலும் நகரங்களிலும் அனார்யர்கள் பலவிதமான பாவச்செயல்களைச் செய்கின்றனர், இராமனால் அவர்களை அடக்க முடியவில்லை. அரசனின் இந்தப் பிழையால் இன்று எனது மகன் உயிரிழந்துவிட்டான்."

கைகளில் இறந்த மகனும் தோளில் பூணூலும் கொண்ட இவரின் ஒவ்வொரு சொல்லும் சாதாரண மக்களுக்கு வேதவாக்கைப் போல தோன்றின. குடிகளுக்கும் மனதில் சின்னதாய் ஏதேனும் துயரமோ அல்லது அரசன் மீது வெறுப்போ இருக்கும். இந்தப் பிராமணரின் தூண்டிவிடும் வார்த்தைகளால் கூடிநிற்கும் அனைவர் மனதிலும் உண்மையிலேயே இராமனுடைய ஆட்சியில் பெரிய பேரழிவு உண்டாகிவிட்டது என்று தோன்ற ஆரம்பித்துவிட்டது. உண்மையிலேயே அரசனின் பிழையால் குடிமக்கள் பாதுகாப்பற்றவர்கள். எந்த நேரத்திலும் அவர்களுக்கு எந்தப் பேரழிவும் நேரலாம். பிராமணரையும் அவரது இறந்த மகனின் உடலையும் சுற்றிப் பெரியதொரு மக்கள் கூட்டம் உரத்தக்குரலில் பேசிப்பேசி அனைத்தையும் விவாதமாக்கிக் கொண்டிருந்தனர்.

அரசவைக்குள் இராமனது அழைப்பின் பேரில் அமைச்சர்களும் சகோதரர்களும் வந்தனர். வசிஷ்டருடன் மார்க்கண்டேயர், மௌத்கல்யர், வாமதேவர், காசியபர், காத்யாயனார், ஜாபாலி, கௌதமர், நாரதர் முதலான அஷ்ட பிராமணர்கள். அனைவரும் அரசனை வெற்றிபெற வாழ்த்தி இருக்கையில் அமர்ந்தனர். இராமனும் அவர்களுக்கு வணக்கங்களைத் தெரிவித்தான். அதன்பிறகு தீனமான குரலில், "தாங்களே கூறுங்கள் எதனால் இந்தப் பிராமணச் சிறுவனின் அகால மரணம் நிகழ்ந்தது? வாயிலில் நிற்கிற பிராமணத் தந்தையின் பேச்சு முழுவதையும் தாங்கள் நிச்சயம் கேட்டிருப்பீர்கள்" என்றான்.

அனைவரும் ஒருவர் முகத்தை ஒருவர் அச்சத்துடன்

பார்க்கின்றனர். யார் பேச்சைத் தொடங்குவது? எப்படிச் சொல்வது? அரசனின் எதிர்வினை என்னவாக இருக்கும்?

நாரதர் மற்ற பிராமணர்களின் செயல்களைக் கவனித்தார். அவரது மனம் நிலையாக இருந்தது, இராமனின் மிகுந்த கவலையோ அல்லது பிராமணர்களின் குழப்பமோ எதுவும் அவரை ஆட்கொள்ளவில்லை. அவர் இந்தச் சூழலைக் கட்டுக்குள் கொண்டு வருவதற்காகப் பேசினார், "அரசனே, இந்தப் பிராமணச் சிறுவன் எதனால் அகால மரணமடந்தான் என்பதைக் கேட்பாயாக, அதன்பிறகு என்ன செய்ய வேண்டும் என்று தோன்றுகிறதோ செய்வாய். சத்திய யுகத்தில் பிராமணர்கள் மட்டுமே தவம் புரிவார்கள். அதனால்தான் அந்தச் சத்திய யுகம் சிறந்த யுகம். அப்போது பிராமணர்களின் மேலாதிக்கம் முழுமையாக இருந்தது, அகால மரணம் இல்லை, அனைவரும் தொலைநோக்குடனும் அறியாமையின் அணிகலன்கள் ஏதுமின்றியும் இருந்தனர். இதன் பிறகு திரேத யுகம் வந்தது. சத்திரியர்களும் தவம் செய்யும் உரிமையை ஏற்றனர். அதர்மம் ஒரு படி அதிகமானது. சத்திய யுகத்தில் தரிசாகக் கிடந்த விளைநிலங்கள் சத்திரியர்களின் முயற்சியால் செழிப்படைந்தன. அத்துடன் வைசியர்கள் விவசாயத்தில் நுழைந்து பிராமணர்களுக்கும் சத்திரியர்களுக்கும் சேவை செய்ய விரும்பினர் மற்றும் சூத்திரர்கள் மேலேயுள்ள மூன்று வர்ணத்தாருக்கும் சேவை செய்வதில் ஈடுபட்டிருந்தனர்."

நாரதர் எதற்காக இந்தக் கதைகள் அனைத்தையும் விளக்கிக் கொண்டிருக்கிறார் என்று இராமனுக்கும் அவனது சகோதரர்களுக்கும் விளங்கவில்லை. அவர்கள் பொறுத்துக் கொள்ள முடியாவிட்டாலும் பிராமணர்களின் மீதான மரியாதைக்காகக் குறுக்கிடத் தயங்கினர்.

நாரதர் எல்லாவற்றையும் கவனித்தார். ஆனாலும் அவர் தொடர்ந்து பேசினார், "கேள் மன்னனே, இந்த வரலாற்றுக்குள் உனது கேள்விக்கான விடை இருக்கிறது. திரேத யுகத்துக்குப் பிறகு துவாபர யுகத்தில் அதர்மம் பெருகியது. வேளாண்மையும் வளர்ச்சியடைந்தது. வேளாண்மையை நம்பி சமூகம் இருந்ததால் வைசியர்களின் தவம் செய்யும் உரிமைக்கான கோரிக்கை ஏற்கப்பட்டது. ஆனாலும் சூத்திரர்களுக்கு அந்த உரிமை வழங்கப் பெறவில்லை. வழங்கவும் படாது. சூத்திரன் தவம் புரிந்தால் அது கொடுமையான அதர்மம் ஆகும். அதன் வலிமையால் உனது புகழ், செல்வம், ஆட்சி அனைத்தும் அழிந்து போகும்."

இந்த நேரத்தில் இராமன் வினவினான், "அந்தணரே! இந்த

எச்சரிக்கைகள் அனைத்தின் நோக்கம் என்ன? எனது ஆட்சியின்கீழ் இப்படி அதர்மம் நடந்திருக்கிறதா?"

நாரதர் கோபமாகச் சொன்னார், "நிச்சயமாக. உனது நாட்டில் யாரோ ஒரு சூத்திரன் அறியாமையால் தவம் செய்கிறான். அதனால்தான் பிராமணச்சிறுவன் அகாலமரணம் அடைந்துள்ளான்."

நாரதர் இராமனின் எதிர்வினையைக் கவனித்துக் கொண்டிருந்தார். இராமன் போதுமான உற்சாகம் அடையவில்லை எனில் காரியம் ஆகாது. அவர் இராமன் பேசாமல் இருப்பதைப் பார்த்து மீண்டும் கூறினார், "எந்த அறிவற்ற மன்னனின் ஆட்சியின் கீழ் குடிமகன் அதர்மம் அல்லது தவறான செயல்களைச் செய்கிறானோ அவனும் அந்த மன்னனும் விரைவில் நரகத்திற்குச் செல்வர். எல்லோருடைய கல்வி, தவம் மற்றும் புண்ணியத்தில் இருந்து ஆறுபங்கைப் பெறுகின்ற மன்னன் மக்களை ஒழுங்காக ஆள வேண்டாமா? மாமன்னா, நீ கைப்பற்றிய அனைத்துத் தேசங்களிலும் தேடு. தீய செயல்களைக் கண்டால் அடக்கு. அப்போதுதான் பிராமணச்சிறுவன் உயிர் பெறுவான்."

நாரதரின் பேச்சால் முதலில் மனச்சோர்வுற்ற இராமன், இந்தத் தீர்வுக்கான வாய்ப்பினால் மகிழ்ச்சியடைந்தான். இந்த வார்த்தைகள் அனைத்தும் அவனுக்கு மிகவும் நியாயமானதாகவும் ஆழ்ந்து சிந்திக்கப்பட்டவையாகவும் தோன்றின. அவன் அருகில் அமர்ந்திருந்த இலட்சுமணனைப் பார்த்துக் கூறினான், "தம்பி! நீ அந்தப் பிராமணரைச் சமாதானம் செய்; மேலும், அந்தப் பிராமணச்சிறுவனை எண்ணெய் பாத்திரத்தினுள் பாதுகாத்து வை. அதில் அந்த உடலின் மூட்டுகள் விலகாது, சிதையாது, அழியாது."

பரதனைப் பார்த்துக் கூறினான், "தம்பி நான் இந்த நொடியே நாடு முழுக்க நாலாபுறமும் தேடிக் கண்டுபிடிப்பதற்காகப் பயணம் செல்கிறேன். இந்த நாட்டைப் பாதுகாக்கும் பொறுப்பை நீயும் இலட்சுமணனும் பங்கிட்டுக் கொள்ளுங்கள். இப்போதே எனது புஷ்பக விமானத்தைத் தயார் செய்."

பிராமணக் குழுவிடமிருந்து விடைபெற்று ஒரு நொடிக்குள் ஆயுதமேந்திய இராமச்சந்திரன் தவம் செய்யும் சூத்திரனைத் தேடிப் பயணம் சென்றான்.

பதினொன்று

அசுவமேதம், சூத்திரமேதம், நாரிமேதம் செய்வீர்!

அப்போது சீதை வால்மீகியிடம் வினவினாள். "பகவானே! சம்புகன் விசயமாகத் தாங்கள் என்ன முடிவெடுத்தீர்கள்?" பிற்பகலின் கடைசிவேளையில் வால்மீகி அகத்தியரின் ஆசிரமத்திலிருந்து திரும்பி இருந்தார்.

"மகளே! நான் ஆலோசனை நிறைவடையும்போதுதான் அகத்தியரின் ஆசிரமத்தை அடைந்தேன். முக்கியமான விவாதத்தில் நான் பங்கேற்கவில்லை. இருந்தாலும் முனிவர்கள் சொல்லக் கேட்டேன் சம்புகனைத் தண்டிப்பதற்காக அயோத்தி மன்னனிடம் கோரிக்கை வைக்கப்படும்." சீதை மனதுக்குள் கலவரமடைந்தாள், இருந்தும் அமைதியான மொழியில் கேட்டாள், "தவம் செய்யும் சூத்திரனுக்கு என்ன தண்டனை முடிவு செய்யப்பட்டுள்ளது என்று அறிய நான் ஆர்வமாக உள்ளேன் முனிவரே."

வால்மீகி தயங்கியபடி தலையை ஆட்டினார்.

சீதை கேள்விக்கான விடையை எதிர்பார்த்து முன்பைப் போலவே பார்த்தபடி இருந்தாள்.

அப்போது வால்மீகி சொன்னார், "நான் அந்த இடத்திற்குப் போவதற்கு முன்னாலேயே முடிவு எடுக்கப்பட்டுவிட்டது, இவ்வளவு பெரிய தண்டனையில் என் மனதுக்கு உடன்பாடு இல்லை என்றாலும் அதைக் கேட்க முனிவர்கள் யாரும் தயாராக இல்லை, அவர்கள் எனக்கு உடன்பாடு இருக்கிறதா இல்லையா என்பதைத் தெரிந்துகொள்ளக்கூட விரும்பவில்லை."

சீதைக்கு ஆச்சரியமாக இருந்தது, அது என்ன தண்டனை? அதற்காகப் பிராமணர்கள் அனைவரும் கூடி இராமனை நியமித்துள்ளனர்! அதற்காக வால்மீகி கோபமாக இருக்கிறார்!

வால்மீகி சீதையைப் பார்த்தபடி இருந்தார், "தண்டனை கொலை" என்றார்.

"ஓ! அப்படியா, அதற்குத்தான் அயோத்திமன்னனைத் தேர்ந்தெடுத்துள்ளனரா! மாமுனிவர் அகத்தியர் அவரைக்கொண்டு இன்னும் எவ்வளவு அநியாயங்களைச் செய்விப்பார்?" சீதை பெருமூச்சு விட்டாள்.

வால்மீகி இடைநிறுத்தி, "இதனை அவர்கள் அதர்மத்தின் அழிவு என்று சொல்கின்றனர் மகளே" என்றார்.

"மன்னன் சுய அதிகாரம் பெற்ற ஒரு குழுவின் வேண்டுகோளுக்கு இணங்கி மற்றொரு குழுவின் மனிதனைப் போதுமான குற்றங்கள் இல்லாமல் கொல்லத் தயாராக இருந்தால், அதனைத் தர்மம் என்று தாங்கள் சொல்வீர்களா?"

"நான் என்ன சொல்வேன் என்பதைப் பற்றி அவர்கள் கொஞ்சமும் கவலைப்படமாட்டார்கள். நான் இன்று உண்மையிலேயே மிகுந்த சங்கடத்தில் இருந்தேன். சம்புகனுக்குத் தவம் செய்யும் அதிகாரம் இல்லை என்று சொல்லும் அதிகாரம் பிராமணர்களுக்கு இருக்கிறதா? முதலில் பிராமணர்களுக்கு மட்டுமே உரியதாக இருந்தது, படிப்படியாகத் தவம் செய்யும் அந்த உரிமை சத்திரியர்களுக்கும் வைசியர்களுக்கும் உரியதாகிவிட்டது. இன்று சூத்திரர்களும் அதையே கேட்டால், தவ ஒழுக்கத்திற்கான தகுதியைப் பெற விரும்பினால், அரசன் உண்மையிலேயே அவர்களுக்கு மரணதண்டனை தர முடியுமா?" என்று கேட்டார் வால்மீகி.

"முடியாது" என்றாள் சீதை. "அது நியாயமானதாக இருந்தால் தங்கள் மனதில் குழப்பம் வரப்போவதில்லை. நான் அபலை, வளமான அரசநெறியின் வளையத்துக்குள் வளர்க்கப்பட்டேன், நீண்ட வனவாசத்தில் முனிவர்களுடன் ஆரியபுத்திரனின் அனைத்து உரையாடல்களையும் கேட்டிருக்கிறேன், அதன் அடிப்படையில் நான் புரிந்துகொள்கிறேன், இந்தத் தண்டனை அரசநெறிக்கு எதிரானது. இருந்தாலும் இரகுநந்தன் அதைச் செய்வார், அவர் எப்போதும் பிராமணர்களின் வார்த்தைகளுக்கு முரண்படமாட்டார்."

"அதனால்தான் அவன் பிராமணர்களுக்கு இவ்வளவு அன்பானவனாக இருக்கிறான்." வால்மீகி சீதையின் கோபத்தைத்

176 சீதாயணம்

தணிக்க விரும்பினார். "பிராமணர்கள் தான் அவனை ஆரிய வர்த்தத்தின் சிறந்த அரசனாக ஆக்கினர், புகழ்ந்து பாடுகின்றனர்." சீதையின் முகத்தில் வினோதமான புன்னகை தோன்றியது. அவள் கண்ணீரை மறைக்க முகத்தைத் திருப்பிக்கொண்டாள். ஆசிரமச் சிறுமி ஒருத்தி முனிவருக்காகப் பித்தளைப் பாத்திரத்தில் பால் கொண்டுவந்தாள். கூடவே ஒரு தட்டில் பேரீச்சம்பழம், பொறி, வாழைப்பழம். வால்மீகியின் கைகளைக் கழுவுவதற்காக சீதை ஒரு தண்ணீர்க் கமண்டலத்தைக் கொண்டு வந்தாள். வால்மீகி கைகால்களைக் கழுவுவதற்காகக் குடிலுக்கு வெளியில் வந்தார், சீதை கவனமாக அவரது கால்களைக் கழுவினாள், கைகளுக்கு நீர் ஊற்றினாள். சிறுமி ஒரு தூய்மையான பட்டுத்துணியை வால்மீகி கை துடைப்பதற்காக நீட்டினாள்.

வால்மீகி சாப்பிட அமர்ந்தார். சீதை கைவிசிறியால் அவருக்கு வீசிக்கொண்டு இருந்தாள். சிறுமியும் உத்தரவுக்காகக் காத்துக் கொண்டு நின்றாள்.

சாப்பிட்டு முடித்ததும் பால் குடித்த பாத்திரத்தையும் தட்டையும் எடுத்துக்கொண்டு சிறுமி போய்விட்டாள். வால்மீகி கையையும் வாயையும் கழுவிவிட்டு அறைக்குள் வந்து அமர்ந்தார்.

சீதை அப்போது வால்மீகியின் படுக்கையைத் தயார் செய்து கொண்டிருந்தாள். மான்தோல் படுக்கையும் பட்டுத் தலையணையும். தலைமாட்டில் ஒரு கலசத்தில் தண்ணீர், இதற்குமேல் வால்மீகிக்கு வேறெதுவும் தேவைப்படாது.

"என்மனம் மிகவும் சோர்வடைந்துவிட்டது. நாளைக்குச் சம்புகனைச் சந்திக்கச் செல்வேன். நானே நேரடியாக அவனிடம் பேச விரும்புகிறேன்" என்றார் வால்மீகி.

"மாமுனிவரே, நானும் தங்களுடன் வர விரும்புகிறேன், தாங்கள் தடுக்காதீர்கள்" சீதை சட்டென்று கூறினாள்.

வால்மீகி வேண்டுகோளின் சாத்தியமின்மையால் திடுக்கிட்டார். "இல்லை, இல்லை, அது எப்போதும் நடக்காது மகளே."

ஏன் முடியாது! சீதைக்குப் புரியவில்லை. "நான் எப்போதுமே இப்படி வேண்டியதில்லை. இந்தப் பதினோரு ஆண்டுகளில் ஆசிரமத்தின் வளாகத்தைவிட்டு வெளியே காலடி எடுத்து வைத்ததில்லை. இன்று இந்த ஓர் அனுமதியை மட்டும் கேட்கிறேன்."

"இல்லை சீதா, அது முடியாது." வால்மீகி உறுதியாக இருந்தார்.

“ஏன்? முனிவரே?”

“உனக்குத் தெரியாதா? பெண்ணாக இருந்துகொண்டு எந்த அடிப்படையில் பாதுகாப்பான பகுதிக்கு வெளியில் போக விரும்புகிறாய்?” என்று கேட்ட வால்மீகி தொடர்ந்து கூறினார், “என்னால் உனக்கு இந்த அனுமதியை வழங்க இயலாது.”

சீதை கவலையுடன் கேட்டாள், “தாங்களுமா இதைச் சொல்கிறீர்கள்? ஆரிய புத்திரனுடன் வனப்பகுதியில் சுற்றித்திரிந்த என்னைத் தாங்கள் ஆசிரமத்திற்கு வெளியில் செல்ல அனுமதிக்க மாட்டீர்களா!”

“விசயம் வேறு. உனக்குச் சரியாகப் புரியவில்லை” என்று கூறிய வால்மீகி மேலும் சொன்னார். “அந்தச் சமயத்தில் நீ கணவனுடன் பயணித்தாய்.”

“இப்போது நான் கணவனால் கடமைகளிலிருந்து கைவிடப் பட்டவள்” என்றாள் சீதை. “எந்தக் கணவர் இலங்கை வெற்றிக்குப் பிறகு என்னை முகத்திரை இல்லாமல் அனைவருக்கு முன்னாலும் வரச்சொன்னாரோ, இப்போது நான் அவரது உடமை இல்லை. நான் சுயமாக வாழ்பவள். மேலும், இந்த நாற்பத்தைந்து வயதில் நான் கிட்டத்தட்ட பருவ வயதைக் கடந்துவிட்டேன். இருந்தும் இந்த வனத்தில் நான் கட்டுப்பாடுகளைக் கடைபிடிப்பது தேவையா!”

வால்மீகி பாதுகாப்பாக வைக்கப்பட்டிருந்த ஒரு குடுவையிலிருந்து சிறிய கலயத்தில் சோமபானத்தை ஊற்றினார். ஒவ்வொருநாளும் மிகுந்த கவனத்துடன் சோமக்கொடியை அரைத்து ஆசிரமத்தினருக்காக இந்த உற்சாகமூட்டும் பானம் தயாரிக்கப்படுகிறது. வால்மீகி படுப்பதற்கு முன்பாகக் குடிக்க விரும்புவார். கையிலிருந்த பானத்தை முதல்முறை குடித்துவிட்டு கலயத்தை வைத்துவிட்டு அவர் கூறினார், “ஆரியப்பெண்களுக்கு என்று நடைமுறையில் இருக்கும் விதிகளை நான் மீறுவதற்குத் தயாராக இல்லை. மேலும், இராமன் உன்னைக் கைவிட்டாலும் நீ உன்னைச் சுயமாக வாழ்பவளாகக் கருதமுடியாது. ஆரியநெறிமுறையின்படி நீ இப்போதும் சந்தேகமே இல்லாமல் இராமச்சந்திரனுக்குக் கட்டுப்பட்டவள். நான் அடுத்தவர் உடைமையைத் தற்போதைக்குப் பாதுகாத்து வருகிறேன் அவ்வளவுதான். நான் உன்னைச் சூத்திரனைக் காண அழைத்துச் சென்றால் சமூகத்தில் பெரிய கலவரம் உண்டாகும். பெண்ணைக் கட்டுப்பாட்டுக்குள் வைத்திருப்பதன் அடிப்படையான நோக்கம் மேல்வருணப் பெண்களுடன் கீழ்வருண ஆண்கள் சந்திப்பதற்கான வாய்ப்பு வழங்காமல் இருப்பதற்காகத்தான்.”

"ஏன் மாமுனிவரே, அதனால் என்ன தவறு?"

"பெரும்பிழை நேரிடலாம் மகளே" என்றார் வால்மீகி. "நீ சாத்திரங்களைக் கற்றறிந்த பிராமணர்களிடமிருந்து கேட்டதில்லையா, இப்படிப்பட்ட சந்திப்பு நிகழ்ந்தால் வருணத்திற்குப் பேரழிவு ஏற்படலாம். வருணக்கலப்பின் விளைவாக நால்வருணத்தின் தூய்மை கெட்டுப்போய்விடும்."

"சந்தித்தாலா?" சீதை அதிர்ந்து போனாள்.

"சந்திப்பு நிகழ்ந்தால் அதற்கான வாய்ப்பு இருக்கிறது மகளே. பெண்ணுக்குக் கட்டுப்பாடு சரியாக இருந்தால் அனுலோமம் அல்லது பிரதிலோமத் திருமணங்களுக்கு வாய்ப்பு ஏற்படாது."

"எனது மாமனாரின் முந்நூற்று ஐம்பது திருமணங்களில் ஏராளமானவை அனுலோமம், கீழ்ச்சாதியில் ஆசைநாயகி வைத்துக்கொள்வதும் முடிவுக்கு வரவில்லையே!" சீதை கேட்டாள்.

வால்மீகி சோமபாத்திரத்தை முத்தமிட்டுக் கீழே வைத்தார். "ஓ சீதா, அவர் ஆண் அல்லவா! மேல்வருண ஆணின் கீழ்வருணப் பெண்ணுடனான உடலுறவு அவ்வளவு தவறானதில்லை, தாசி அல்லது ஆசைநாயகியின் வயிற்றில் பிறந்த பிள்ளைகளுக்கு வாரிசுரிமை இல்லை."

"இது வெளிப்படையாகவே இரட்டை நிலைப்பாடு!" என்றாள் சீதை. "ஆண்கள் ஒழுக்கம் தவறினால் குற்றமில்லை. பெண்கள் மட்டும் அந்தப்புரத்துக்குள்ளேயே அடைபட்டிருக்க வேண்டும்! தங்களைப் பெரும்பான்மையான விசயங்களில் நீதியின் பக்கமும், அறத்தின் பக்கமும் பார்த்திருக்கிறேன். நான் கடந்த பதினோரு ஆண்டுகளாகத் தங்களது பெருந்தன்மையை அறிவேன். இருந்தும் இன்று தங்களது வாயிலிருந்து வெளிப்படும் வார்த்தைகள் அகத்தியரைப்போல ஒருசார்புடையதாகத் தோன்றுகிறது." கொஞ்சம் இடைநிறுத்திய சீதை மீண்டும் தொடர்ந்தாள், "தவறாக எடுத்துக் கொள்ள வேண்டாம், தாங்களே எப்போதும் மனதில் தோன்றும் கேள்விகள் அனைத்தையும் கேட்க கற்றுக் கொடுத்தீர்கள்."

வால்மீகி உரையாடலை இலகுவாக்கச் சிரித்துவிட்டுப் பேசினார், "பெரும்பான்மையான பிராமணர்கள் ஏன் பெண்களுக்கு அறிவுப்பயிற்சிக்கான உரிமையும் விவாதிப்பதற்கான வாய்ப்பும் தருவதை விரும்புவதில்லை என்பது இப்போது புரிகிறது. எனது அனுபவத்தில் நீ மிகச் சிறந்த தர்க்கவாதியாக ஆகிவிட்டாய் மகளே. உனது கணவன் பார்த்தால் வியந்து போவான். அகத்தியரும்

ஏற்கனவே அதைச் சொல்லிவிட்டார்.” ஒரே மடக்கில் நிறைய சோமபானம் குடித்தார் அவர்.

“அகத்தியர் பெண்களை வெறுக்கிறார், கணவருடன் சென்று அவரை வணங்கியபோது அவர் கூறினார், பழங்காலத்தில் இருந்தே பெண்கள் இன்பவாழ்வில் நாட்டம் கொண்டு ஆபத்தில் இருக்கும் போது கைவிடுவார்களாம். அவர்கள் உறவைத் தவிர்ப்பதில் மின்னலின் விரைவு, அன்பைச் சிதைப்பதில் ஆயுதத்தின் கூர்மை மற்றும் தவறு செய்வதில் காற்றின் வேகத்தைப் பின்பற்றுகின்றனராம்.”

சீதை சற்றே அமைதியாக இருந்துவிட்டுக் கூறினாள், “அவர் எந்த அளவுக்கு என்னைப் புகழ்வதற்காக மற்ற பெண்களைத் தூற்றினாரோ அந்த அளவுக்கு அது ஒட்டுமொத்தப் பெண் குலத்திற்கும் அவமானகரமானது. அவர் எங்கே இப்படிப்பட்டப் பெண்ணைப் பார்த்தார் என்று தெரியவில்லை! அடிபணிந்து, வெளியுலகில் இருந்து விலகிக் கிடப்பவர்கள் இப்படி நடந்து கொள்ள எப்படி முடியும்?”

இங்குதி எண்ணெய் விளக்கைக் கைகளில் ஏந்தியபடி ஆத்ரேயி நுழைந்து சீதையின் முகத்தையும் வால்மீகியின் முகத்தையும் மாறிமாறிப் பார்த்தாள். அருகில் வந்து சீதையின் தோளில் கைவைத்துக் கூறினாள், “ஏய், மாமுனிவர் தூங்கிவிட்டதைப் பார். குறைந்த வெளிச்சத்தில் நீ யாரிடம் என்ன பேசுகிறோம் என்பதைக் கவனிக்காமல் பேசிக்கொண்டே இருக்கிறாய்.”

சீதை உண்மையிலேயே கவனிக்கவில்லை. சோமரசத்தின் போதையில் வால்மீகி தூங்கிவிட்டார். தனது கவனக்குறைவால் வெட்கமடைந்த சீதை தலையைக் குனிந்து கொண்டாள். ஆத்ரேயி மிகுந்த அன்புடன் அவளது தலையில் கைவைத்துப் பேசினாள், “தனது துன்பத்துடனேதான் பெண்ணின் பிறப்பு தொடங்குகிறது. சிலருக்கு அதிகம், சிலருக்கு குறைவு அவ்வளவுதான். அதைப் பற்றியெல்லாம் கேட்பதற்கு ஆண்களுக்கு எந்த ஆர்வமும் இருப்பதில்லையடி பாக்கியமற்றவளே, இவ்வளவு நாட்களாகப் புரிந்துகொள்ளவில்லையா! அவர்களுக்கு என்ன தோன்றுகிறதோ அதையே செய்வார்கள்.”

சீதை ஆத்ரேயின் மார்பில் முகம் வைத்தாள். வாழ்க்கையின் அத்தனை வண்ணங்களும் எங்கோ தொலைந்து போயின, இப்போது உயிர் வாழ்வதற்கு இன்னும் ஏதாவது பிடிப்பு மிச்சமிருக்கிறதா! அவளது கண்களிலிருந்து பொட்டுப் பொட்டாகக் கண்ணீர் இறங்கி வந்தது.

ஆத்ரேயி அவளை அணைத்தபடி கூறினாள், "வா, இரவு ஆகிவிட்டது. சாப்பிட வேண்டாமா?"

விளக்கு ஒளிரும் குடிசையிலிருந்து மெல்ல மெல்ல இருள் பிரதேசத்தில் நடந்தாள் ஜானகி. அவளது கண்களில் இனம் புரியாத இருள்.

இரண்டு நாட்களுக்குப் பிறகு ஒரு நண்பகலில் சம்புகனைச் சந்திக்கும் ஆர்வத்தைத் தீர்த்துக்கொண்டு ஆசிரமத்தை நோக்கிப் பயணித்துக் கொண்டிருந்தார் வால்மீகி. விடைபெறும்போது பயணவழியில் அவரைக் கொஞ்சம் முன்னால் போகவிட்டு மித்ராவும் துந்துவியும் அவருடன் சென்றனர். அவர்களுக்கு இப்போது குழப்பமான நிலை. உணவுத்தட்டுப்பாடு மற்றும் இரவும் பகலும் விழித்திருப்பதன் இன்னல்களைவிட சம்புகனின் உடல்நலம் மெல்ல குன்றி வருவது அவர்களை மிகவும் வேதனைப்படுத்தியது. வால்மீகியின் வருகை ஏதேனும் ஆபத்தின் அறிகுறியா என்பதையும் விளங்கிக்கொள்ள முடியவில்லை. சம்புகன் எப்போதாவது உடலின் தேவைக்காக இறங்கி வருவான். அப்போது இரண்டொரு வார்த்தைகள் பேசுவான். அவன் இப்போது ஒரு கற்பனையுலகில் வசிக்கிறான். தேவலோகத்தின் பல்வேறு ஆட்களுடன் கற்பனை உரையாடல்களை நிகழ்த்துகிறான். மித்ராவைப் பலமுறை அவன் கிளம்பிப் போகச் சொல்லிவிட்டான். இப்போது துந்துவியும் மித்ராவும் இல்லாததால் அவன் விரும்பிய தனிமை உருவானது அதில் சம்புகனின் மனம் அமைதியடைந்து வந்தது. வீசும் காற்று அவனது உடலைச் சிலிர்க்கச் செய்தது. தேவலோகம் இனி தூரமில்லை.

இந்தச் சமயத்தில் அயோத்தியின் அரசன் இராமச்சந்திரன் விமானத்திலிருந்து இறங்கி சம்புகனின் முன்னால் வந்து நின்றான்.

மரத்தின்மீது தொங்கியபடி தவம் செய்துகொண்டிருக்கும் சம்புகனைப் பார்த்து இராமன் வியந்துபோனான். யார் இந்தக் கடுந்தவம் செய்யும் துறவி? ஆனால் இவரது உடலின் நிறம் கருப்பு. இராமனின் மனதில் சந்தேகம் தோன்றியது. நாலாபக்கமும் சுற்றிப் பார்த்தான், இடம் மிகுந்த தனிமையானது, மக்கள் நடமாட்டமே இல்லை. ஏரித் தண்ணீரில் சில பறவைகள் கூச்சலிடுகின்றன. மீன் உண்ணும் கொக்குகள் சுற்றி வருகின்றன.

இராமன் மரியாதை மிக்க குரலில் சம்புகனை அழைத்தான், "தவசியே, நீங்கள் ஆசீர்வதிக்கப்பட்டவர். எந்த யோனியில் உங்களது பிறப்பு என்று கூறுங்கள்? உங்கள் நோக்கம் என்ன?"

மல்லிகா சென்குப்தா

திடீரென வந்தவரின் குரல் சம்புகனின் காதில் மிகத் தெளிவாக விழுந்தது. அவனுக்கு முதலில் விளங்கவில்லை யார் இவர்? இந்திரனே அவனது தவத்தின் வலிமையால் தேவலோகத்திலிருந்து இறங்கி வந்துவிட்டானா? அல்லது சம்புகன் தானே தேவலோகத்தை அடைந்துவிட்டானா! அவன் உடலில் மயிர்க்கூச்செரிகிறது, பெரும் சாதனையின் மகிழ்ச்சியில் அவன் கண்கள் திறந்துகொண்டன. அவன் விழிகளைத் திறந்து பார்க்க முயற்சி செய்தான், சாப்பிடாததாலும் சித்திரவதைகளாலும் உடல் பலவீனமடைந்திருந்தது, எழுந்து அமர்வதற்கு நேரம் எடுத்தது. மிகுந்த கஷ்டப்பட்டு அவன் வலுவிழந்த கைகளால் வணக்கம் தெரிவித்தான். ஒளிமிக்கத் தலைசிறந்த பொன்மயமான இந்த தேவகல்ப ஆண் நிச்சயமாக இந்திரனேதான்!

இராமன் தன்னை அறிமுகம் செய்துகொண்டான், “நான் மன்னர் தசரதனின் மகன் இராமன். ஆர்வத்தினால் அருகில் வந்து உன்னிடம் கேட்கிறேன், எதற்காக நீ யாராலும் செய்ய முடியாத இந்தக் கடும் தவத்தைச் செய்கிறாய்? நீ பிராமணனா அல்லது வெல்ல முடியாத சத்திரியனா அல்லது வைசியனா அல்லது சூத்திரனா?”

இராமன் முதலிலிருந்தே தவசியை “நீ” என்று அழைக்கிறான். இவன் பிராமணனல்லாதவன் என்பதை அவனது தோலின் நிறமே காட்டுகிறது. இவன் அந்தப் பேராசை கொண்ட அதர்மச் செயல் செய்பவனாக இருக்கலாம். அவனால் இராமனின் அரசு ஆபத்தில் உள்ளது, அவனால் இராமன் இன்று பிராமணர்களின் ஏளனத்திற்கு ஆளாகியுள்ளான். தலையிலிருந்து கோபம் கால் வரைக்கும் பரவியது, இராமன் மரணம் வரைக்கும் அவனுக்கு ஒழுக்கத்தின் கடிவாளத்தை அணிவிக்க விரும்பினான். “தவசியே, உண்மையைச் சொல், உனது அடையாளம் என்ன?”

இவன் உண்மையிலேயே இந்திரன்தானா? என்று சம்புகனுக்கு சற்று சந்தேகம் ஏற்பட்டது. இருந்தும் கூப்பிய கைகளால் வணங்கிய படி அவன் கூறினான், “நான் பொய் பேச மாட்டேன். நான் தேவலோகத்தை வெற்றி பெறுவதற்காக இந்தக் கடுமையான தவத்தைச் செய்துகொண்டிருக்கிறேன்.”

சம்புகன் பேச்சை நிறுத்தியதை இராமனால் பொறுக்க முடியவில்லை என்பது தெரிந்தது, “அடையாளத்தைச் சொல், ஏன் நிறுத்திவிட்டாய்?” என்றான்.

சம்புகனின் பலவீனமான மூளையால் அடையாளப்படுத்திக்

கொள்ளலாமா தன்னை அல்லது மௌனத்தைக் கடைபிடிப்பதே நல்லதா என்று முடிவெடுக்க முடியவில்லை. மித்ராவும் துந்துவியும் இல்லாததால் இப்போது அவன் உதவியற்றவனாக உணர்ந்தான். இராமனின் பதிலை எதிர்பார்க்கும் தீவிரமான பார்வை அவன் உடல் முழுவதையும் துளைப்பதுபோல இருந்தது. எதற்காக அவனுக்குப் பயம், ஏன் மறைத்து வைக்க வேண்டும்! சம்புகன் ஆழமாக மூச்சை இழுத்துவிட்டுத் தெளிவான குரலில் உச்சரித்தான், "நான் சம்புகன், சூத்திரச்சாதி."

இராமன் ஒரு நொடிகூட தாமதிக்கவில்லை. அவனது திவ்விய தரிசன வாள் மின்னல் வேகத்தில் சம்புகனின் தலையிலிருந்து முண்டத்தைத் துண்டாக்கியது. அளவற்ற செங்குருதி வெந்நீர் ஊற்றைப்போல தெறித்து இராமனின் உடல் முழுக்கக் கண்களைப் போல வழிகிறது. இராமன் இரத்தம் தோய்ந்த உடலுடன் விமானத்தில் ஏறியபோது, எரிந்துவிழும் விண்கல் போல ஓடி வந்து சம்புகனின் தலை துண்டிக்கப்பட்ட உடலின் மீது விழுந்து அலறித்துடித்தாள் மித்ரா. இராமன் உடனடியாக அவளது பார்வையிலிருந்து தப்பியோடுகிறான். தண்டித்ததைப் பற்றி அவனது மனதில் எந்தக் குழப்பமும் இல்லை. மாறாக, ஆறுபங்கை அனுபவிப்பதற்காகத் தன்னுடைய நன்றிக்கடனை நிரூபித்து விட்டதால் அவன் நிறைவும் நிம்மதியும் திரும்பப் பெற்றான். திடீரென அம்புவேகத்தில் வந்துவிழுந்த இந்தப் பெண் குரலின் அழுகை அவனைக் கலங்கச் செய்தது. இந்தச் சூத்திரனுக்காகவும் யாராவது இப்படி அழுவார்களா! இராமனின் விமானம் காற்றைக் கிழித்துக்கொண்டு எவ்வளவுதூரம் சென்றதோ, அவ்வளவு தூரத்திற்கு அந்த அழுகுரல் எதிரொலித்துக்கொண்டே இருந்தது.

வெண்மேகங்களுக்கு நடுவில் விமானம் நகர்ந்தது. இரத்தம் மற்றும் கண்ணீரால் சூழப்பட்ட இராமன் சுரர்களை நினைத்துப் பார்த்தான். தேவலோகத்தின் ஆதிவாசிகளான சுரர்களே, நான் அரசநெறியைச் சரியாகக் கடைபிடிக்கவில்லையா? அப்படி கடைபிடித்தால் அந்த அழுகை எதனால் என்னைக் கலக்கமடையச் செய்கிறது? எதனால் பூமழையும் தேவகானமும் பொழியவில்லை?

ஒரு பொன்மயமான மேகக்கூட்டத்தை இராமன் இந்திரனாக வணங்கினான். தேவேந்திரனே, இது உனது இரகசியமான வெளிப்பாடுதானே! மேகம் கொஞ்சம் இடம் மாறியது. இராமனுக்குத் தேவேந்திரன் தன்னை ஆசீர்வதிப்பதாகத் தோன்றியது.

இராமன் கைகளைக் குவித்தபடி அதனிடம் கூறினான், சுரர்களின் அரசனே! திருப்தியடைந்திருந்தால் அந்தப் பிராமணச் சிறுவன் உயிர்த்தெழட்டும்.

மேகம் அசைந்து அபயக்கரங்களைக் காட்டியது, இராமனுக்கு மேகங்களின் பேச்சுத் தெளிவாகக் கேட்டது, "அப்படியே ஆகட்டும்".

இப்படியாகப் பாதிவிழிப்புக்கு நடுவில் இராமன் பாதையைக் கடந்து அகத்தியரின் அழகிய ஆசிரமத்தின் வாயிலை வந்தடைந்தான்.

அகத்தியர் பார்த்த உடனே காரியம் நிறைவடைந்துவிட்டதைப் புரிந்துகொண்டார். இப்போது இராமனின் மனதுக்கும் உடலுக்கும் உற்சாகம் தருவதற்கான சிகிச்சையளிக்க வேண்டும். அவர் உற்சாகமான முகத்துடன் இரண்டு கைகளையும் விரித்து இராமனை அணைத்துக்கொண்டு கூறினார், "வெற்றிமிக்க அரசனே! எல்லாம் நலம்தானே! நீ கொடும் அதர்மத்திற்குக் காரணமான அந்தச் சூத்திரனை அழித்துத் தர்மத்தைக் காப்பாற்றியதை நான் தவவலிமையால் கண்டுகொண்டேன். எனது பாக்கியத்தால் இந்தச் சிறப்புமிக்கப் பொழுதில் நீ எனது விருந்தாளி. வா, ஓய்வெடு."

இராமன் அகத்தியரின் காலடியில் தனது குழப்பம், சந்தேகம் மற்றும் கலக்கமுற்ற மனதை இறக்கிவைத்துவிட்டு நிம்மதியடைந்தான்.

ஆசிரமத்தில் இராமனுக்குச் சத்துமிக்க பானங்களும் பழங்களும் தந்து சிறப்பாக உபசரிக்கப்பட்டது. அவன் மெல்ல மெல்ல உடலின் உற்சாகத்தைத் திரும்பப் பெற்றதாக உணர்ந்தான்.

அவனை உற்சாகப்படுத்துவதற்காக அகத்தியர் கூறினார், "நீ அரசர்களுக்கு நடுவில் நாராயணனைப் போன்றவன். உன்னால்தான் எல்லாமே நிலைநிறுத்தப்பட்டுள்ளன."

உண்மையில் அகத்தியரும் இன்று மிகுந்த மகிழ்ச்சியில் இருக்கிறார், இராமச்சந்திரன் பிராமணர்களின் நலன்களைக் காப்பதற்காக இப்படி ஒரு கடுமையான செயலைச் செய்து முடித்திருக்கிறான் என்பது யுகயுகங்களாகப் பரப்புரை செய்யவும் புகழவும்பட்டு இருபிறப்பாளர்களின் மேன்மை நிறுவப்படும்.

அவர் அற்புதமான இரத்தின மணிகளாலான திவ்விய ஆபரணங்களைக் கொண்டுவந்து இராமனிடம் கூறினார், "விஸ்வகர்மக் கடவுளால் செய்யப்பட்ட இந்த ஆபரணங்கள் அனைத்தையும் அணியத் தகுதியான ஆண் நீ மட்டும்தான். புத்தம்புதிதாக ஜொலிக்கும் இந்த ஆபரணங்கள் முன்பு எனக்கு யாரோ தானமாகக் கொடுத்தவை.

கொடையாகப்பெற்ற பொருட்களை மீண்டும் கொடையாகத் தரும் போது மிகுந்த நலன்பயக்கும். நான் உனக்கு இவையனைத்தையும் கொடையளிக்கிறேன், நீ ஏற்றுக்கொள்."

இராமன் வியப்படைந்தான். அவன்தான் எப்போதும் தானம் செய்திருக்கிறான், பிராமணர்கள் பெற்றிருக்கின்றனர்! அவன் அதைக் கூறினான், "பகவானே! எல்லாவற்றையும் பெறுவதற்குப் பிராமணர்களே உரிமையுடையவர்கள், சத்திரியர்கள் அல்ல. உண்மையில் சத்திரியர்களைப் பொறுத்தவரையில் தானம் பெறுவது அருவருப்பான செயல்."

அகத்தியர் தனது நிலையிலிருந்து ஏன் இறங்க வேண்டும்? இராமன் அவருக்குத் தர்மத்தைப் பற்றிச் சொல்ல அவர் ஏற்றுக் கொள்வாரா! அகத்தியர் உறுதியான குரலில் கூறினார், "இராமா! முன்பு பிராமணத்தலைமை யுகத்தில் மக்கள் கூட்டத்திற்கு அரசர்கள் யாரும் இருக்கவில்லை. மக்கள் பிரம்மனிடம் எங்களுக்குள் இருந்து ஒருவரை அரசராக்கி விடுங்கள் அவரை வணங்கி எங்களது பாவங்களைப் போக்கிக் கொள்கிறோம் என்று முறையிட்டனர். அப்போது பிரம்மாவின் கூப் அதாவது தும்மலிலிருந்து அரசன் உருவாக்கப்பட்டான், அதனால் தான் அரசனின் பெயர் 'கூப்' ஆனது. லோகபாலனின் வலிமையைப் பிரம்மன் கூப்-க்கு வழங்கினார். கூப் இந்திரனைப் போல உலகில் அதிகாரமும், வருணனைப்போல உடல் நலனும் குபேரனைப்போல செல்வச்செழிப்பும் பெற்று எமனைப்போல மக்களை ஆட்சியும் செய்வான். நீ எனது மனநிறைவுக்காக அந்த இந்திரனைப்போல இந்த ஆபரணங்களை ஏற்றுக்கொள். உனக்கு மங்கலம் உண்டாகும்."

இப்போது இராமன் கைகளைக் குவித்து அந்த ஆபரணங்களைப் பெற்றுக்கொண்டு வினவினான், "தவச்செல்வரே! இந்தச் சிறப்பாக வடிவமைக்கப்பட்ட அணிகலன்கள் அனைத்தும் மிக அற்புதம். தாங்கள் இவ்வனைத்தையும் எங்கிருந்து பெற்றீர்கள் என்பதை அறிய எனக்கு ஆவலாக இருக்கிறது."

அகத்தியர் அப்போது ஒரு புதுமையான கதையைத் தொடங்கினார், "கேள், திரேதாயுகத்தில் ஒரு மிகப்பரந்த வனம் இருந்தது..."

அகத்தியரின் வாய்வழியாகக் கொடையின் சிறப்புகளைத் தெரிந்துகொள்ள ஆர்வமாக இருந்த அரசன் ஸ்வேதனின் துயரக் கதை, கோபக்கார அரசன் தண்டனின் அவலக்கதை மற்றும் தண்டகாரண்யம் தோன்றிய கதை அனைத்தையும் கேட்டான் இராமன்.

அகத்தியரின் ஆசிரமத்தில் இரவு தங்கிவிட்டு மறுநாள் அயோத்தி பயணத்திற்காகத் தயாரானான் அவன்.

விடைபெறும்போது அகத்தியர் கூறினார், "இராமா, ஒருவர் கண நேரம் உன்னைப் பார்த்தால்கூட அவரது வாழ்க்கை பவித்திரமாகும், உன்னைக் குரூரமான கண்களில் பார்க்கிறவன் உடனே அழிந்து போவதோடு நரகத்திற்குச் செல்வான். உனது நாட்டிற்குச் சென்று இவ்வாறே உனது பெயர் எங்கும் புகழ்பெறும் வகையில் தர்மநெறிப்படி அரசாட்சி செய்."

அகத்தியர் கடைசியாகச் சொன்ன சொற்கள் வழிநெடுகிலும் இராமனின் மனதைக் கிளர்ந்தெழச் செய்தன. அயோத்திக்குத் திரும்பிய அவன் சகோதரர்களிடம் கூறினான், "நிலையான தர்மத்தைக் காப்பதற்காக நான் இராஜசூய யாகம் செய்ய முடிவெடுத்திருக்கிறேன். பிராமணர்களின் காரியத்தைச் செய்து முடித்து நான் வாக்குறுதியை நிறைவேற்றிவிட்டேன். இப்போது உங்களது உதவியினால் ஒட்டுமொத்த ஆரியவர்த்தத்தின் மீதும் ஆதிக்கத்தை விரிவுபடுத்தி அழியாத புகழை நிலைநாட்ட விரும்புகிறேன்."

ராஜசூய யாகத்தின் பேச்சால் பரதனுக்கும் இலட்சுமணனுக்கும் முகம் வெளிறிப்போனது. இராமச்சந்திரனின் காரணமற்ற கோபத்தினால் பேரழிவு உண்டாகும் என்று சீதை அடிக்கடி சொல்லும் வார்த்தைகள் இலட்சுமணன் மனதில் தோன்றியது. அவன் பரதனின் முகத்தைப் பார்த்தான். இரத்தம் தோய்ந்த ஓர் கொலை மேலும் கொடிய கொலைகளைச் செய்வதற்கான உற்சாகத்தை இராமனுக்குத் தந்துவிட்டதா! இல்லையென்றால் இராஜசூயம் எதற்காக?

"ஆரியரே, தங்களின் தர்மமும் புகழும் உலகம் முழுக்கப் பரவியிருக்கிறது. தெய்வங்களைத் தாங்கள் எப்படி பார்க்கிறீர்களோ அப்படித்தான் நாங்கள் தங்களைப் பார்க்கிறோம், மற்ற அரசர்களும் அப்படியே பார்க்கிறார்கள். அவர்கள் தங்களது பிள்ளைகளைப் போன்றவர்கள். இவ்வாறு அரசகுலத்தினர் அனைவரும் அடிபணிந்து இருக்கும்போது இப்படிப்பட்ட யாகத்தை எப்படி செய்வீர்கள்! அரசர்கள் அனைவரும் தங்கள் கட்டளைக்கு அடிபணிந்தவர்கள். தாங்கள் அவர்களை அழிப்பது சரியாக இருக்காது, மாமன்னரே" என்றான் பரதன்.

இராமனின் கண்கள் ஒளிர்ந்தன. பரதனின் வார்த்தைகளால் அவன்

இராஜசூய யாகம் இரத்தக்களரியான பேரழிவை நோக்கி மீண்டும் தன்னைத் தள்ளுவதை உணர்ந்துகொண்டான். "தம்பி, உனது வார்த்தைகளால் நான் மகிழ்ச்சியடைந்தேன். சிறுவர்களின் வார்த்தைகளும் பயனுள்ளதாக இருந்தால் அதனை ஏற்றுக் கொள்ளலாம் உனது சொற்களின்படி நான் இராஜசூய யாகம் செய்யும் முடிவிலிருந்து பின்வாங்குகிறேன்" என்றான் இராமன்.

ஆசுவாசமடைந்த இலட்சுமணன் இப்போது வாய்திறந்தான், "ஆரியரே, தாங்கள் அசுவமேத யாகம் செய்யுங்கள். அது பாவங்களனைத்தையும் அழிக்கும்."

இராமன் வியப்புடன் பார்த்துக்கொண்டிருந்தான்.

"தம்பி! நீ அசுவமேத யாகத்தில் வல்லவர்களான வசிஷ்டர், வாமதேவர், ஜாபாலி, காசியபர் முதலான பிராமணர்களை இங்கே அழைத்து வா. பிராமணர்களுடன் ஆலோசித்து அனைத்துக் கடமைகளையும் முடிவு செய், பிறகு நான் நல்ல நேரத்தில் அசுவத்தை விடுவிக்கிறேன்."

பிராமணர்கள் மகிழ்ச்சியுடன் அசுவமேதத்திற்குச் சம்மதித்தனர்.

அப்போது இராமன் பரதனிடம் அனைத்துப் பொறுப்புகளையும் கொடுத்துவிட்டுக் கூறினான், "நீ கோமதி நதிக்கரைக்குச் சென்று நைமிக்ஷேத்திரத்தில் யாகத்திற்கான இடத்தைத் தயார் செய். ஆயிரக்கணக்கான வலிமைமிக்க மாடுகளைப் பூட்டி அவற்றில் யாகத்திற்கான அரிசி, எண்ணெய், பருப்பு, பயறுவகைகள் மற்றும் உப்பு மூட்டைகள் கொண்டு செல்லப்படட்டும். தேவையான நெய்யும் வாசனைப் பொருட்களும் அனுப்பி வைக்கப்படட்டும். கோடிப் பொன்னையும் கோடி வெள்ளியையும் எச்சரிக்கையாக நீயே கொண்டு போ. வணிகர்கள், நடிகர்கள், நடனக் கலைஞர்கள், சமையல் கலைஞர்கள், இளம்பெண்கள் அனைவரும் உன்னுடன் வரட்டும். படைவீரர்களுக்கு முன்னும் பின்னும் சேவகர்களும் தச்சர்களும் கருவூலத்தினரும் செல்லட்டும். தாய்மார்களும் அந்தப்புரப் பெண்களும் உடன் வரட்டும். சுக்கிரீவனுக்கும் வீடணனுக்கும் செய்தி அனுப்பு, அவர்களைப் பங்குபெற வரவழை. தேசாந்திரங்களின் விருப்பமுள்ள அரசர்களும் பிராமணர்களும் வரட்டும்."

மாபெரும் யாகசாலை தயாராகிவிட்டது, மகாகர்மயோகம் தொடங்கிவிட்டது. ஆனால், அனைவரது மனதிலும் ஒரு கேள்வி எழுந்தது. பட்டத்தரசி எங்கே? அவள் இல்லாமல் அசுவமேத யாகம் நிறைவடையாதே! அப்படியென்றால் இரண்டாவது

முறையாகத் திருமணம் செய்துகொள்ளப் போகிறானா இராமன். இவ்வளவு நாட்களுக்குப் பிறகு!

வசிஷ்டர் குலகுரு. அவரே வினவினார், "சீமானே, இந்த யாகத்திற்கு முன்பாக ஒரு கடமையை நிறைவேற்ற வேண்டும். பட்டத்தரசியை ஏற்றுக்கொள்வதற்குத் தயாராகு, அல்லது..." வசிஷ்டர் நிறுத்தி இராமனின் முகபாவங்களைக் கவனித்தார், "அல்லது ஜானகியை அழைத்துவர தேர் அனுப்பு" என்றார்.

ஜானகி! ஜானகி! நைமிக்ஷேத்திரத்தில் எங்கெங்கும் அவளது நினைவுகள் பரவியிருந்தன. அவளை மீண்டும் அரண்மனைக்கு அழைத்துவர இது ஒரு வாய்ப்பு. ஆனால், மக்கள் மீண்டும் அரசன் காமவெறியன், பெண்பித்தன்; அதனால்தான் ஜானகியை அரண்மனைக்குத் திரும்ப அழைத்துக் கொண்டான் எனக் கூறுவார்கள். இல்லை, இராமன் எந்தப் பலவீனத்திற்கும் இடம் தர மாட்டான், அவன் சாதாரணமானவன் இல்லை. அசாதாரணத்துவத்தை நிலைநிறுத்தவே இந்த யாகம்.

"எனது மனைவியின் பொற்சிலையை எடுத்துக்கொண்டு பரதன் யாகம் நடைபெறும் இடத்திற்குச் செல்வான்" என்றான் இராமன்.

இந்த எதிர்பாராத முடிவினால் அனைவரும் அதிர்ந்துபோயினர். பரதனும் இலட்சுமணனும் மனதுக்குள்ளேயே இராமனின் கொடுமையை எண்ணிக் கோபமுற்றனர், இந்தக் கொடுமை ஒரே நேரத்தில் அவனுக்கும் ஜானகிக்கும் இருவருக்கும். மகாயாகத்தில் கலந்துகொள்ள எல்லோருக்கும் முன்பாக முதலில் அயோத்திக்கு வந்து சேர்ந்தான் சத்ருகன். கொஞ்சநேரத்திற்கு முன்பாகத்தான் அவன் மதுபுரியிலிருந்து திரும்பினான். பரதன் விரைவாகச் செய்தி அனுப்பி அவனை வரவழைத்துவிட்டான்.

அயோத்தியிலும் நைமிக்ஷேத்திரத்திலும் நடக்கும் இந்த ஆரவாரங்களின் செய்தி வால்மீகியின் தபோவனத்தையும் வந்தடைந்தது. மற்ற பிராமண முனிவர்களைப் போலவே வால்மீகியும் அழைக்கப்பட்டிருந்தார். அவர் சீதையை அழைத்து வந்து தம்சா நதிக்கரையில் அமரவைத்தார். இந்த இடத்தில் இதற்கு முன்பும் சீதையும் வால்மீகியும் நிறைய விவாதித்திருக்கின்றனர். குறிப்பாக இராமனைப் பற்றிப் பேசுவதற்கு அவர்கள் இருவரும் இந்தத் தனிமையான இடத்தைத் தேர்ந்தெடுத்திருந்தனர்.

வால்மீகி கூறினார், "மகளே, நான் குசனையும் லவனையும் அழைத்துக்கொண்டு நைமிக்ஷேத்திரம் செல்ல முடிவெடுத்

திருக்கிறேன். அங்கே இராமனும் அவனது சகோதரர்களும் அசுவமேத யாகத்திற்கு ஏற்பாடு செய்துள்ளனர். நீ மகிழ்ச்சியான மனதுடன் புதல்வர்களைக் கிளப்பிவிடு.”

சீதைக்கு மிகவும் விசித்திரமாக இருந்தது. அசுவமேதமா! அப்படியென்றால் இராமன் மீண்டும் திருமணம் செய்து கொண்டாரா! அதனால்தான் அவர் இந்த அளவுக்கு விருப்பமில்லாமல் இருக்கிறாரா! குசனும் லவனும்தான் அங்கே அழைக்கப்படவே இல்லையே.

“இல்லை அந்தணரே, அங்கே லவ-குசனை அழைத்துச் செல்லாதீர்கள், அவர்கள் புறக்கணிக்கப்படுவார்கள்” என்றாள் சீதை.

வால்மீகி கேள்வி கேட்கும் கண்களுடன் நோக்கினார்.

சீதை தரையைப் பார்த்தபடிக் கூறினாள், “அசுவமேத யாகம் செய்வது ஆரியபுத்திரன், அப்படி என்றால் அவர் மீண்டும் திருமணம் செய்திருக்கிறார். இந்தச் சூழலில் லவ-குசன் விரும்பப்படாதவர்கள். அவர்கள் வனத்தின் சுதந்திரமான சூழலில் வளர்ந்திருக்கிறார்கள், நகரவாழ்க்கையில் பழக்கமில்லை. உண்மையான வரவேற்பும் அன்பும் சந்தேகமாக உள்ள இடத்திற்கு எனது புதல்வர்களை எதற்காக அழைத்துச் செல்கிறீர்கள் தந்தையே?”

“சீதா, உனது வாதத்தை மறுக்க முடியாது. இருந்தாலும் அவர்கள் சத்திரியக்குமாரர்கள், அவர்களின் வாழ்க்கையை இப்படியே கழிக்க முடியாது என்பது உனக்கே தெரியும். இசவாகுவம்சத்தின் மூத்த வாரிசுகளை அவர்களின் கோரிக்கைகளுக்கான பொருத்தமான சமயத்தில் ஏன் முன்நிறுத்தக்கூடாது?”

“அவர்களின் தந்தையும் அரசகுடும்பமும் இதுவரை எந்த நற்செய்தியையும் அறிய விரும்பவில்லை. அவர்கள் ஏற்கத் தயாராக இருப்பார்களா முனிவரே!” சீதை கவலை தோய்ந்த குரலில் கேட்டாள்.

“சீதா, அவர்கள் எந்தக் காரணங்களுக்காக லவகுசனுக்குத் தரவேண்டிய அடையாளத்தைத் தராமல் வஞ்சிக்கிறார்களோ, நீயும் அதையே செய்வாயா?”

ஐயோ! சீதை தலையில் அடித்துக்கொள்கிறாள். அவளுக்கு மிகுந்த அவமானமாக இருக்கிறது. லவகுசன் புறக்கணிக்கப்பட்டுத் திரும்பிவந்தால் பதினோரு ஆண்டுகால அவமான உணர்வு இன்னும் அதிகமாகிவிடும்.

“சீதா, இந்தக் கடைசி முயற்சியை நான் செய்தே ஆகவேண்டும்.

இன்னும் எத்தனை நாட்களுக்கு நான் லவகுசனின் கேள்விகளைத் தடுத்துவைப்பேன்! எத்தனை நாட்கள்!" என்று கேட்டார் வால்மீகி.

சீதை உதவியற்றவளாக அமர்ந்திருந்தாள்.

லவகுசனுடனும் மற்றும் பல சீடர்களுடனும் நைமிக்ஷேத்திரத்திற்கு வருகைபுரிந்தார் வால்மீகி. இராமனுடன் லவகுசனைச் சேர்த்து வைப்பது அவ்வளவு எளிதான காரியமில்லை என்பது அவருக்குத் தெரியும். சீதையின் அச்சமும் சரியாக இருக்கலாம். இசவாகு குலம் இவர்களை அவ்வாறே வரவேற்காமலும் இருக்கலாம். அவர் திட்டமிட்டு லவகுசனிடம் கூறினார், "இரட்டைப் பிள்ளைகளே, உங்களது குரலில் இராமாயணப்பாடல் அனைவரையும் விரும்பச் செய்யும் அளவுக்கு மிகுந்த இனிமையும் மனதை மயக்கவும் கூடியது. இளவரசர் சத்ருகன் சிறிதுகாலத்திற்கு முன்பு எனது ஆசிரமத்தில் இரவுத் தங்கியபோது அவரும் அவரது படையினரும் உங்களது பாடலைக் கேட்டுக் கிறங்கிப்போயினர். இங்கேயும் அந்தப் பாடலின் மூலம் உங்களது தனித்துவத்தை நிலைநாட்டுங்கள்."

"அது எப்படி நடக்கும்?" லவன் வினவினான்.

"நீங்கள் முனிவர்கள் மற்றும் பிராமணர்களின் இல்லங்களுக்கு முன்பும், இராஜவீதியிலும், வந்திருக்கும் அரசர்களின் வீட்டு வாசலிலும், அரண்மனை வாயில் மற்றும் யாகம் நடைபெறும் இடம் என அனைத்து இடங்களிலும் தொடர்ந்து இராமாயணத்தைப் பாடிக்கொண்டே இருங்கள். ஆனால், ஒரு நாளைக்கு இருபது சருக்கங்களுக்கு மேல் பாடக்கூடாது" என்றார் வால்மீகி.

"ஏன் ஆசிரியப்பெருந்தகையே?" லவன் மீண்டும் வினவினான்.

"இதனால் பொதுமக்களுக்கு ஆவல் உண்டாகும். இராமன் உங்கள் பாடலைக் கேட்க விரும்பினால் பாடுங்கள். ஆனால் பணம் பரிசாகத் தரவிரும்பினால் எப்போதும் ஏற்கக் கூடாது."

"அவர் ஆணவம் என்று நினைத்துக்கொள்ள மாட்டாரா, பகவானே?" குசன் கேட்டான்.

"இல்லை. நீங்கள் கேளுங்கள், ஆசிரமத்தில் வசிப்பவர்களுக்கு, பழங்களையும் கிழங்குகளையும் உண்பவர்களுக்குப் பணத்தின் தேவை என்ன! யாரென்று விசாரித்தால் வால்மீகியின் சீடர்கள் என்று மட்டும் சொல்ல வேண்டும், அதற்குமேல் எதுவும் சொல்லக் கூடாது."

குடிலில் வைக்கப்பட்டிருந்த பழங்களையும் கிழங்குகளையும் வால்மீகி லவகுசனுடனும் மற்ற சீடர்களுடனும் சேர்ந்து சாப்பிட்டார். அதன்பிறகு அனைவரும் திருப்தியடைந்ததும் லவகுசனின் கைகளில் இரண்டு வீணைகளைத் தந்துவிட்டு வால்மீகி கூறினார், "நன்றாக உறங்குங்கள். பொழுது புலர்ந்தால் உங்களது பயணம் தொடங்கும். உங்கள் குரலுக்கு இனிமையும் உற்சாகத்தையும் தருவதோடு பசியையும் போக்குகின்ற கொஞ்சம் பழங்களை உடன் கொண்டு செல்லுங்கள். மேலும், இந்த வீணை உங்களுக்குத் துணையாக இருக்கும்."

அதே நேரத்தில் வால்மீகியின் தபோவனத்தில் சீதை மிகுந்த தீனமான மனதுடன் ஆத்ரேயியுடன் பேசிக்கொண்டிருந்தாள். தலைவாரிக்கொள்ளவில்லை, விரித்தக் கூந்தலுடன் நாற்பதுகளின் நடுப்பகுதியில் இருக்கும் அந்தப்பெண் நீறுபூத்த நெருப்பைப் போன்றவள். முடியானது கறுத்தத் தீப்பிழம்பைப் போல படபடக்கின்றன. ஒரு சீப்பை எடுத்துக்கொண்டு ஆத்ரேயி அவளது கூந்தலைக் கட்ட அமர்கிறாள். ஆத்ரேயி மிகுந்த அன்புடன் கூறினாள், "எதற்காக இவ்வளவு கவலைப்படுகிறாய் சீதா! இராமன் அன்புடன் நடந்துகொள்வான் என்று எனது மனம் சொல்கிறது. லவகுசனைப் பார்த்து, அவர்களின் குரலில் பாடலைக் கேட்டும் இரகுவம்சத்தினர் அவர்களைத் தங்களுடையவர்களாக அடையாளம் காண விரும்பவில்லையென்றால், அவர்கள் பாறைகள்."

"இருந்தாலும் நாங்கள் அன்புக்காக இறைஞ்சுகிறோம் அம்மா!" என்றாள் சீதை.

ஆத்ரேயி பட்டுநூலால் சீதையின் கூந்தலை முடிந்து, சீப்பைக் கையில் எடுத்துக்கொண்டு கூறினாள், "அவர்கள் தந்தையின் குடும்பத்திற்குள் நுழைய முடிந்தால் அது நன்றாக இருக்கும்."

"அது அவர்களால் முடியும். எனக்கும் மனதளவில் தெரியும், இரகுகுலத்தின் வாரிசுகள் தெருத்தெருவாக அலையும் காட்சி அவர்களுக்கு அவமரியாதையானது. லவகுசனை அவர்கள் ஏற்றுக்கொண்டுதான் ஆகவேண்டும்" என்றாள் சீதை.

"அப்படி என்றால் எதற்காக இந்தத் தாங்க முடியாத மனச்சோர்வு மகளே?"

சீதையின் மேகங்கள் சூழ்ந்த முகத்தில் ஒரு மின்னல் சோகப் புன்னகையைக் காட்டிச் சென்றது. "அம்மா, ஒருமுறையாவது அதன்பிறகு நான் எப்படி வாழ்வேன் என்று சிந்தித்தீர்களா?"

ஐயோ, ஆத்ரேயி இதைப்பற்றி சிந்திக்கவே இல்லை, அவளது சிந்தனை இவ்வளவு நேரமும் ஒருபக்கமாகவே இருந்தது.

சீதா, சீதா! இந்தப் பிறைநிலவைப் போல் மெலிந்த பெண்ணுக்கு என்ன நேரும்! அவள் பேராசையால் அதளபாதாளத்துக்குள் விழுந்துகொண்டிருக்கும்போது வைக்கோலைப் பற்றிக்கொள்வது போல கூறினாள், "நிச்சயமாக உன்னையும் இப்போது அழைப்பான். பிள்ளைகளின் முகத்தைப் பார்த்துவிட்டு அவர்களின் தாயை விட்டு விட முடியுமா!"

சீதை திரும்பி உட்கார்ந்தாள், மெதுவாக ஆனால் உறுதியான குரலில் கூறினாள், "ஆமாம் அழைப்பார். ஆனால் நான் அந்த அழைப்பைப் புறக்கணிப்பேன்."

அதிர்ச்சியடைந்தாள் ஆத்ரேயி, "அப்படி என்றால்?"

"அப்படி என்றால் நான் போகமாட்டேன்." சீதை பெருமூச்சு விட்டபடிக் கூறினாள், "இந்த நெடிய பதினோரு ஆண்டுகளின் ஒவ்வொரு நொடியிலும் அவமானத்தின் நினைவு. இன்று நான் அதைத் திருப்பித்தர விரும்புகிறேன்."

சூரியன் அஸ்தமிக்கும் பின்னணியில் சீதை ஒரு நெருப்புத் துண்டைப்போலத் தோன்றினாள். ஆத்ரேயி அவள் மயக்கமடைந்து விட்டதாக நினைத்து அணைத்துக்கொண்டு, "சீதா அமைதி கொள் அம்மா, சீதா, சீதா! ஆண்களோடு போராட முடியுமா அம்மா? இராமன் உனது பிறவியனைத்திற்கும் கணவன்!" என்றாள்.

"இந்தப் பிறப்பில் நான் என்ன அடைந்தேன் அம்மா? பெரும் புகழுடைய சனகர் மகளாகப் பெற்ற வைதேகி நான். ஒப்பற்ற அழகால் ஈர்க்கப்பட்டு ஒட்டுமொத்த ஆரியவர்த்தத்தின் ஆண் சிங்கங்களும் திருமணம் செய்து ஆசீர்வதிக்கப்படுவோம் என்று வந்தனரே, அந்த மைதிலி நான்; சொந்த விருப்பத்தில் அரச சுகங்களைத் துறந்து கணவருடன் வனவாசத்தின் துயரம், சிரமம் மற்றும் நிச்சயமின்மைகளில் வாழ்ந்திருந்தேன். பூவுலகில் எந்தப் பெண்ணும் இப்படி ஒரு புகழைப் பெறவில்லை. இராவணனின் அளவற்ற ஆசைமொழிகள், செல்வம் மற்றும் மிரட்டல்களையும் புறக்கணித்து அரைப்பட்டினியோடு, அரைகுறை ஆடையில் இந்தக் கணவனின் வருகைக்காகக் காத்திருந்தேன். ஆனால், அவர் அரசரான போது அது அவருடைய உடைமை! அரசிக்கு அரசகுலத்தில், அரசாட்சியில் எந்த உரிமையும் இல்லையா? அவர் விரும்பினால் நாடுகடத்திவிட முடியும் என்றால் இது என்ன ஏற்பாடு! நான் அரசி, நான் ஒரு பெண், நான் எங்கே நீதிக்காகச் செல்வது?"

சீதை நிறுத்தி மூச்சு வாங்கினாள், நீண்ட வேதனையுடன் அவள் பெருமூச்சு விட்டாள். உடல் பலவீனம் அடைந்துவிட்டது. ஆத்ரேயி கூறினாள், “அம்மா, எல்லாவற்றையும் மறந்துவிடு.”

அட! சீதையின் முகத்தில் கேலிப்புன்னகை.

“எல்லாவற்றையும் மறந்துவிடுவேன். மீண்டும் அந்த ஒருதலைபட்சமான சுயநலவாதி கணவனின் அரண்மனைக்குச் செல்வேன், எப்போது அவர் மீண்டும் கைவிடுவார் என்ற அந்த பயத்திலேயே ஒவ்வொரு நாளையும் கடத்துவேன்! இதற்காகத்தான் நான் பிறந்தேனா?”

நிறுத்தி நிறுத்தி சீதை பேசினாள், “எந்தக் குடும்பம் நாடு கடத்தியதை எதிர்க்கவில்லையோ, எந்தத் தேசத்தால் இந்த மோசமான அநீதிக்கு எதிர்ப்புத் தெரிவிக்க முடியவில்லையோ, அங்கே இனிமேலும் நான் திரும்பிச் செல்ல மாட்டேன் அம்மா.”

ஆத்ரேயி வேதனையில் நிலைகுலைந்து போய் இருந்தாள்.

சீதை மீண்டும் பேசினாள், “அந்தக் குடும்பம் என்னுடையது இல்லை, அந்தத் தேசம் என்னுடையது இல்லை, அந்தக் கணவனும் இனி என்னுடையவர் இல்லை.”

இதற்குள் அழுகை அவளது குரலைக் கவ்வியது. கவலையான தொனியில் சீதை கூறினாள், “அந்தப் பிள்ளைகளும் இனி என்னுடையவர்களாக இருக்கமாட்டார்கள். எனது உடல், மனம், எனது ஒட்டுமொத்த வாழ்க்கையையும் எவருக்காக, எதற்காக அர்ப்பணித்தேனோ...”

சீதை தேம்பித்தேம்பி அழுதபடி பன்னிரண்டு ஆண்டுகளாகத் தேக்கிவைத்திருந்த அவமானங்களைக் கொட்டிக் கொண்டிருந்தாள்... “அது மிகவும் கொடுமை அம்மா...”

ஆத்ரேயி மனதில் தோன்றியது எவ்வளவு நீண்டகாலமாக அவள் மௌனமாக வால்மீகிக்குச் சேவை செய்து கொண்டிருக்கிறாள். வாழ்நாள் முழுவதும் கன்னியாகவே இருந்துவிட்டாள். ஏன்? அதை எந்நாளும் அறிந்துகொள்ளக்கூட விரும்பவில்லை அந்த மாமுனிவர்.

“பெண்களாகிய நாம் மற்றவர்களாக இருக்கிறோம், மனிதர்களாக இல்லை, இந்தச் சமூகத்திற்கு நாம் தேவையேயில்லை. நம்முடையவர்களாக யாரை நினைக்கிறோமோ அந்த ஆண்களுக்கும்கூட நம்முடைய விசயத்தில் எவ்வளவு உதாசீனம்! ஆச்சரியமாக இருக்கிறது” என்றாள் ஆத்ரேயி. “நான் இயற்கையின் மடிக்கு ஓடிப்போய்விட விரும்புகிறேன்,

மனிதர்கள் அனைவரையும் விட்டுத் தொலைவில். அவர் என்னைத் தேடியும் அடைய முடியாத இடத்திற்கு. இனிமேலும் நான் அவமானப்பட விரும்பவில்லை அம்மா" என்றாள் சீதை.

வரலாற்றின் ஓர் இருண்ட மாலையில் பிராமண மற்றும் சத்திரியப் பெண்கள் இருவரும் ஒருவரையொருவர் அணைத்தபடி அடைக்கலம் தேடி ஒரு வளையத்தை உருவாக்குகின்றனர். இந்த வளையத்துக்கு வெளியில் பரந்த சமூகம் ஓடிக்கொண்டிருக்கிறது. அங்கே இவர்களுக்காக, பெண்களுக்காக யாரும் சிந்திப்பதில்லை.

பன்னிரண்டு

பலிபீடத்தை நோக்கிப் போகிறாள் பெண்

இராமன் நைமிக்ஷேத்திரத்தின் யாகசாலையில் வந்துநின்றான், பொன்னாலான சீதையின் கைகளை அவனது கைகளில் வைத்துக் கொண்டு சடங்குகளுக்காக அவன் தயாரான அதே சமயத்தில் இரத்தமும் சதையுமான ஜானகி எளிய ஆடையில் துயரத்தின் சிலை போல தன்னந்தனியாகத் தம்சா நதிக்கரையில் அமர்ந்திருந்தாள்.

யாகசாலையில் செல்வங்களின் குவியல், மணிரத்தினங்களால் அலங்கரிக்கப்பட்ட தானசத்திரம், ஆயிரமாயிரம் கால்நடைகள், இரகுவம்சத்தின் எண்ணற்ற சேவகர்கள், அடிமைகள், வந்திருந்த ஆரியவர்த்தத்தின் ஒட்டுமொத்த அரசர்கள், தெற்கிலிருந்தும் நட்பு அரசர்கள், மிகவும் திறமையாகப் பணியாற்றும் மூன்று சகோதரர்களையும் பார்க்கப் பார்க்க இராமனின் உள்ளம் மகிழ்ச்சியில் திளைத்தது. இருந்தாலும் வெற்றியின் இந்த இனிமையான காலைப் பொழுதில் பெரும்பான்மையான கண்களை ஈர்த்தது அழகிய கழுத்துடைய அந்த வலிமையான குதிரை, கறுப்புமானைப் போல அலங்கரிக்கப்பட்ட அதன் உடலின்நிறம் அசுவமேத யாகத்தின் சிறப்பைப் பன்மடங்கு உயர்த்திவிட்டது.

பிராமணர்கள் பிராமணரல்லாதவர்கள் அனைவரும் கைகளால் ஆசீர்வதித்தும் கைகூப்பி வணங்கியும் இராமனுக்கு வாழ்த்துகளைத் தெரிவித்தனர். இவ்வளவு அளவற்ற தானங்களைக் காலாகாலத்துக்கும் எந்த அரசனாலும் செய்ய முடிந்ததில்லை.

பொன் விரும்புவோர் அளவற்றப் பொன்பரிசு பெற்றனர்.

மணிரத்தினத்தை விரும்புவோர் எதிர்பாராத அளவு இரத்தினங்களைப் பெற்றனர்.

தானியங்களை விரும்பியோர் ஆண்டின் மொத்த விளைச்சலையும் பெற்றனர்.

ஓர் ஏழைப் பிராமண விவசாயி பசுமாடு வேண்டி இராமனிடம் வந்தார். இராமனுக்கு தனது இளமைக்காலத்தைப் போல விளையாட்டுணர்வு தோன்றியது. அவன் பிராமணரிடம் கூறினான், "எனது பசுக்கள் பாதுகாக்கப்பட்டுள்ள திசையில் ஒரு குச்சியை எறியுங்கள், குச்சி எவ்வளவு தூரம் செல்கிறதோ அவ்வளவு தூரம் வரைக்கும் இருக்கும் பசுக்கள் அனைத்தும் தங்களுடையது."

மெலிந்த பிராமணரின் கண்கள் ஆவலுற்றன, அவர் உயிரே போகும் அளவுக்கு மூச்சைப் பிடித்துக்கொண்டு குச்சியை வீசி எறிந்தார்.

இராமன் வானமே பிளக்கும் அளவுக்கு உரக்கச் சிரித்தான்.

கூடியிருந்த அனைவரும் திரும்பி இராமனின் அட்டகாசமான அந்தச் சிரிப்பைப் பார்க்க விரும்பினர். இப்படியொரு சிரிப்பு இத்தகைய அரசனால் மட்டுமே முடியும்.

மரத்தில் அமர்ந்திருந்த பறவைகள் எப்போதும் இப்படியொரு நிகழ்ச்சியைப் பார்த்ததில்லை. இராமனின் சிரிப்பில் அதிர்ந்துபோய் அவை சிறகுகளை உதறிக்கொண்டு பறந்து போயின. பறவைகள் நாரைகளா அல்லது கொக்குகளா, சீதை ஆகாயத்தை நோக்கிப் பார்த்துக் கொண்டிருந்தாள். இந்த வண்ணங்கள் எவ்வளவு மகிழ்ச்சியானவை. அந்த ஆகாயநீலம், அந்த கொக்கின் வெண்மை, இந்த வண்ணங்கள் அனைத்தும் சீதையின் வாழ்விலிருந்து என்றைக்கோ தொலைந்து போய்விட்டன.

மரம், புதர், இலைகளின் கருஞ்சாம்பல் நிறமும் மெல்ல மெல்ல கருமையாகி அவளது இதயத்தில் வந்து அமர்ந்தது. நாற்பத்தைந்து வயது வாழ்க்கையின் பெரும்பகுதி மரங்களின் நெருக்கத்திலேயே கழிந்துவிட்டது. மெல்ல மெல்ல தானே ஒரு விருட்ச மனுசியாக மாறுவதைப் போல சீதைக்குத் தோன்றியது, வெயில், மழை, பனி அவளது உடலின்மேல் படுகின்றன, காதல், வஞ்சனை, கோபம் அவளது மனதைப் பிழிகின்றன, அப்போதும் அவள் ஒரு நிலையான மரத்தைப்போல இன்றும் இரண்டு புதிய கிளைகளை விரித்தபடி வாழ்ந்து கொண்டிருக்கிறாள். அந்தக் கிளைகள் இரண்டும் இன்று அயோத்தியை நோக்கி.

திடீரென மரங்களின் மறைவில் ஓர் அற்புதமான காட்சி சீதையின் கண்களில் படுகிறது. தொலைவில் வெகுதொலைவில் அழகு

சீதாயணம்

வேலைப்பாடுகள் நிறைந்த உன்னதமான அருமையான ஒரு பெண்ணுருவம், கண்களைக் கூர்மையாக்கிப் பார்க்கும்போது அந்தப் பெண் கைகளைக் காட்டிச் சீதையை அழைப்பது போல தோன்றியது. யார் அந்தப் பெண்! எந்த ஒளிசிந்தும் தேவதை! எந்த தெய்வம்! எந்த அரசமகள்! ஸ்வயம்பிரபா! எல்லையற்ற ஆர்வத்துடன் சீதை எழுந்து நின்று அந்தப் பெண்ணை நோக்கிச் சென்றாள். புதர்கள், முட்செடிகள், கொடிகளைக் கடந்து அவள் செல்லச் செல்ல அந்தப் பெண்ணும் பின்னோக்கிச் சென்றாள். ஆச்சரியம் தானே! இப்படியே ஆசிரமத்திலிருந்து மிக தொலைவில் வந்துவிட்டாள் சீதை, திடீரென கண்களில் பட்டது ஒரு திவ்விய ரதம், செல்வங்கள் நிறைந்த சிம்மாசனம், பெண்ணுருவம் அந்தத் தேரின் மேல் ஏறி அமர்ந்து கொண்டு புன்னகையுடன் இரண்டு கைகளை விரித்து சீதையை அழைத்தது. ஸ்வயம்பிரபா வசுந்தராவா? சீதை நின்றுவிட்டாள்.

எங்கே செல்கிறாள் இவள்! வால்மீகி ஆசிரமத்தில் இல்லை, புதல்வர்களும் இல்லை. முன்னறியாத மர்மமான ஒரு பெண்ணைப் பின்தொடர்ந்து எந்த ஈர்ப்பினால் மயங்கி ஓடிக்கொண்டிருக்கிறாள் இவள். ஸ்வயம்பிரபா வசுந்தராவாக இருந்தால் ஏன் முன்னால் வரவில்லை!

அந்த நொடியே நின்றுவிட்டாள் அவள், திரும்பி ஆசிரமத்தை நோக்கி கனவுகண்ட சிறுமியைப்போல ஓடத்தொடங்கினாள். ஓடி ஓடி நீண்ட நேரத்திற்குப் பிறகு தம்சா நதிக்கரையை வந்தடைந்தாள். எதைப் பார்த்தாள், கனவா, மாயையா, பிரமையா! காற்று வேகமாக வீசியது. மனக்குழப்பம், மனதின் பலவீனம்!

சற்றுநேரம் சிந்தித்துவிட்டு மெல்ல நடந்து அவள் தம்சாவின் நீரில் குளிக்க இறங்கினாள். நீரே, அன்புத் தண்ணீரே! எல்லாக் குழப்பங்களையும் விலக்கிவிடு. சீதை கைகளில் நீரையள்ளி தனது முகத்தில் தெளித்துக் கொண்டிருந்தாள்.

இராமனின் கைகள் அப்போது இரத்தினம், பொன், வெள்ளி, நெல், பார்லி, தானியங்களால் நிறைந்திருந்தன. யாகசலையில் விருந்தினர்களான அரசர்கள் ஏராளமான பரிசுகளுடன் குழுமியிருந்தனர். அச்சமயத்தில் இலட்சுமணன் வந்து கூறினான், "மாமன்னரே, இரண்டு ரிஷிபாலகர்களின் மிக இனிமையான பாடலைக் கேட்டுக் கூடியிருப்பவர்கள் சலசலக்கின்றனர், அந்தப் பாடல் தங்களது வாழ்க்கையைப் பற்றி எழுதப்பட்டது."

இராமன் மகிழ்ச்சியுடன் சிரித்தபடி கேட்டான், "அதில் ஆச்சரியப்பட என்ன இருக்கிறது இலட்சுமணா, இன்னும்

மல்லிகா செங்குப்தா

முனிவர்களால் புகழ்ந்து பாடப்படும் அளவுக்கு நான் புகழை நிலைநாட்டவில்லையா என்ன?"

லவகுசனின் பாடலை இதற்குள் பெரும்பாலானோர் கேட்டு விட்டனர். அணி இலக்கணத்தில் புலமைமிக்க ஓர் பிராமணர் கூறினார், "பேரரசே, அந்த இசை சற்று தனித்துவமானது. துதிப்பாடல் இல்லை. தங்களது வாழ்க்கையின் அற்புதங்கள் முழுமையாக வருணிக்கப்படுகின்றன, ஆனாலும் அது புதிய சந்தத்தில் எழுதப்பட்டுள்ளது. அந்தச் சந்தம் காதுகளுக்கு மிகவும் இனிமையைத் தரவல்லது."

"அப்படியென்றால் சிறந்த கவிஞரால் இயற்றப்பட்டதா?" இராமன் வினவினான்.

இசைக்கலையில் புலமைமிக்க மற்றொரு பிராமணர் கூறினார், "அதுமட்டுமில்லை, சிறுவர்களிருவரின் குரலும் அற்புதமான வகையில் தேர்ச்சி பெற்றதும் இனிமையானதும் ஆகும். அவர்களின் தோற்றம் தங்களைப் போன்றுள்ளது."

கோபமும் அதிர்ச்சியும் அடைந்தான் இராமன், "ரிஷிபாலகர்கள் என்னைப் போன்றிருக்கிறார்களா! இது என்ன பிரம்மை தங்களுக்குப் பிராமணரே!"

வசிஷ்டர் நெருங்கிவந்து இராமனின் தோளில் கைவைத்து மெதுவாகக் கூறினார், "இராமா, உணர்ச்சிவசப்படாதே, அந்தப் பிராமணர் என்ன சொன்னாரோ, அதைத்தான் கூடியிருக்கும் அனைவருமே சலசலத்துக் கொண்டிருக்கின்றனர். சிறுவர்கள் நிற்பதும் நடப்பதும் இவ்வளவு ஏன் உடை உடுத்தியிருப்பதுகூட உன்னைப் போன்றுதான் இருக்கிறது."

"அந்தச் சிறுவர்களின் அடையாளம் என்ன?" இராமன் அறிய விரும்பினான்.

உத்தரவிட்டால் கண்டுபிடித்துவிடலாம் என்றான் இலட்சுமணன்.

இராமனுக்கு ஒரே சமயத்தில் கோபமும் ஆர்வமும் உண்டானது. குலம் தெரியாத அழையா விருந்தாளிகளான இரு சிறுவர்கள் எப்படி இரகுவம்சத்தின் சிறந்த எழில்வாய்ந்த ஆண் சிங்கத்தைப் போல இருக்க முடியும். அவன் இலட்சுமணனிடம் கூறினான், "யாகத்தின் இடைவேளையில் இரட்டைச் சிறுவர்களின் இசைநிகழ்ச்சிக்கு ஏற்பாடு செய், நான் கேட்க விரும்புகிறேன். அத்துடன் கூடியிருக்கும் அரசர்கள், முனிவர்கள், வேதவிற்பன்னர்கள், பண்டிதர்கள்,

மொழியறிஞர்கள், இசையியல் இலக்கணிகள், இசைப்பிரியர்கள், சாமுத்திரிகா இலக்கணிகள், பாட்டியல் வல்லுநர்கள், அணி இலக்கணிகள், தாள இலக்கணிகள், சோதிடர்கள், கல்பசூத்திர வல்லுநர்கள், யாகவிற்பன்னர்கள், தருக்கவாதிகள், சித்திரகவிகள், ஆசார இலக்கணிகள், இலக்கண அறிஞர்கள் மற்றும் அனுபவம் மிக்கவர்கள் அனைவரையும் வரவழை. இசையைக் கேட்டால் மட்டும் அவர்களின் சிறப்பை மதிப்பிட முடியாது, எல்லா அம்சங்களையும் ஆராய்வதன் மூலம் அந்தக் கவிதைகளை எந்த அளவுக்கு ஏற்றுக்கொள்ள முடியும் என்பதைத் தீர்மானிக்கலாம்."

வால்மீகியின் பர்ணசாலைக்கு லவகுசனைப் பின்தொடர்ந்து லட்சுமணனின் தூதுவர்கள் வந்தடைந்தனர். இராமச்சந்திரனிடமிருந்து அழைப்பு வந்துள்ளது, வால்மீகியின் திட்டம் நிறைவேறத் தொடங்கியுள்ளது, அவர் மிகவும் உற்சாகமடைந்தார். லவகுசனும் அரசனைச் சந்திக்கப்போகும் ஆவலால் தவித்தனர், குறிப்பாக இராமனின் வாழ்க்கை நிகழ்வுகள் அவர்களுக்கு மிகவும் அறிமுகமானவை, இராமன் அவர்களின் மனதில் வீரத்திற்கான நிலைத்த அடையாளமாக இடம்பெற்றுவிட்டான்.

அவர்கள் செல்வதற்கான ஏற்பாடுகள் தொடங்கின. இருந்தாலும் வால்மீகி அவர்களுடன் செல்ல மறுத்துவிட்டதால் அவர்கள் சற்றுத் தயக்கமடைந்தனர்.

"சான்றோர்களுக்கு நடுவே இராமாயணக் காவியத்திற்கு இருக்கும் வரவேற்பைக் காணவே எனக்குத் தீராத ஆவலாக இருக்கிறது. இந்தப் புதிய அனுஷ்டுப் சந்தம் எப்படி வரவேற்கப்படுகிறது என்பதைக் காண நான் மிகவும் ஆர்வமாக உள்ளேன் என்பது உங்களுக்குத் தெரியும். அதுமட்டுமன்றி என்னைப் பார்த்தால் உங்களை அடையாளம் காண அனைவருக்கும் ஆர்வம் ஏற்படும், பாடலின் வழியாகவே நீங்கள் இராமனுக்கு அறிமுகம் ஆக வேண்டும் என நான் விரும்புகிறேன்" என்று கூறிவிட்டார் வால்மீகி.

லவகுசன் முன்பிருந்தே இராமனுடன் தனது தந்தைக்கு ஏதோ தொடர்பிருப்பதாக அனுமானித்துள்ளனர். அது வால்மீகியின் இந்த இரகசியச் செயல்பாடுகளால் அவர்களின் மனதில் மேலும் வலுப்பெற்றது. மேலும் சிறப்பான காரணங்கள் இருந்தாலும் அனுமானத்தால் எந்தக் கேள்வியும் அவர்கள் கேட்கவில்லை.

"இன்று நாம் ஏதோ விசித்திரமான நிகழ்ச்சிக்குள் தள்ளப் பட்டதைப் போல தோன்றுகிறது" லவன் மெதுவாகக் கூறினான்.

குசன் கூறினான், "ஆனாலும் நாம் ஒரே சிந்தனையில் வாழ்வின் தலைசிறந்த இசையை வழங்கிட வேண்டும். இசையின் சிறப்பின் மேல்தான் நிகழ்வுகளின் அழுத்தம் சார்ந்திருக்கும் என்று ஆச்சாரியாரின் பேச்சிலிருந்து அனுமானிக்க முடிகிறது."

ஜானகி மனதுக்குள்ளேயே முடிவுசெய்து கொண்டாள் வால்மீகியும் லவகுசனும் திரும்பி வந்து அவளை இராமனிடம் அழைத்துச் செல்ல விரும்பினால் அவள் போக மாட்டாள். வால்மீகி அவளுக்கு ஆசிரமத்தில் இடம்தர மறுத்துவிட்டால், சீதை இயற்கையின் மூலையில் துறவு வாழ்க்கையைத் தேர்ந்தெடுத்துக் கொள்வாள். தம்சாவின் கரையில் ஏதாவது தனிமையான இடத்தில் அல்லது சைபல் மலையின் ஏதேனும் ஒரு குகையில் தனியாகச் சுதந்திரமாக வாழ்ந்துகொள்வாள். இந்த நடுத்தர வயதில் அவளுக்கு இனிமேல் எந்த அச்சமும் நாணமும் தேவையில்லை. அதுமட்டுமின்றி அவள் சம்புகனின் காதலியான பைத்தியமாகிவிட்ட மித்ராவைக் கவனித்துக் கொள்வதில் மீதி வாழ்க்கையைக் கழிப்பாள், இராமன் இழைத்த அநீதிக்குக் கழுவாயாக அது அமையும். இவ்வளவு நாட்களுக்குப் பிறகு அயோத்தியின் அரண்மனைக்குள் எந்த முகத்தை வைத்துக் கொண்டு நுழைவாள் அவள். அனைத்துப் பணிப்பெண்களும் அந்தப்புரப் பெண்களும் மறைவாக அவளைப் பரிகசிப்பார்கள், தாய்மார்களின் சமாதானப்படுத்தல்கள் தாங்கமுடியாததாக இருக்கும், இவ்வளவு ஏன் இராமனின் வருத்தம்கூட அவளுக்குச் சகிக்க முடியாததாக இருக்கும். இவையனைத்தும் ஒவ்வொரு நொடியும் அவள் நாடுகடத்தப்பட்ட நிலையைப்பற்றி நினைவூட்டிக்கொண்டே இருக்கும். பன்னிரண்டு ஆண்டுகள் பிள்ளைகளுடன் வனவாசத்தில் இருந்த அரசியை அரண்மனையில் இருப்பவர்களும் அந்தப்புரத்தில் இருப்பவர்களும் யாரும் முன்பைப் போல மரியாதையாகப் பார்க்க மாட்டார்கள். ஊர்மிளா, மாண்டவி, சுருதகீர்த்தி சகோதரிகளாக இருந்தாலும் அவளது நலனைக் காப்பதற்காக எந்த முயற்சியும் செய்யவே இல்லை, அல்லது செய்தும் பயனின்றித் தாங்கள் அரச செல்வங்களுடன் வாழ்க்கை நடத்துகின்றனர், இப்போது அவர்களுடன் இருப்பதும் சீதைக்கு நன்றாக இருக்காது. எல்லாவற்றுக்கும் மேலாகத் தனக்கு இந்தக் கொடுமையான அநீதியை இழைத்த இராமன், அவளது புதல்வர்களைப் பற்றிய செய்தியைக்கூடப் பெறவில்லை, தொடர்பு, நலவிசாரிப்பு, வாழ்வாதாரத்திற்கான ஏற்பாடு அனைத்தையும் மறுத்துவிட்ட அந்தக் கணவனின் படுக்கைக்கு அவள் இனிமேல் செல்ல விரும்பவில்லை. சீதையின் சுய மரியாதையைக் காயப்படுத்திய பிறகு அதற்குமேல் அவளது

கணவனாக இருக்கும் தகுதியை அவன் இழந்துவிட்டான். வாய்ப்பு வந்தால், சீதை, இன்றைய மாற்றம் அடைந்த தற்சார்புள்ள சீதை, அவனுக்குப் பதிலடி தருவாள். ஆசிரமத்தின் அனைத்திலிருந்தும் வேறுபட்ட மனதுடனும் கலங்கிய இதயத்துடனும் சீதை சுற்றித் திரிந்தாள். மேலும், படிப்படியாக அவள் தனது முடிவில் மிகவும் உறுதியானவளாக ஆகிக்கொண்டிருந்தாள்.

லவகுசனின் இராமாயணப்பாடல் இராமனைக் கிறங்கச் செய்துவிட்டது. அவன் பேச முடியாமல் அமர்ந்திருந்தான். மேலும் என்ன ஓர் ஆச்சரியம், பார்ப்பதற்கு ஜானகியைப் பார்ப்பது போலவே இருக்கிறார்கள், இவர்கள் உதடு அசைப்பதைப் பார்க்கும்போது ஜானகி பேசுவது நினைவுக்கு வருகிறது. இராமன் ஜானகியின் நினைவுகளால் ஆட்கொள்ளப்பட்டான். இந்தத் தேவகுமாரர்களை ஒத்த இரண்டு சிறுவர்களும் யார், இவர்கள் தெய்வத்தால் அனுப்பிவைக்கப்பட்ட ஏதேனும் சோதனையா! இல்லை உண்மையிலேயே எதிர்பாராத நிகழ்வா? இவர்கள் பார்க்க அப்படியே அவரைப் போலவே அல்லவா இருக்கிறார்கள் என்று பொதுமக்கள் முணுமுணுப்பதும் அவன் காதுகளில் கேட்கிறது.

அந்தப்புரப் பெண்களிடமும் குழப்பம் தோன்றுகிறது. மறைவிலிருந்து பாடலைக் கேட்டுக்கேட்டுக் கோசலை இமைக்காத விழிகளால் சிறுவர்கள் இருவரிடமும் இராமனின் பால்ய காலத்தைப் பார்க்கிறாள்.

பாடல் நிறைவடைந்ததும் பலத்த கைதட்டல் ஒலிக்கத் தொடங்கியது. இலட்சுமணன் இராமனின் சோர்வைக் கவனித்தான். கவலையடைந்தான். இராமனைத் தொட்டு அவன் உணர்த்தினான். இராமன் மெல்ல மெல்ல கூறினான், “இலட்சுமணா! இந்த இரண்டு சிறுவர்களுக்கும் பதினெட்டாயிரம் பொற்காசுகள் பரிசாகக் கொடு. இவர்களுக்கு வேறு ஆசை இருந்தால் அதையும் நிறைவேற்று.”

கேட்ட உடனே லவகுசனுக்கு வால்மீகியின் எச்சரிக்கை மனதில் தோன்றியது. அவர்கள் கைகளைக் குவித்தபடி ஒரே குரலில் கூறத் தொடங்கினர், “பிரபுவே, தங்களைச் சந்தித்ததினாலேயே நாங்கள் பேறுபெற்றவர்கள். எந்தவிதமான செல்வங்களையும் கொடுத்து எங்களைக் கஷ்டப்படுத்த வேண்டாம்.”

குசன் நிறுத்திவிட்டான்.

அனைவரும் ஆவலுடன் பார்த்துக் கொண்டிருக்கிறார்கள் என்பதைப் பார்த்து லவன் பேசினான், “நாங்கள் வனத்தில்

வாழ்பவர்கள், பழங்களையும் கிழங்குகளையும் தின்று வாழ்க்கையை நடத்துகிறோம். செல்வத்தால் எங்களுக்குப் பயனில்லை."

எவ்வளவு ஆசையற்றவர்கள். இவர்கள் நிச்சயமாக உயர்சாதியினராகத்தான் இருக்க முடியும் என்று இராமன் நினைத்தான்.

அவன் வினவினான், "இரட்டைச் சிறுவர்களே, இவ்வளவு அற்புதமான இசையை நீங்கள் எங்கே கற்றுக்கொண்டீர்கள்? இதனை இயற்றியது யார், எந்த மகாகவி?"

"வால்மீகி" லவன் பதிலளித்தான், "நாங்கள் பிறந்ததிலிருந்தே வால்மீகியின் ஆசிரமத்தில் வளர்க்கப்பட்டவர்கள், அவரே எங்களது ஆசிரியர், அவர்தான் இந்த மகாகாவியத்தை இயற்றியவர்."

இராமன் இலட்சுமணனைப் பார்த்தான் உடனே, இலட்சுமணனின் கண்களிலும் பரபரப்பு தொற்றி இருந்தது. எவ்வளவு நாட்கள் இருக்கும்! பன்னிரண்டு ஆண்டுகள், சத்ருகன் லவனாசுரனைக் கொல்வதற்காகப் பயணம் போவதற்குச் சில மாதங்களுக்கு முன்பு தானே இலட்சுமணன் சீதையை வால்மீகியின் ஆசிரமப்பகுதியில் விட்டுவந்தான்!

அப்போது ஜானகி ஏறக்குறைய நிறைமாத கர்ப்பிணி.

"குழந்தைகளே உங்களின் வயது என்ன?" இலட்சுமணன் அடையாளத்தைக் கேட்பதற்கு முன்பாக அறிய விரும்பினான்.

"பன்னிரண்டு ஆண்டுகள், நாங்கள் இரட்டைச் சகோதரர்கள்" குசன் சொன்னான்.

"சரியாகப் பன்னிரண்டு ஆண்டுகளா!" இராமன் ஆவலுடன் அடுத்த கேள்வியைக் கேட்டான்.

"பேரரசே, நாங்கள் பிறந்த இரவில் ஆசிரமத்தில் அரசர் சத்ருகன் ஓய்வெடுத்துக் கொண்டிருந்ததாகக் கேட்டிருக்கிறோம்! தாங்கள் அதற்கேற்ப நாட்கணக்கு செய்துகொள்ளலாம்." சத்ருகனா! சத்ருகனா! இராமன் அதிர்ச்சியடைந்து அவனை நோக்கிப் பார்த்தான். சத்ருகன் படபடப்புடன் எழுந்து நின்றான். பொதுவெளியில் யாரும் எதுவும் சொல்ல முடியாது. சத்ருகனுக்கு இவர்கள் இராமனின் பிள்ளைகள் என்று முதலிலிருந்தே தெரியும். கொஞ்சநாட்களுக்கு முன்புதான் அயோத்தி வரும் வழியில் வால்மீகி ஆசிரமத்தில் அவன் இவர்களின் மிக இனிமையான இராமாயணப் பாடலைக் கேட்டான். ஒருபுறம் இராமனின் தடையும் மறுபுறம் சகோதரனது புதல்வர்களின் மீதான

பாசமும் கடமையுணர்வும் என்று கடந்த பன்னிரண்டு ஆண்டுகளாக இரவும்பகலும் அவன் துடித்துக் கொண்டிருக்கிறான். இப்போதும் என்ன செய்வதென்று விளங்கவில்லை.

இலட்சுமணன் விரைவாக லவகுசனுக்கு அருகில் சென்று அவர்களின் தோளில் கைவைத்து வினவினான், "குழந்தைகளே, உங்களது தந்தை யார்?"

"எங்களுக்குத் தெரியாது" லவனும் குசனும் ஒன்றாகக் கூறினர்.

இலட்சுமணன் அடுத்து லவகுசனின் தாயின் பெயரைக் கேட்டால் அவர்கள் சீதையின் பெயரைச் சொல்லிவிடுவார்கள் என்ற பயத்தால் இராமன் விரைவாகப் பேச்சை மாற்றினான், அவன் கம்பீரமான குரலில் வினவினான், "இந்தக் காவியம் எவ்வளவு பெரியது!"

மூன்று சகோதரர்களும் ஒருவருக்கொருவர் பார்வையைப் பரிமாறிக் கொண்டனர். சத்ருகன் இராமனிடம் நெருங்கி வந்தான்.

இராமனின் சிந்தனை மாற்றத்தைக் கண்டு இலட்சுமணன் வியந்தான். அடுத்த நொடியில் புரிந்துகொண்டான் இவ்வளவு பெரிய மக்கள்திரளில் தனது வாழ்க்கையின் மறைவான இரகசியம் ஏதாவது வெளிப்பட்டுவிடும் என்பதால் இராமன் அதனை விரும்பவில்லை. இவ்வளவு உற்சாகம் திடீரென சரியாக இருக்காது என்பதால்தான் அவர் பேச்சை மாற்றிவிட்டார்.

ஆனால், இலட்சுமணனின் இதயத்தில் கொந்தளிப்பான உணர்ச்சிகள் பெருக்கெடுத்தன. இனிமையான நெருப்பில் தோன்றிய இந்தப் புதல்வர்கள் இருவரும் ஜானகியின் கருவில் இருந்தபோது அவர்களை நாடுகடத்திவிட்டு வரவேண்டிய அளவுக்குத் துரதிர்ஷ்டசாலியாக இருந்தான். இவர்கள் தந்தையைப் பற்றித் தெரிந்துகொண்டால் என்ன நினைப்பார்கள்? அல்லது இவர்கள் இதற்குள்ளாக ஜானகியிடமிருந்து அதைத் தெரிந்திருக்கவும் கூடும்.

லவன் இராமனின் கேள்விக்குப் பதிலளித்தான், "இந்தக் காவியம் மிக நீண்டது. இராமாயணத்தில் ஒட்டுமொத்தமாக இருபத்தி நான்காயிரம் சுலோகங்களும் நூறு படலங்களும் உள்ளன. நாங்கள் ஒரேநேரத்தில் இருபது சருக்கங்களுக்கு மேல் பாடமுடியாது. அனுமதியளித்தால் ஒவ்வொரு இருபது சருக்கங்களின் பாடல்களையும் ஒப்பிக்க முடியும்."

"அப்படியென்றால், இலட்சுமணா! அப்படியே ஏற்பாடு செய்து விடு" என்று சொல்லிவிட்டு இராமன் மக்கள் கூட்டத்திலிருந்து

விலகி தன்னை அரண்மனையின் தனிமைக்குள் ஒளித்துக்கொண்டான். இராமன் இப்போது தனது மனசாட்சியை எதிர்கொள்ள வேண்டும் என்பதைச் சகோதரர்கள் புரிந்து கொண்டனர். திடீரென வெளிப்பட்டிருக்கும் இந்தப் பேருண்மையை ஏற்றுக்கொள்ளும் முன்பாக அவருக்குக் கொஞ்சநேரம் அவசியம்.

எவ்வளவு நாட்கள் யாகம் நடைபெறுகிறதோ அவ்வளவு நாளும் இராமாயணப் பாடல்களின் வழியாக இராமனது வாழ்க்கையின் நிகழ்ச்சிகள் அனைத்தும் அணுவணுவாக அனைவருக்கும் தெரிய வந்தது.

கூடியிருந்த மக்கள் அனைவரிடையிலும் லவகுசனின் பிறப்பைப் பற்றிப் பெரும் சலசலப்பு உருவானது. அனைவருக்கும் இவர்கள் ஜானகியின் புதல்வர்கள் என்ற சந்தேகம் எழுந்தது. இருந்தாலும் இராமச்சந்திரன் கல்லைப்போல இருந்தான். சகோதரர்கள் இந்த விசயத்தில் அவனைத் தொந்தரவு செய்யவில்லை.

கடைசியில் ஒருநாள் அன்னை கோசலையும் மற்ற இராஜ மாதாக்களும் ஒன்றாக இணைந்து இராமனைத் தாக்கத் தொடங்கினர்.

"மகனே, இப்போதும் உனக்குச் சந்தேகமாக இருக்கிறதா இவர்கள் உனக்கும் ஜானகிக்கும் பிறந்த புதல்வர்கள்தானா என்று!"

இராமன் தன் இயலாமையை மறைத்துக்கொண்டு கூறினான், "அம்மா! இவர்கள் எனது புத்திரர்களாகவே இருந்தாலும் பிறந்ததிலிருந்து வனத்தில் வளர்க்கப்படுகிறவர்கள், இவர்கள் அரசகுமாரர்களுக்கு உரிய எதையும் அறியமாட்டார்கள். நான் என்ன செய்ய வேண்டும் சொல்லுங்கள்?"

இராமனின் முழு இதயமும் சுக்குநூறாகிப்போனது இந்த வார்த்தைகளைச் சொல்லும்போது, ஆனால் நாட்டைக் காப்பாற்றுவதுதான் அவனுடைய முதன்மைக் கடமை!

கோசலை கோபமடைந்து சொன்னாள், "ஒரு முட்டாள் தனத்தினால் உனது வாழ்க்கையையே நாசம் செய்துவிட்டாய். இன்னுமொரு முட்டாள்தனத்தைச் செய்யப்போகிறாய். அந்த எருதினை ஒத்த தோள்களையும் நிமிர்ந்த தலையையும் அசைவுகளையும் பார்த்துக் கூடியிருந்த அனைவருமே அவர்களை இரகுவம்சத்தினர் என்று சந்தேகப்படுகின்றனர், அவர்களை ஏற்றுக்கொள்ளாவிட்டால் குலத்தின் மானம் காற்றில் பறந்துவிடும் என்பதும் உனக்குப் புரியவில்லையா! என்றென்றும் இப்படி மயக்கத்திலேயே இருந்துவிடுவாயா!"

இராமன் நீண்ட நாட்களாக யாருடைய வாயிலிருந்தும் இவ்வளவு கடுமையான குற்றச்சாட்டுகளைக் கேட்டதில்லை. அவனுக்குக் கோபம் வந்தாலும் அதனை வெளிப்படுத்தும் வார்த்தைகள் வசப்படவில்லை அவனுக்கு. தாய் இவ்வளவு நுட்பமாக அனைத்து வாதங்களையும் முன்வைத்தாலும் அவனால் எந்த முடிவையும் எடுக்க முடியவில்லை. மிகுந்த செயலின்மை அவனைத் தின்று கொண்டிருக்கிறது. புதல்வர்களை ஏற்றுக் கொண்டால் ஜானகியின் முன்னாலும் அவன் நிற்க வேண்டும். எந்த முகத்தை வைத்துக் கொண்டு ஜானகியின் முகத்தில் விழிப்பான் அவன்!

இவ்வளவுநாள் பார்க்காமல் இருந்ததில் இடைவெளி உண்டாகி இருக்கிறது, இப்போது திரை கிழிந்தால் என்ன ஆகும்! மீண்டும் அந்த ஜானகியுடன் புதிதாக வாழ்க்கையைத் தொடங்க முடியுமா! மேலும் ஜானகி முன்புபோல முழு நம்பிக்கையுடன் அவனது வார்த்தைகள் அனைத்தையும் ஏற்றுக்கொள்வாளா!

"அம்மா, நீ அவர்களைக் குறித்து உறுதியாக இருக்கிறாயா?" இராமன் மீண்டும் ஒரு காரணமற்ற கேள்வியைக் கேட்டுவிட்டு உட்கார்ந்திருக்கிறான்.

"மகனே, உனது அனுமதியின்றியே நான் வால்மீகியின் பர்ணசாலைக்குச் சென்று லவகுசனைச் சந்தித்திருக்கிறேன். நான் தெரிந்துகொண்டேன் அவர்களது தாயின் பெயர் ஜானகி. ஜானகியின் பன்னிரண்டு ஆண்டுகால வாழ்க்கைக் கதையையும் அவர்களிடமிருந்து தெரிந்துகொண்டேன்" என்றாள் கோசலை.

இராமன் ஆவலை அடக்க முடியாமல் அம்மாவின் கைகளை இறுகப் பற்றிக்கொண்டு கேட்டான், "அம்மா, அவள் நன்றாக இருக்கிறாளா?"

இராமனின் கண்களில் கண்ணீர் மினுமினுத்தது.

கோசலை முகத்தை வேறுபக்கம் திருப்பிக்கொண்டு கூறினாள், "அது தொடர்பாக நீயே புதல்வர்களிடம் கேட்டுத் தெரிந்துகொள். என்னால் தூது வேலை பார்க்க முடியாது." தன்னுடன் வந்தவர்களை அழைத்துக்கொண்டு சத்தமின்றிப் புறப்பட்டாள்.

இராமன் குழப்பத்தில் நின்றபடி இருந்தான்.

இராமனின் மூன்று சகோதரர்களும் யாக வேலைகளிலும் விருந்தினர்களை உபசரிப்பதிலும் எந்நேரமும் மும்முரமாக இருந்தனர். இருப்பினும் இந்தப் பெரும் வேலைகளுக்கிடையிலும்

மல்லிகா சென்குப்தா

அவர்கள் மூத்தவரின் மனத்துயரையும் அடிக்கடி நினைத்துக் கொண்டனர். ஒருபக்கம் பணிச்சுமை மறுபக்கம் குலத்தின் மானமரியாதையையும் அரசையும் காப்பாற்றுவதில் உள்ள சிக்கல்களிலும் அவர்கள் மிகவும் அக்கறை காட்டினர். வெளியில் யாருக்கும் புரிந்துவிடக்கூடாது என அவர்கள் விரும்பினாலும் அனைவரும் மிகுந்த ஆவலுடன் லவகுசனின் ஒவ்வொரு காலடியையும் அரசகுலத்தினர் அவர்களை நடத்தும் ஒவ்வொரு விதத்தையும் கவனிக்கின்றனர். அவர்களும் எல்லாநேரமும் பலவித வினாக்களை எதிர்கொள்ள வேண்டியிருந்தது.

அசுவமேத யாகத்தின் இறுதிக்கட்டம் மிகுந்த சுவாரசியமானது. மந்திரங்கள் ஓதப்பட்ட குதிரை அரசனின் அடையாளம், குதிரையின் வலிமைமிகுதியும் ஒளிமிக்க அழகிய கழுத்து யாவும் அரசனைப் போன்றது, மிகநீண்ட குதிரையின் குறியும்கூட அரசனின் வீரமிகுதியின் அடையாளம்.

இந்த மகாயாகத்தில் குறைந்தது ஐநூறு பசுக்கள், பாம்புகள், நீர்வாழ் உயிரிகள், குதிரைகள் மற்றும் பறவைகள் அனைத்தும் சாஸ்திரப்படி பலிகொடுப்பதற்காகச் சேகரிக்கப்பட்டுவிட்டன. ஓமத்திற்காக வில்வக்கட்டைகள் ஆறு, கருங்காலி ஆறு, பலாசம் ஆறு, ஸ்லேஸ்மாதக் ஒன்று, அகன்ற தேவதாரு மரம் இரண்டு முதலியன தயார் செய்யப்பட்டுள்ளன. அந்த இருபத்தோரு ஓமக்குச்சிகளும் அழகிய துணியில் சுற்றப்பட்டுப் பொன் சரிகையால் அலங்கரிக்கப்பட்டன. எண்திசையிலும் வளர்க்கப்பட்ட ஓமகுண்டங்கள் நறிய மலர்களால் வழிபடப்பட்டதோர் அமானுஷ்யக் காட்சி.

இராமன் புரோகிதர்களுடன் ஏராளமான விலங்குகளின் அந்தப் புனிதமான பலிபீடத்தை நோக்கி வருகைபுரிந்தபோது அவனது மூளையில் ஒரு பரிதாபமான முகம் வெளிப்பட்டது, அந்தப் பலிபீடத்திற்குக் கொண்டுவரப்பட்ட விலங்குகளைப்போல அந்த முகமும் கதியற்றது.

விதிகளின்படி ஓராண்டு குதிரை உலகைச் சுற்றிவரும். மேலும், யாகத்தின்போது அரசனின் மனைவி அந்தக் குதிரையுடன் இரவு தங்குவாள். குதிரையின் கட்டற்ற ஆற்றல் அரசியின் உடல் வழியாக அரசனின் உடலுக்குள் நுழையும் என்ற நம்பிக்கையில். கால மாற்றத்திற்கேற்ப மனிதத்தன்மையற்ற இயல்புகள் சில குறைந்துவிட்டன. தசரதன் அசுவமேத யாகம் செய்தபோது அரசி கோசலை இரவுத் தங்குவதற்கு முன்பாகக் குதிரையை வாளால் மூன்றுமுறை தாக்கிக் கொன்றுவிட்டாள். அதன்பிறகு அவள் அந்தக்

குதிரையுடன் பட்டுத்துணிக் கூடாரத்தின் கீழே இரவைக் கழித்தாள். தசரதனின் மற்ற துணைவியரும் தந்தையின் துணைவியரும் அந்தக் குதிரையுடன் சாஸ்திரப்படி இணைசேர வைக்கப்பட்டனர்.

இராமனின் யாகத்தில் அரசி பங்கேற்கவில்லை. பொற்சிலை அவளது அடையாளம் மட்டும்தான். எனவே, வேதவிற்பன்னர், அக்னிஹோத்திரி, அத்வர்யு மற்றும் உத்காத்ரு பிராமணர்களின் அறிவுரைப்படி குதிரையின் ஓராண்டுகாலப் பயணவிதி மட்டும் அடையாள அளவில் செய்து முடித்துக் கொள்ளப்பட்டது.

முந்தைய இரவில் இறந்த குதிரையுடன் உறங்கியது சீதையின் பொற்சிலை.

இன்று அந்தக் குதிரையின் சதையைத் துண்டுத்துண்டாக வெட்டி பிராமணர்கள் நெருப்பில் இடுகின்றனர். பதினாறு பிராமணர்கள் மூங்கில் கரண்டியால் நெய்யை அள்ளி நெருப்பில் ஆகுதி இடுகின்றனர். புகையும் நாற்றமும் சூழ்ந்த அந்த யாகசாலையில் நீண்ட பதினாறு மூங்கில் கரண்டிகள் ஓர் அற்புதமான காட்சியைத் தோற்றுவித்தன.

இராமன் அந்தக் கருகிய புகையைச் சுவாசித்தான். அவனுக்குக் கண் எரிச்சலும் மூச்சுத்திணறலும் ஏற்பட்டது. இருந்தாலும் இந்தப் புகையைச் சுவாசிப்பதன் மூலமாக இராமனின் பாவங்கள் அனைத்தும் நீங்கும்.

புகையைச் சுவாசித்ததில் இராமனின் கண்ணிலும் மூக்கிலும் இருந்து நீர் வழிந்தது. இருமலும் வந்தது ஆனாலும் அவன் பாவங்களைப் போக்கிக்கொள்வதற்காக வேண்டினான். கவனக்குறைவாக அவன் சொல்லி விட்டான், "ஜானகியே! மன்னித்துவிடு. அளவற்ற விலங்குகளும் கொல்லப்பட்டப் பறவைகளும் அசுரர்களும் மன்னித்துவிடுங்கள். மன்னித்து விடு சூத்திர தவசியே!"

ஓய்வுநேரத்தில் சத்ருகன் அண்ணனிடம் வந்தான்.

சத்ருகனின் மிகவும் வாடிய முகத்தைக் கண்டு இராமன் ஏதோ அனுமானித்தான். மதுபுரியிலிருந்து அயோத்திக்கு எத்தனைமுறை வந்தானோ, அத்தனைமுறையும் சத்ருகன் வால்மீகியால் விருந்தோம்பப் பெற்றான் என்பது அவனுக்கு நன்றாகவே தெரியும். ஆனால், கடுமையான கட்டுப்பாட்டால் கேள்வி கேட்பதிலிருந்து தன்னையே தடுத்துக்கொண்டான். இருந்தாலும் இந்த விசயத்தை

இன்னும் காலம் தாழ்த்த முடியாது. இராமன் சத்ருகனுக்கு நேரம் கொடுத்தான். "சகோதரா, அச்சமின்றிப் பேசு" என்றான்.

சத்ருகன் இராமனின் காலடியில் அமர்ந்துகொண்டு தலைகவிழ்ந்தபடிப் பேசினான், "இந்த நீண்ட பன்னிரண்டு ஆண்டுகளாக என்னால் ஒரு பேருண்மையைத் தங்களிடம் வெளிப்படுத்த முடியவில்லை. இப்போதும் தாங்கள் அனுமதிக்கா விட்டால் வெளிப்படுத்தப்படாமலேயே போய்விடும்."

ஒருமுறை தலையை நிமிர்த்தி அண்ணனின் முகவோட்டத்தைப் பார்த்தான். இராமன் சங்கடத்துடனும் மென்மையாகவும் காணப்படுகிறான். அவனது கால்கள் இரண்டையும் பிடித்துக் கொண்டு சத்ருகன் கூறினான். "இப்போதும் மறைத்து வைத்தால் மிகவும் ஆபத்தாகப் போய்விடும். நான் அந்த ஆபத்துக்குப் பொறுப்பாவதில் இருந்து என்னை விடுவியுங்கள்."

சத்ருகன் மிகுந்த மன உளைச்சலில் இருப்பதை இராமன் புரிந்துகொள்கிறான். கைகளைப் பிடித்து அவனை அருகில் இருத்திக்கொள்கிறான். "வால்மீகியின் ஆசிரமத்தில் நீ ஜானகியைச் சந்தித்தாய். எனது கட்டளையைப் பின்பற்ற முடியவில்லை. இதைத்தான் சொல்லப் போகிறாயா?" என்று கேட்டான்.

"இல்லை, மாமன்னரே, தங்களது கட்டளையை அச்சுப் பிசகாமல் கடைபிடித்தேன் என்பதால்தான் எனது வேதனை அதிகரிக்கிறது."

இராமன் பார்த்துக்கொண்டே இருந்தான்.

சத்ருகன் மடையுடைத்த வெள்ளம் போல பேச்சைத் தொடர்ந்தான். "அந்தப் புனிதமான மறக்கமுடியாத இரவில் நான் வால்மீகியின் ஆசிரமத்தில்தான் இருந்தேன். ஜானகிக்கு பேற்றுவலி ஏற்பட்டபோது அனைவரும் ஆவலுடனும் கவலையுடனும் இருந்தபோது, வால்மீகி தந்தைக்குரிய அன்பும் கவனமும் கொண்டிருந்தபோது நான் மட்டும் எதுவும் செய்யாமல் கல்லைப்போல இருந்தேன். தங்களது கட்டளையால்தான் மாமன்னரே. குழந்தை முகத்தைப் பார்ப்பதற்காக எனது இதயம் துடிதுடித்தாலும் நான் அவர்களை அன்புடன் ஆசீர்வதிக்கவில்லை. மாமன்னரே, தாங்கள் கோபமடைவீர்கள் என்பதனால். அந்த ஆசிரமத்தில் இருந்த ஏராளமான ஆண் பெண்களுக்கு நடுவில் தாய்க்கும் குழந்தைகளுக்கும் மிக நெருங்கிய உறவினனான நானும் இருந்தேன். இரத்த உறவுடையவனாக இருந்தும் நான்தான் அனைவரை விடவும் தொலைவில் இருந்தேன், கருணையற்று, அமைதியாக. மாமன்னரே, தங்களின் மகிழ்ச்சிக்காக."

சீதாயணம்

இராமன் அசௌகரியமாக உணர்ந்தான். ஆழ்ந்த வருத்தத்தில் மூழ்கியபடி சத்ருகனின் கைகளைப் பற்றிக்கொண்டான் வைக்கோல்புரியைப் போல.

சத்ருகன் தொடர்ந்தான், "லவகுசனின் வயது பதினொன்றாக இருந்தபோதுதான் நான் அவர்களை முதலில் பார்த்தேன், அவர்களின் ஒப்பற்ற இராமாயணப் பாடல், அவர்கள் பேசிய பேச்சுகள், உடல்மொழி, அனைத்தும் அனைத்துமே எனக்கு மறைவிலிருந்த அவர்களின் தாயை நினைவூட்டின. அந்த பாக்கியமற்ற பெண் இரண்டு புதல்வர்களையும் இவ்வளவு பெரிதாக வளர்த்தெடுத்துவிட்டாள். அரசகுடும்பத்தின் எந்தவித உதவியும் இல்லாமலேயே அரசத்தன்மையுடன் ஆனால் மென்மையான இந்த இரண்டு அற்புதமான கண்மணிகளைத் தயார்ப்படுத்தி இருக்கிறாள். மாமன்னரே தாயுடன் அந்த இரண்டு குழந்தைகளையும் தாங்கள் ஏற்றுக்கொள்ளுங்கள்."

சீதையிடம் இராமச்சந்திரனின் அழைப்புடன் தூது வந்தது.

குளித்து முடித்துவிட்டு, தூய்மையான ஆடையில், தூய்மையான மனதுடன் செல்ல வேண்டும். இலங்கையை வென்றபிறகு நடந்த நிகழ்ச்சிகள் மீண்டும் நடப்பதைப் போல சீதைக்குத் தோன்றியது.

அவளது கண்களில் கனல் தெறித்தது அவமானத்தாலும், காதலாலும். அடக்கப்பட்ட கோபத்தை வெளிப்படுத்தும் வழி கிடைக்கவில்லை, பரிதாபத்தையும் வெளிப்படுத்த விரும்பினாள். இராமச்சந்திரனின் மீது அவளுக்கு மிகுந்த கோபம் உண்டானது. அவனது முகம் நினைவுக்கு வந்ததும் கோபம் கண்ணீராக மாறுகிறது. கணவனை மன்னிக்க விரும்பினாள் அவள். இராமா, இராமா, இராமா! இந்தப் பன்னிரண்டு ஆண்டுகளில் அவர் எவ்வளவு அழகாக ஆகிவிட்டார்!

ஜானகி ஆத்ரேயியை அணைத்துக்கொண்டு கேட்டாள், "அம்மா, நான் அழகற்றவளா இப்போது? கணவர் என்னை அடையாளம் கண்டுகொள்வாரா!"

ஆத்ரேயி அவளை மிகுந்த உற்சாகமான மனதுடன் அலங்கரித்து விட்டாள். அக்கறையும் அச்சமும், பெருமிதமும் அன்பும் தோன்ற ஜானகி கங்கையைக் கடந்து இராமன் அனுப்பிவைத்த தேரில் ஏறினாள்.

தேரில் அயோத்தி அரசகுலத்தின் கொடி அலங்கரிக்கிறது. ஆனால், வால்மீகி அழைத்தார் என்பதைத் தேரோட்டி வாயால்

தெரிவித்தான். அதாவது இராமன் தனது வாயால் இந்த தூதுவனிடம் கூறவில்லை. தனது பெயராலும் இந்த அழைப்பை விடுக்கவில்லை. அவன் பன்னிரண்டு ஆண்டுகளுக்குப் பிறகு இந்தச் சந்திப்பு வால்மீகியின் வழியாகவே நிகழட்டும் என்று விரும்புகிறான்.

இராமன் சீதையை நேரடியாக அழைப்பு விடுக்க வெட்கப்படுகிறான். ஐயோ கணவரே, இப்போதும் இவ்வளவு தயக்கமா! வாழ்க்கையில் இன்னும் எத்தனை வசந்தங்கள் இந்தப் பூமியில் வாழ்வேன்?

அல்லது அவன் அழைப்பு விடுக்க வேண்டிய கட்டாயத்தில் இருக்கிறானா? லவகுசனின் அடையாளம் பரவிவிட்டது என்பதாலா இந்த அழைப்பு! மனோரீதியான எந்தத் தொடர்பும் இல்லையா!

திடீரென தெய்வீக மணம் கொண்ட ஆனால் புயல்காற்று வீசத் தொடங்கியது. மரங்கள் சீதையின் பயணத்தைத் தடுப்பதுபோல பலமாகத் தலையை அசைத்து எதிர்ப்புத் தெரிவித்தன. வனத்தின் விலங்குகளும் பறவைகளும் சீதையின் தேருக்கு முன்னே ஓடிவந்து மன்றாடின.

நிந்தனை செய்யாத இயற்கையின் விடுதலையைவிட்டு எந்தப் பொன்விலங்கை நோக்கி முன்னேறிப் போகிறாள் சீதை!

திடீரென என்ன தோன்றியதோ பின்வாங்கினாள் சீதை. அற்புதம்! மிகத் தொலைவில் மரங்களின் மறைவில் அந்த திவ்விய தேரில் வரும் பெண்சிலை. அவள் பின்னாலேயே வருகிறாள்.

யார் அந்தப் பெண், எதற்காக அவள் சீதையைப் பின் தொடர்கிறாள்! இதென்ன எதாவது தெய்வீக மாயையா! அதிசய ஈர்ப்பா! அல்லது பின்வாங்குவதன் அறிகுறியா!

சீதை தேரை நிறுத்தச் சொன்னாள். அந்தத் தேரும் நின்று விட்டது. சீதை தேரைத் திருப்பி அத்திசையில் அழைத்துச் செல்கிறாள். அந்தத் தேரும் திரும்பி நகரத் தொடங்கியது. இடைவெளி குறையவில்லை. யார் யார் யார் அந்தப் பெண்? சீதையின் மற்றொரு இருப்பா? அவள் இப்படி தன்னிச்சையாக இருக்க விரும்புகிறாளா? நிலைகுலைந்த சீதை தேரில் அசுவமேத யாகத்திற்காகப் பலியிடப்படும் பலிவிலங்கைப் போல வருகை புரிந்தாள்.

பதின்மூன்று

ஜானகி மாயப் புயலில் கலந்துவிட்டாள்

சீதை நைமிக்ஷேத்திரத்தில் வந்திறங்கியது ஒரு வெயிலற்ற காலைப் பொழுது. ஆகாயம் மேகமூட்டமாய் இருந்தது. சீதை ஆத்மசுத்தி சபதம் ஏற்கும் அற்புதக் காட்சியைக் காண்பதற்காக இலட்சக்கணக்கான மக்கள் கூடியிருந்தனர். இப்படி அனைவரது முன்னிலையிலும் எந்த அரசனின் மனைவியும் எந்நாளும் தனது தூய்மையை நிரூபித்ததில்லை, எந்த அரசனும் இப்படி திரும்பத் திரும்பத் தனது மனைவியை சந்தேகப்பட்டுக் கற்புத்தன்மையை உறுதிப்படுத்தக் கட்டாயப்படுத்தியதுமில்லை. ஆண்கள் பலரும் சந்தேகப்பட்டு மனைவியைக் கைவிட்டுள்ளனர். ஆனாலும் அந்த மனைவியை மாபெரும் மக்கள் திரளில் கற்புத்தன்மையை நிரூபிக்கச் செய்து அனைத்துப் பெண்களுக்கும் இராமச்சந்திரன் கற்பிக்கவிருக்கும் முன்மாதிரியான பாடத்திற்கு எந்த ஒப்புமையும் இல்லை.

குறிப்பாகப் பிராமணர்கள் இராமன் இந்த முடிவை வெளிப்படுத்தியதற்காகப் பாராட்டினர்.

இராமனுக்கு அடுத்துள்ள ஆசனத்தில் அமர்ந்து இலட்சுமணன் சத்ருகனிடம் மெதுவாகக் கூறினான், “என்ன நடக்கப் போகிறது என்பதை நினைத்தால் எனது உள்ளம் நடுங்குகிறது. ஜானகி இப்படிப்பட்ட சூழ்நிலையில் எவ்வளவு ஆவேசத்துடன் அண்ணனைக் கண்டித்தார் என்பது இப்போதும் எனது மனதில் இருக்கிறது.”

“அண்ணன் இந்த அசௌகரியமான நிலைமைக்குள் எதற்காக ஜானகியை இழுத்து வருகிறார்! அந்தத் துரதிர்ஷ்டமான பெண் கடந்த ஆண்டுகளில் பெற்றிருக்கும் அமைதியும் அழிக்கப்பட்டு விட்டது” என்றான் லட்சுமணன்.

"மேலும் இந்த நபும்சகப் பிராமணர்களைப் பார் எவ்வளவு உற்சாகம்! சில நொடிகள்கூட மனைவியரைத் தங்களால் சமாளிக்க முடியாதவர்கள், இளம்பெண்கள் இளமைக்கவர்ச்சியால் இளைய சீடர்கள் மீது ஈர்ப்புக்குள்ளாகிவிட்டால் இந்தத் தோல் சுருங்கிய பண்டிதர்கள் பெண்வெறுப்பு சுலோகங்களை இயற்றி வயிற்றெரிச்சலை ஆற்றிக்கொள்கின்றனர்" என்றான்.

"இவர்களை மகிழ்ச்சியாக வைத்திருக்க, அவர்களின் விருப்பத்தினாலும் வற்புறுத்தலினாலும் அண்ணன் தனது வாழ்க்கையிலும் ஜானகியின் வாழ்க்கையிலும் அமைதியின்மையை நிரப்பிக்கொண்டார். லவகுசனைப் பார்த்தால் எனக்கு மிகவும் வேதனையாக இருக்கிறது, தந்தை யார், தந்தைப்பாசம் என்றால் என்ன, அரண்மனையின் சிறப்பும் வசதிகளும் என்ன என்பது எதையும் அறியாமலேயே இசவாகு வம்சத்தின் இந்த மூத்தப் புதல்வர்கள் இருவரும் வளர்ந்துவிட்டனர். இன்று தாயின் இந்த மிக அவமானகரமான தருணத்தைக் காண வேண்டும் அவர்கள்." சத்ருகன் பெருமூச்சுவிட்டான். லட்சுமணன் கோபத்துடன் கூறினான், "பார் இந்த ஜானகியை முன்பு சூரிய ஒளிகூடப் பார்த்ததில்லை. அதன்பிறகு வனவாசி பிராமணர்களுடன் அவள் இயற்கையான சூழலில் நகர நாகரிகத்தைவிட்டுத் தொலைவில் இருந்தாள். இப்போது அவள் அழைத்துவரப்பட்டிருக்கிறாள் ஆயிரக்கணக்கான மக்களின் பார்வைக்கு நடுவே நடக்கவைக்கப்பட்டு, அரச உடைகளும் ஆபரணங்களும் இன்றி, ஒட்டுமொத்த ஆரியவர்த்தத்தின் அனைத்து மரியாதைகளுக்கும் உரிய மன்னனின் ஒரே பட்டத்தரசி பன்னிரண்டு ஆண்டுகளுக்குப் பிறகு கணவனைச் சந்திக்க எந்த ஆடை அணிந்துவருவாள், எந்த அணிகலன்களால் அலங்கரித்து வருவாள் என்பதைக்கூட நினைத்துப் பார்க்கவில்லை நாம், ஐயோ, வெட்கக்கேடு நமது செல்வமும் புகழும், அதைப் பார் மூங்கில்கம்பைப் போல மெலிந்த அவள் மெதுவாக அடியெடுத்து வருகிறாள், ஐயோ! வால்மீகியின் பின்னாலேயே வருகிறாள் மிக எளிமையான உடைகளை அணிந்து, ஒப்பனைகள் இல்லாமல், ஒளியின்றி அந்த ஜானகி! பிரம்மனைத் தொடர்ந்து வரும் வேதசுருதியைப் போன்ற சோகமயமான அந்த ஜானகி!"

வசிஷ்டர், வாமதேவர், ஜாபாலி, காசியபர், விசுவாமித்திரர், தீர்க்கதமா முதலிய ஆயிரக்கணக்கான பிராமணர்களைத் தவிர சத்திரிய அரசர்களும் இளவரசர்களும் வைசிய, சூத்திரர்களும் வலிமைமிக்க இராட்சசர்களும் நாலாதிசைகளிலிருந்தும் ஒன்றுகூடி நடக்கின்ற நிகழ்வுகளைக் காண்பதற்காக மலைபோல அசையாமல்

நின்றிருந்தனர். சீதையின் வருகையைப் பார்த்து பலவித ஒலிகளும் கைதட்டல்களும் புலம்பல்களும் துயரத்தின் பெருமூச்சும் எழுந்தன.

வால்மீகி தானே ஜானகியின் கைகளைப் பிடித்து இராமனின் முன்னால் நிறுத்திவிட்டுக் கூறினார், “மன்னா! இதோ உனது பதிவிரதை மனைவி, மக்களின் பழிச்சொல்லுக்குப் பயந்து எனது ஆசிரமத்துக்கு அருகில் கைவிடப்பட்டவள். இவள் கடந்த பன்னிரண்டு ஆண்டுகளாக ஒழுக்கத்துடன் கற்பு வாழ்க்கை நடத்தினாள். எனது மகளை ஒத்த இந்த ஜானகியை உனது வார்த்தைக்கிணங்கி உடனே அழைத்து வந்திருக்கிறேன்.”

சீதையின் அழுக்கான உடைகளைப் பார்த்து மெலிந்த உடல் தோற்றத்தை உடைகளின் உள்ளிருந்து அனுமானித்த இராமன் பார்வையை விலக்கிக்கொண்டான். அவனது கற்பனையில் பேரழகு வாய்ந்த சீதையின் எந்தப் பொலிவுள்ள உருவம் வரையப்பட்டிருந்ததோ அந்தப்பெண் இந்தச் சீதை இல்லை. காலவெள்ளத்தில், வறுமையின் தீண்டலில் உண்மையான சீதையின் நிழல் மட்டுமே முன்னால் வந்து நின்றிருக்கிறது. சீதையின் இந்த மங்கலான தோற்றம் காண்பதற்காக வந்திருந்த அரசர்களுக்கு நடுவில் அவனது மரியாதையைக் கெடுப்பதாக அவன் மெல்ல மெல்ல கோபமுற்றான்.

“சீதா!” என்று அழைத்தான் அவன்.

முக்காட்டின் உள்ளிருந்து சீதையின் கண்கள் இராமனைத் தீண்டின. ஆடைகள் விலகியபோது இராமன் பார்த்தான் சீதை முழுவதுமாக வேறொரு மனுஷி. அவளது முகத்தில் முன்பைப் போல மென்மை இல்லை, மாறாக அதில் உறுதியான ஆணுக்குரிய வெளிப்பாடு, நிறம் முன்பு போல செண்பகப் பொலிவில் இல்லை, மாநிறம். இந்தப் பெண் அவனுக்கு அறியாதவள். இதற்காகவா அவன் இத்தனை நாட்களாக மறுமணம் செய்துகொள்ளாமல் இருந்துவிட்டான்! இராமன் கடுமையான குரலில் கூறினான், சீதையின் பேரழகின் மீது எனக்குள்ள அதீதப் பற்றுதலால்தான் நான் வேறொரு மனைவியை ஏற்றுக்கொள்ளவில்லை என்னும் பழியைப் போக்கவே நான் அவளை அழைத்தேன். உடனே எனக்கு இந்தப் பழியைப் போக்க ஆத்மசுத்தி சபதத்தை ஏற்றுக்கொள் சீதா.”

“அரசனே, நான் பிராசேத வம்சத்தின் பத்தாவது ஆண், வாழ்க்கையில் எப்போதும் பொய் கூறியதாக நினைவில்லை, அப்படிப்பட்ட வால்மீகியாகிய நான் சொல்கிறேன் சீதை குற்றமற்றவள், இந்தக் குசனும் லவனும் உன்னுடைய புதல்வர்கள்தான். நான் பொய் சொன்னால் ஜானகியின் பாவங்கள்

என்னைச் சேர்ந்து, தவத்தினால் நான் பெற்ற புண்ணியங்கள் பொய்யாகட்டும்" என்றார் வால்மீகி.

சற்றே நிறுத்தி அவர் அவையின் நிலையைக் கவனித்தார். அதன்பிறகு இராமனை நோக்கிப் பார்த்தபடி கூறினார், "நீ தயக்கமின்றி ஜானகியை ஏற்றுக்கொள், உனக்கும் நாட்டுக்கும் நலம் உண்டாகும்."

அவையில் அமைதி நிலவியது, அனைவரும் மூச்சுத்திணற இராமனின் முகத்தை நோக்கிப் பார்த்தபடி காத்திருந்தனர்.

வால்மீகி மீண்டும் கூறினார், "உனக்கே ஜானகி தூய்மையானவள் என்பது தெரிந்திருந்தும் மக்களின் பழிச் சொல்லுக்குப் பயந்து கைவிட்டுவிட்டாய். இப்போது அந்த அநீதியைப் போக்கிக்கொள், நான் ஐம்புலன்களாலும் மனதாலும் ஆராய்ந்து அவள் கற்பினள் என்பதை அறிந்துதான் வனத்திலிருந்து இங்கே அழைத்து வந்திருக்கிறேன். சந்தேகம் இருந்தால் சீதை தூய்மையானவள் என்பதற்கான சபதத்தை ஏற்பாள்."

இராமன் நேரடியாகச் சீதையிடம் பேசவில்லை. வால்மீகியிடம் சொன்னான், "பகவானே, தங்கள் வார்த்தைகளை நம்புகிறேன். இருப்பினும் மக்களின் அவதூறு மிகுந்த வலிமையானது. அதனால் தாங்கள் எப்படி சொன்னாலும் அது இருக்கட்டும், சீதை கற்புத்தன்மைக்கான உறுதியை ஏற்கட்டும். இதனால் கூடியிருப்பவர்களின் மனதிலும் நம்பிக்கை பிறக்கும், சீதையும் பெண்களுக்கான முன்மாதிரியாக ஆகிவிடுவாள்."

சீதை அப்படியே அசையாமல் நின்றிருந்தாள்.

சத்ருகன் அசௌகரியமாக உணர்ந்தான்.

திரையின் அருகில் அமர்ந்து சகிக்கமுடியாத நிலையில் இருந்தாள் கோசலை.

மாண்டவி, ஊர்மிளா மற்றும் சுருதகீர்த்தி இப்படிப்பட்ட நிலைமை வந்தால் அவர்கள் என்ன செய்திருப்பார்களென அதிர்ச்சியுடன் சிந்தித்துப் பார்க்கின்றனர்.

லட்சுமணன் ஆர்வத்துடன் ஒருமுறை நிமிர்ந்து உட்கார்ந்தான். எதையோ சொல்ல வந்தான், எனினும் இராமனுக்குக் கோபத்தை ஏற்படுத்துமோ என்ற பயத்தில் உட்கார்ந்துவிட்டான்.

சீதை அனைவரது முகபாவங்களைக் கவனித்தாள். குடும்பத்தினர்

மீது தீவிரமான வெறுப்பு தோன்றியது. அவளுக்குத் தெரியும் இராமனிடம் சகோதரர்களின் இந்தக் கேள்வியற்ற விசுவாசம் வெறுமனே தனிப்பட்ட விருப்பின் காரணமாக மட்டுமில்லை. முடியாட்சியில் அரசனின் முதன்மையை மீற முடியாததைப் போலவே குடும்பத்திலும் வேறுவகையில் மூத்த ஆண்களின் ஆதிக்கத்தை மீறுவதும் முடியாது. இந்த வழக்கத்தை எப்போதும் எல்லோரும் பின்பற்றுவார்கள் என்பதில்லை. ஆனால், இரகுகுலத்தில் இந்த விதி மிகவும் கடுமையானது. தசரதரின் விருப்பத்திற்கு மரியாதை அளித்து இராமன் வனவாசத்தை ஏற்றுக்கொண்டான், எந்தவித எதிர்ப்பும் தெரிவிக்கவில்லை, அதுவும் தசரதன் வாயால் எந்தக் கட்டளையும் இடவில்லை. இராமன் இந்த விதியைத் தானே ஏற்றுக்கொண்டான், சகோதரர்களுக்கும் அப்படியே கற்றுத்தந்தான். மேலும், இந்தக் குலத்தின் பெண்களின் எந்த வார்த்தைக்கும் ஆண்கள் முக்கியத்துவம் அளிப்பதில்லை. சீதையும் ஒருகாலத்தில் இராமனிடம் சந்தேகத்துக்கிடமின்றி விசுவாசமாக இருந்தாள். இன்று இவ்வளவு நீண்ட இடைவெளிக்குப் பிறகு அவள் தானாகச் சிந்திக்கக் கற்றுக்கொண்டாள், இப்போது இராமனின் கொள்கையின் முட்டாள்தனத்தையும் ஏகாதிபத்தியத்தையும் தெளிவாக விளங்கிக்கொள்ள முடிகிறது. அவள் பெண்ணாக இருந்து அநியாயம் என்று உணர்வதை பரதன், லட்சுமணன், சத்ருகனைப் போன்ற சர்வ வல்லமை கொண்ட ஆண்களால் புரிந்துகொள்ள முடியாதா! மாறாக அவர்கள் புரிந்தும் அண்ணனின் அநீதியை ஏற்றுக்கொள்வார்கள். ச்சீ!

சீதையால் இதற்குமேலும் பொறுக்க முடியவில்லை, கோபமான குரலில் தலையை உயர்த்திப் பேசினாள், "யாரிடம் உறுதி ஏற்பேன் சத்ருகனா? கர்ப்பவதி மனைவியை இரகசியமாகக் கைவிட்ட அந்தக் கணவனிடமா? தன்வாயால் நாடுகடத்தப்படும் செய்தியைத் தெரிவிக்கத் துணிச்சல் பெறாது, லட்சுமணனின் தோள்களில் அந்தப் பொறுப்பை ஏற்றி வைத்துவிட்டு தான் கோழையைப்போல் மறைந்து கொண்ட அந்தக் காதலுக்குரியவரிடமா? குழந்தைகள் பாதுகாப்பாகப் பிறந்தனரா? இல்லையா? என்னும் செய்தியைக்கூட அறிந்து கொள்ளாத அந்தக் கணவரிடமா? மனைவியையும் புதல்வர்களையும் பிராமணரின் ஆசிரமத்தில் பிச்சைக்கார வாழ்க்கை வாழவைத்த அந்த அரசனிடமா? நான்தான் நாடுகடத்தப்பட்டேன், எந்தக் குற்றமுமின்றிப் புதல்வர்கள் எந்தப் பாவத்திற்காகத் தண்டனை பெற்றார்கள்? புவிமுழுக்க எந்த மன்னனின் நீதியுணர்வு பரவியிருக்கிறதோ, அவனிடம் ஒரு பெண் இந்தக் குற்றச்சாட்டுகளுக்கு நியாயம்

கேட்டால், இராமன் அந்த நியாயாதிபதி இருக்கைக்குத் தகுதியுடையவராக இருப்பாரா?"

அவை ஸ்தம்பித்தது. இராமன் ஆரம்பத்தில் இருந்த அதிர்ச்சியைக் கடந்து கோபமடைந்தான். "பெண்ணுக்கு அணிசேர்க்கும் நாணம் அது ஜானகியைக் கைவிட்டுவிட்டது" என்றான்.

சீதை கோபத்தில் சீறினாள், "அரசனுக்கு அணிசேர்ப்பது குடிகளைக் காப்பது, எதற்காக என்னைத் தசரதபுத்திரன் கைவிட்டான், அந்தக் கடமையுணர்வு எங்கே போனது ஒரு அப்பாவி சூத்திரனை வெறுமனே தவம் செய்தற்காகப் பிராமணர்களின் தூண்டுதலால் கொலை செய்தபோது? சூத்திரன் குடிமகன் இல்லையா? பெண் குடிமகள் இல்லையா? அட ச்சீ, இந்த அரசின் கொள்கையும், இராமராஜ்ஜியமும் ச்சீ!"

பிராமணர்களிடையே கொந்தளிப்பு தொடங்கியது. ஒரு பெண்ணின் இந்தத் துணிச்சலால் அவர்கள் நிலைகுலைந்தனர். இராமன் அதனைக் கவனித்துக் கடுமையான குரலில் கூறினான், "கற்புத்தன்மைக்கான உறுதியை ஏற்றுத்தான் ஆகவேண்டும், அதன்பிறகு ஜானகியை வீட்டுக்கு அழைத்துச் செல்கிறேன். அதுவும் குழந்தைகளின் தாய் என்பதற்காக மட்டுமே!"

"அரசரே, தேவி ஜானகி கடந்தகாலத்தில் அக்கினிப்பரீட்சையை மிகுந்த மரியாதையுடன் கடந்திருக்கிறார், அதற்கு நானே சாட்சி. கூடுதலாக மாமுனிவர் வால்மீகி அளித்த உறுதி அதுவுமே போதுமானது. மேலும் குழப்பமடைவதற்கான தேவை என்ன?" என்று கேட்டான் லட்சுமணன்.

இராமன் விரக்தியடைந்தான், சீதையை நோக்கிப் பார்த்தபடி கூறினான், "முன்பு இலங்கையில் தேவர்களுக்கு முன்பாக சீதையின் சோதனை நிகழ்ந்தது என்பது உண்மை. அப்போது உறுதியும் ஏற்றுக்கொண்டாள். அதனால் அவளை நான் அரண்மனைக்கு அழைத்துக்கொண்டேன். ஆனாலும் மக்களின் எந்த அவதூறுக்காக அவளைக் கைவிட்டேனோ அது மீண்டும் தோன்றலாம். மேலும், இந்தப் பன்னிரண்டு ஆண்டு வனவாசக் காலத்தில் சீதையின் நிலைமையைப் பற்றி எனக்கு ஒன்றும் தெரியாது. இப்போதே இந்த ஜானகியின் மீது எனது முன்பிருந்த அன்பு தோன்றலாம் அவள் உறுதி ஏற்றுக்கொண்டால்."

"எதற்காக உறுதி ஏற்பு மாமன்னனே?" ஜானகியின் கண்களில் மின்னல் வெட்டியது. அந்த மின்னல் இராமனைத் துளைக்கிறது,

இருந்தாலும் இராமன் அந்த நெருப்புத்தாக்குதலை அடக்கிக்கொள்ள விரும்புகிறான், கோபத்தில் சிவந்த கண்களைச் சீதையின் கண்களில் பதித்து அவன் கத்தியபடி கூறினான், "கற்புத்தன்மைக்கான உறுதி, குற்றமற்ற உடலுக்கான உறுதி..."

சீதை தீவிரமான கண்களுடன் உறுதியாக இராமனை நோக்கிப் பார்த்தபடியே இருந்தாள்.

இராமன் கணநேரம் நிலைகுலைந்து போனான், மீண்டும் உத்தரவிட்டான், "உறுதி ஏற்றுக்கொள் ஜானகி..."

சீதை அசையாத மந்திரக்குரலில் இராமனின் கண்களைப் பார்த்தபடிக் கூறினாள், "முடியாது..."

அவையினரிடையே மூச்சுவிடாத மௌனம் நிலவியது.

இராமன் அதிர்ச்சியுடன் சிம்மாசனத்தில் இருந்து எழுந்து நின்றான், "இதன் பொருள் என்ன ஜானகி?"

"இந்த உறுதியை ஏற்க எனக்கு அருவருப்பாக இருக்கிறது. உறுதி எடுத்துக்கொண்டால் எனது உடல் குற்றமற்றதாகிவிடுமா! குற்றம் என்று எதைச் சொல்லுவீர்கள் மாமன்னரே? உடலில் எந்தக் குற்றமும் நிகழாது, குற்ற உணர்வு ஒரு மானசீக உணர்வு. எனது மனதில் அந்த உணர்வு இல்லை. தவிர்க்க முடியாத நிலையில் இராவணன் எனது உடலைத் தீண்டியிருந்தாலும் - அந்தக் குற்றம் என்னுடையது இல்லை..." என்றாள் சீதை.

"சீதா! அமைதியாக இரு" இராமன் கோபம் கொண்ட சிங்கத்தைப் போல உருமினான். "உனது கற்பு அழியாமல் இருக்கிறதா இல்லையா என்பதை மட்டும் சொல்..."

சீதையின் முகத்தில் மெல்லிய புன்னகைக்கோடு தோன்றியது, வழக்கத்திற்கு மாறாக அமைதியாகத் தெரிந்தாள் அவள், இந்தக்கணத்தில் எப்படியும் எதுவும் நேர்ந்துவிடாது அவளுக்கு. சீதை ஒருமுறை அவையில் கூடியிருக்கும் மக்களைப் பார்த்தாள். அதிர்ச்சியும் ஆச்சரியமும் கொண்ட இந்த அனைத்து ஆரிய ஆண்களையும் பார்த்து அவளுக்குப் பட்டுப்போன மரங்கள் நிற்பதாகத் தோன்றியது. கேலி செய்வது போலவும், கேலியே அவளது இறுதியான பழிவாங்கல் போலவும், இப்படிக் கூறினாள், "கற்பு என்னும் அந்தப் பொன்முத்திரையைப் பன்னிரண்டு ஆண்டுகளுக்கு முன்பாக இலங்காபுரியில் தொலைத்துவிட்டேன் நான் என்று வைத்துக்கொள்ளுங்களேன்."

மல்லிகா சென்குப்தா

சீதா! அதட்டியபடி வெளிறிய முகத்தை இரண்டு கைகளால் மறைத்துக்கொண்டு தரையில் உட்கார்ந்துவிட்டான் இராமச்சந்திரன்.

சீதை இராமச்சந்திரனுக்கு மிக அருகில் வந்து கால்களை மடக்கி அமர்ந்தாள், "கற்பழிப்பு என்பது ஒரு விபத்து மட்டுமே, இலங்கைப் போரில் தாங்களும் லட்சுமணனும் நாகபாசத்தால் காயம் பட்டதைப்போல ஒரு உடல்ரீதியான தாக்குதல், கற்பழிக்கப்பட்டப் பெண்ணின் உடல் அதனால் மாற்றமடைந்து விடாது, மனமும் மாறாது" என்றாள்.

இராமச்சந்திரன் கண்களை உயர்த்தி உணர்ச்சியற்றப் பார்வையால் பார்த்தபடி இருந்தான்.

"என்ன நடந்ததோ என்ன நடக்கவில்லையோ என்ற சந்தேகத்தினை மட்டுமே நம்பி எனக்கும் எனது புதல்வர்களுக்கும் தாங்கள் பெரும் அநியாயம் செய்துவிட்டீர்கள், நாங்களும் அதைச் சகித்துக்கொண்டோம். இன்று கற்புத்தன்மைக்கான உறுதியை எடுத்துக்கொண்டால், வாழ்க்கையின் அந்தப் பன்னிரண்டு ஆண்டுகளைத் தாங்கள் திருப்பித் தருவீர்களா மாமன்னரே?" என்று கேட்டாள்.

இராமன் சிதிலமடைந்த சிலைபோல தோன்றினான். நீரில் மூழ்கும் மனிதர்களைப் போல அவனது கைகள் இரண்டும் காற்றைப் பிடித்துக்கொள்ள விரும்பின.

வசிஷ்டர் நெருங்கிவந்து இராமனுக்கு அருகில் நின்றார். சீதையிடம் அவர் கூறினார், "அம்மா, உனது கோபத்தை என்னால் உணரமுடிகிறது. வாழ்க்கையில் அந்தப் பன்னிரண்டு ஆண்டுகள் இனி திரும்ப வராது என்பதும் உண்மை. ஆனாலும் நீ அந்த மாபெரும் பொறுப்பினை மறுக்க முடியாது, நீ ஆரிய அரசனான இராமச்சந்திரனின் மனைவி, உன்னதமான மனைவியாக உனது பொன்னுருவம் இந்த யாகசாலையில் வழிபடப்பட்டது. நீ ஆரிய நாகரிகத்தின் வெற்றியை நிலைநாட்ட அர்ப்பணிக்கப்பட்டவள், இது உனது பெருமை. ஆரியமனைவியரின் முன்பாக முன்னுதாரணத்தை நிலைநாட்ட இந்த உறுதியை ஏற்க வேண்டியது அவசியமாக இருக்கிறது, இல்லாவிட்டால் குடும்ப அமைப்பு சிதறிப்போகும் பெண்கள் ஒழுக்கமற்றுப் போவார்கள்..."

சீதையின் கண்களில் அந்த மின்னலை மீண்டும் பார்க்க முடிந்தது. அவள் கூறினாள், "மகாத்மாவே, இந்த ஆரிய நாகரிகத்தின் வெற்றியை நிலைநாட்டுவது இனிமேலும் என்னிடம் எந்தத்

தாக்கத்தையும் ஏற்படுத்தாது, காரணம் அதன் நுட்பமான அம்சங்களை நான் மிக அருகிலிருந்து பார்த்துவிட்டேன்."

சில கணங்கள் நிறுத்திவிட்டு அவள் மீண்டும் பேசினாள், "முனிவரே, கற்புத்தன்மை என்பது கட்டமைக்கப்பட்ட ஒன்று, பெண்களை அடக்கிவைப்பதற்காகத் தாங்கள்தான் அதனை உருவாக்கினீர்கள். கற்பு என்பது பெண்களுக்கு எதிராக நீங்கள் பயன்படுத்தும் ஆயுதம். ஆண்களுக்குக் கற்புத்தன்மை தேவை இல்லை என்றால் எதற்காகப் பெண்களுக்கு மட்டும் அது தேவைப்படுகிறது!"

இந்த நேரத்தில் விசித்திரமான நறுமணமுடைய காற்று அவையை முழுவதுமாகப் பரபரப்புக்குள்ளாக்கியது. எங்கிருந்து இந்த அற்புதமான காற்று வருகிறது. இது எதாவது அதிசயத் தருணமா!

இராமன் சட்டென்று சீதையின் கைகளைப் பிடித்துத் துயரமான குரலில் கெஞ்சினான், "ஜானகி, ஒருமுறை, ஒரேமுறை கூறு நீ உன் கற்பைக் காப்பாற்றி வைத்திருக்கிறாய் என்று, ஒருமுறை உறுதி ஏற்றுக்கொள், நான் முந்தைய எல்லாவற்றையும் மறந்துவிடுகிறேன்."

ஜானகி கூர்மையான நோக்குடன் இராமனின் கண்களுக்குள் பார்வையைச் செலுத்தினாள். அந்நேரத்தில் இருவராலும் அவர்களது உறவுக்குள் ஒரு தவிர்க்க முடியாத பிணைப்பு இருப்பதை உணரமுடிந்தது. அவர்களது காதல் நிறைந்த தருணங்கள் இருவருக்கும் நினைவில் வருகின்றன, பின்னர் ஒருகட்டத்தில் ஜானகியின் விழிகளில் மேகத்தைப்போல அடர்த்தியான இருள் கவிகிறது, அவள் கைகளை விலக்கிவிட்டாள், "மன்னியுங்கள், இந்த உறுதியை என்னால் ஏற்க முடியாது. எனது வாழ்க்கையே முடிந்துவிட்டது. இருந்தாலும் கற்புத்தன்மைக்கான உறுதியேற்று ஆரியவர்த்தத்தின் ஒட்டுமொத்த பெண்களது பேரழிவுக்கும் வழிவகுக்க முடியாது" என்றாள்.

அந்தச்சமயத்தில் நைமிஷேத்திரத்தில் பெருஞ்சூறைக்காற்று வீசியது. காற்றுடன் கூடவே அபூர்வமான ஒரு தெய்வீக மணம் எங்கும் பரவியது. சீதை தனது முந்தானைத் தலைப்பால் முக்காடு இட்டுக்கொண்டாள். முன்பைக் காட்டிலும் கறுத்த, மாநிற சீதை தலையை உயர்த்தி இராமச்சந்திரனின் கண்களோடு கண்களை வைத்து உறுதியாகக் கூறினாள், "பூமி பிளந்துபோகட்டும்."

"லவகுசன் இராமனின் வாரிசுகளாக இருந்தால்

பூமி பிளந்து போகட்டும்

மல்லிகா சென்குப்தா

கணவனுமில்லை கடவுளுமில்லை எனக்காக
குழந்தைகளின் முகத்திலேயே பன்னீராண்டுகள்
எளிய உணவில் தனியாளாய் காத்து வந்தேன்
அப்புதல்வர்கள் தந்தைக்கு மட்டுமே எனில்
தாயின் கருவறை தேவைக்கான பாத்திரம் என்றால்
பூமி பிளந்து போகட்டும்

இந்த இராமராஜ்ஜியத்தில் காலடிப்புழுதியாய்ப் பெண் வாழ்ந்தால் நான் இராமனைத் தவிர யாரையும் அறியாதவளாயின்

அந்தப் புண்ணிய வலிமையால் பூமி பிளந்து போகட்டும்"

அவையில் பெரும் சலசலப்பு தொடங்கியது. ஆயிரக்கணக்கான மக்கள் பேசிக்கொண்டிருந்தனர். சூறைக்காற்றும் வீசிக்கொண்டிருந்தது. யாகசாலையில் பட்டுத்துணியால் பந்தல் அமைக்கப்பட்டு அவை கூட்டப்பட்டிருந்தது, புயல்காற்றில் அந்த பந்தல் பறந்துவிட்டது. புழுதியால் இருளடர்ந்துபோனது நாலாப்பக்கமும்.

லவனும் குசனும் சீதையைக் கட்டிக்கொண்டு "அம்மா அம்மா" என்று அழைக்கின்றனர்.

இராமனும் இளவரசர்களும் சிந்தனையற்று எழுந்து நிற்கின்றனர்.

வாமதேவர் மக்களை அமைதிப்படுத்த விரும்பினார். வாயிற்காவலர்களிடம் புதிய பந்தலை அமைக்க உத்தரவிட்டார்.

மறைப்புத்திரைகளும் காற்றில் பறந்துவிட்டன. இரகுகுலத்தின் சூரியனால் தீண்டப்பெறாத பெண்கள் மக்கள் நடுவில் வெளித்தோன்ற வெட்கப்பட்டுத் திக்குத்திக்காய் செய்வதறியாது ஓடிக்கொண்டிருந்தனர்.

இராமன் இயந்திரம்போல சீதை மற்றும் லவகுசனை நோக்கி இரண்டு கைகளை நீட்டியபடி நெருங்கிச் செல்ல விரும்புகிறான். நடுவில் எவ்வளவு மனிதர்கள், அவர்கள் எவ்வளவுபேரை இரண்டு கைகளால் இராமன் தள்ளி விலக்கினாலும் அவ்வளவு புதிய மனிதர்கள் முன்னால் வந்து நின்றனர்.

சட்டென காதுக்குப் புலப்படாத கடமுடவென்ற சத்தம் எழுந்தது, பூமிக்குள்ளிருந்து வருவதைப் போல. மக்களுக்குள்ளிருந்து யாரோ சொன்னார், "பூமி பிளக்கிறது. சீதையின் வேண்டுதலைக் கேட்டு பூமாதேவி பிளந்துவிட்டாள்."

பீதியடைந்த மக்கள் ஒருநொடியில் அந்த இடத்தைவிட்டு வெகு தொலைவில் சென்று நிற்க விரும்பினர்.

கடமுட சத்தம் அதிகரித்துக்கொண்டே வந்தது. சட்டென ஒரு தெய்வீகமான சிம்மாசனமுடைய தேர் வந்து ஜானகிக்கு அருகில் நின்றது, அது பூமியைப் பிளந்துகொண்டு வந்ததுபோல வந்து நின்றது திடீரென.

இராமன் பீதியடைந்த குரலில் கூறினான், “ஜானகி, ஜானகி உன்னை நான் ஏற்றுக்கொண்டேன். லவகுசனை எனக்குப் பிறந்தவர்கள் என ஒத்துக்கொள்கிறேன்.” கைகளை விரித்தபடி இராமன் ஓடிச்செல்கிறான்.

அந்த அதிசயத் தேரில் சீதையின் கண்கள் பட்டதும் அதிர்ந்து போனாள் அவள். அந்த இரகசியமான தேரோட்டும் பெண் ஸ்வயம்பிரபா வசுந்தரா, கொஞ்சநாட்களாகத் துரத்தி வருகிறாள், எதற்காக இந்த இரகசியத்தன்மையைக் கடைபிடித்தாள் அவள்? ஒளிசிந்தும் அழகிய அந்தப் பெண் கைகளை விரித்துச் சீதையை அழைத்தாள். தாயைப் போல. ஆத்ரேயியைப் போன்ற அன்புடன். சீதை மயக்கமுற்றாள்.

புயல் கடுமையானது.

இராமன் நெருங்கி வருவதை சீதை கவனித்தாள், இராமனின் நீட்டிய கைகள் அவளை இப்போது தொட்டுவிடும். மின்னல் தாக்கியதைப்போல அதிர்ந்தாள் சீதை. எதற்காகவும் ஒருபோதும் இராமனிடம் அவள் அகப்படமாட்டாள்.

அந்த ஆரியச்சமூகத்தின்மேல், இசவாகு குலத்தின்மேல், அரச சட்டங்களின்மேல், எல்லாவற்றுக்கும் மேலாகக் கணவன் - மனைவியின் புனித உறவின்மேல், சீதைக்கு வெறுப்பு தோன்றி விட்டது. எல்லாவற்றாலும் சீதை வஞ்சிக்கப்பட்டாள், பழி வாங்கப்பட்டாள். துன்பத்தின்போது யாரும் அவளுக்கு அருகில் வந்து நிற்கவில்லை, தேசமும் இல்லை, தந்தையின் குலமும் இல்லை, இசவாகு வம்சத்தினரும் இல்லை. இன்று அவள் எதற்காக இந்த விலங்கை மீண்டும் மாட்டிக்கொள்வாள்? லவகுசன் மீதான பாசத்திலிருந்தும் இன்று அவள் விலகிக் கொண்டாள். இரண்டு புதல்வர்களும் இளைஞர்களாகின்றனர், அரசவம்சம் மற்றும் தந்தையின் நிழலில் அவர்கள் முழுமையான பாதுகாப்பில் உள்ளனர். இதற்குமேல் வால்மீகியின் ஆசிரமத்திற்கும் திரும்பிச்செல்ல முடியாது. அங்கே வாழ்ந்திருந்த இனிய நினைவுகளுடன் அவள்

வேறு இடத்திற்குச் சென்றுவிடுவாள். அந்தத் தேர் அவளை எங்கே கொண்டு செல்லும்? பார்ப்போமே! இப்போது அவள் எல்லா அச்சம், மடம், நாணம் அனைத்தையும் வென்றுவிட்டாள். தந்தை, தாய், கணவன், மகன் யாரும் கடைசிவரைக்கும் இல்லை, யாருமே துன்பத்தின்போது அருகில் இல்லை இப்போது அறியாத இடத்தின்மேல் என்ன பயம்?

யார் அந்தப் பெண்! உண்மையிலேயே ஸ்வயம்பிரபாதானா? அவள் எதற்காக வந்திருக்கிறாள்! இந்தப் பெண் இறந்துவிட்டாளா! ஆனால் உயிரோடு இருக்கவும் கூடும். அல்லது இந்தத் தன்னிச்சையான பெண் ஜானகியின் ஆசைகளின் உருவமா! இருப்பினும் ஸ்வயம்பிரபா வசுந்தராவின் முகம் எல்லாவற்றையும் விட சொந்தமானதாகத் தோன்றியது. இராமனின் விரல் சீதையின் கூந்தலிலிருந்து நூலளவு தூரத்தில் இருந்தபோது அவள் கணநேர முடிவில் தேரினில் ஏறினாள்.

இராமன் எதையும் புரிந்துகொள்வதற்கு முன்பாகவே தேர் காற்றின்வேகத்தில் பறந்துபோய்விட்டது. சீதை பைத்தியத்தைப் போல கத்திக்கொண்டே கூறினாள், "என்னைத் தொட முடியாது, முடியவே முடியாது, உங்கள் உலகத்தை நான் கைவிட்டு விட்டேன், உன்னையும் கைவிட்டுவிட்டேன்."

சீதையின் கூந்தல் அவிழ்ந்து ஆகாய வெள்ளமாகப் பறந்தது. கார்மேகத்திலும் புயல்காற்றிலும் அடர்ந்த வான்வெளியில் தேய்ந்து கொண்டிருந்த தேரோட்டும் சீதை படிப்படியாகச் சிறிதாகி சிறிதாகி ஒரு தீப்பொறியைப்போல இராமனின் நிலைகுலைந்த கண்களுக்கு முன்னால் மறைந்துபோனாள்.

அடுத்தநாள் சூரிய உதயத்திற்குப் பிறகு மக்களிடம் சீதையின் மறைவு தொடர்பாகப் பலவித அதிசயமான கற்பனைகள் தோன்றிப் பரவின. அனைத்துக் கற்பனைக் கதைகளின் சாராம்சங்களையும் கொண்டு வால்மீகி நைமிக்ஷேத்திரத்தின் பர்ணசாலையில் அமர்ந்து சோகமான இதயத்துடன் சீதையின் பாதாள உலகப் பிரவேசத்தைப் பற்றிக் கவித்துவமான காவியத்தைப் படைத்தார்.

சீதையின் பிறப்பின் மர்மத்தைப் போலவே, அவளது மறைவிலும் அதிசயங்களின் பூச்சு இருந்தது, இல்லாவிட்டால் இராமன் ஓர் இலட்சிய மன்னனாக யுகயுகாந்தங்களின் முடிவிலும் என்றென்றும் நினைவுகூறப்படுபவனாக எப்படி இருப்பான்?

★★★★★